I0184969

ది సైన్స్ ఆఫ్ మైండ్ మేనేజ్‌మెంట్

THE SCIENCE OF MIND MANAGEMENT

NOW IN TELUGU

స్వామి ముకుందానంద

జైకో పబ్లిషింగ్ హౌస్
అహమ్మదాబాద్ బెంగుళూర్ భోపాల్ చెన్నై
ఢిల్లీ హైదరాబాద్ కోల్‌కత్తా లక్నో ముంబై

Published by Jaico Publishing House
A-2 Jash Chambers, 7-A Sir Phirozshah Mehta Road
Fort, Mumbai - 400 001
jaicopub@jaicobooks.com
www.jaicobooks.com

© Radha Govind Dham, 2021

Published in arrangement with
Westland Publications Private Limited
1st Floor, A Block, East Wing
Plot No. 40, SP Infocity, Dr MGR Salai
Perungudi, Kandanchavadi, Chennai - 600 096

THE SCIENCE OF MIND MANAGEMENT
ది సైన్స్ ఆఫ్ మైండ్ మేనేజ్మెంట్
ISBN 978-93-91019-07-5

The views and opinions expressed in this work are the authors' own and the facts are as reported by them, and the publisher is in no way liable for the same.
All rights reserved.

First Jaico Impression: 2022

No part of this book may be reproduced or utilized in
any form or by any means, electronic or
mechanical including photocopying, recording or by any
information storage and retrieval system,
without permission in writing from the publishers.

Page design and layout by Ozone Eventz Publishing Services

దివ్యప్రేమ మరియు కృప యొక్క మూర్తీభవించిన స్వరూపమై, మానవజాతి సంక్షేమం కోసం పరమోత్కృష్టమైన ఆధ్యాత్మిక జ్ఞానాన్ని ఔదార్యంతో మనకు అందించిన, నా అధ్యాత్మిక గురువు గారు, జగద్గురు శ్రీ కృపాలుజీ మహారాజ్ గారికి ఈ పుస్తకం అంకితం.

ఈ కాలానికి చెందిన అత్యుత్తమ జగద్గురువుగా వారు, మన మనస్సుని పరిశుద్ధి చేసుకోవటం యొక్క ప్రాముఖ్యతను పదే పదే బోధించారు. 'మనస్సు మాత్రమే బంధనమునకు మరియు మోక్షమునకు కారణం' అని ఆయన ఉద్ఘాటించారు. దాని పరిశుద్ధి మరియు పవిత్రత కోసం మన వ్యక్తిగత సాధనలో, రూప ధ్యానము, ఆత్మపరిశీలన, చింతన, నిస్వార్థ భక్తి, శరణాగతి, మరియు కర్మయోగ సాధన వంటి అనేక శక్తివంతమైన పద్ధతులను వారు వెల్లడించారు.

తన దివ్యజ్ఞానాన్ని నాకు ప్రసాదించినందుకు మరియు దాని ప్రచారానికి నా జీవితాన్ని అంకితం చేయడానికి నన్ను ప్రేరేపించినందుకు నేను ఆయనకు సదా ఋణపడి ఉంటాను. సనాతనమైన వేద విజ్ఞానాన్ని ఆధునిక పరిస్థితులకు తగ్గట్టు అందించటానికి నా ఈ వినయపూర్వకమైన ప్రయత్నంతో ఆయన సంతోషిస్తారని నేను హృదయపూర్వకంగా ప్రార్థిస్తున్నాను.

విషయ సూచిక

పీఠిక xi

1. మనస్సుని నిర్వహించుకోవటం యొక్క ఆవశ్యకత 1
సంతోషానికి, విజయానికీ వెనుక కీలక రహస్యం 2
మనస్సే మన మంచి-మిత్రుడు మనస్సే మన ఘోర-శత్రువు 5
ఆలోచనల లక్షణం 7
మనస్సు-శరీరముల మధ్య సంబంధం 9
అంతర్గత మరియు బాహ్య ప్రపంచాలు 12
ఒక్కొక్క ఆలోచనతో, మన తలరాతని నిర్మించుకుంటాము 15
భగవంతుడు మనకు ప్రసాదించిన వనరులను
ఉపయోగించుకోండి 18
ప్రధాన అంశాల సారాంశం 23

2. మానసిక క్లేశములు 25
మనస్సు గురించి ఉన్న సిద్ధాంతాలు 26
సనాతనమైన వేద మనస్తత్వశాస్త్రం 31
మానసిక రోగాలు 33
కోపమనే వ్యాధి 34
దురాశ అనే వ్యాధి 36

విషయ సూచిక

కోరికలు అనే వ్యాధి 38
కోరిక నుండే క్రోధము ఉద్భవిస్తుంది........................... 39
లోభము/దురాశ కూడా కోరిక నుండే పుడుతుంది......... 41
కోపం విచక్షణను నాశనం చేస్తుంది.............................. 46
మోహమనే రోగము.. 47
పదే పదే ఆలోచించటం యొక్క పరిణామం..................... 50
మనమందరమూ ఆనందాన్ని ఎందుకు కాంక్షిస్తాము?......... 52
నిమ్న స్థాయి మమకారాసక్తులను, ఉన్నత స్థాయి
వాటితో భర్తీ చేయండి... 53
కోపాన్ని మీ స్నేహితుడిగా చేసుకోండి............................. 54
దురాశని మీ మిత్రునిగా మార్చుకోండి............................ 55
గర్వాన్ని మీ స్నేహితునిగా చేసుకోండి............................. 56
ప్రధాన అంశాల సారాంశం.. 57

3. అలవాట్ల శక్తి 59

కండిషనింగ్ యొక్క శక్తి 59
మెదడు యొక్క న్యూరోప్లాస్టిక్ స్వభావం............................ 61
అలవాటు ఏర్పడే విధానం... 62
ఆవృత్తంలా ఉండే అలవాటు యొక్క పనితీరు.................... 64
మంచి మరియు చెడు అలవాట్లు..................................... 67
ఉత్తమ వ్యక్తిత్వాన్ని పెంపొందించుకోవటానికి అలవాట్ల
శక్తిని ఉపయోగించండి... 70
రెండు రకాల సుఖాలు : శ్రేయస్సు మరియు ప్రేయస్సు 72
చెడు అలవాట్ల యొక్క ఆకర్షణను అధిగమించటం............. 77
సంకల్పశక్తి యొక్క ప్రాముఖ్యత...................................... 78
ప్రధాన అంశాల సారాంశం.. 80

4. మనస్సుని నియంత్రించటంలో బుద్ధి యొక్క పాత్ర 83
మనస్సు, బుద్ధి పరస్పరం ఎలా పనిచేస్తాయి? 84
మన అంతర్గత ఉపకరణం యొక్క నాలుగు దశలు 86
మనస్సు మరియు బుద్ధి మధ్య సంఘర్షణ 87
వివేచనా శక్తి 89
బుద్ధి యోగము 92
సైద్ధాంతిక/పుస్తక జ్ఞానము మరియు అనుభవపూర్వక విజ్ఞానము 94
ఆరోహణ మరియు అవరోహణ క్రమ జ్ఞానసముపార్జన 95
ప్రధాన అంశాల సారాంశం 100

5. బుద్ధిని బలోపేతం చేయటానికి మూడు మెట్లు 101
శ్రవణం (దివ్య అధ్యాత్మిక జ్ఞానాన్ని వినటం) 102
మననం (చింతన చేయటం) 106
నకారాత్మక/ప్రతికూల చింతన నాశనం చేస్తుంది, అదేసమయంలో సకారాత్మక/అనుకూల చింతన ఉద్ధరిస్తుంది 113
నిధిధ్యాసనం (బుద్ధిచే దృఢమైన నిర్ణయం తీసుకోవటం) 116
ప్రధాన అంశాల సారాంశం 123

6. భగవంతుని కృపను ఆలంబనగా పొందటం 125
మన స్వంత పరిశ్రమ ద్వారా మాయను జయించలేము 125
భగవత్ కృపను ఆకర్షించటం ఎలా? 129
శరణాగతి యొక్క ఆరు అంగములు 132
ఈ అన్ని ప్రక్రియలనూ, శరణాగతి దృక్పథంలో ఉపయోగించటం 139
ప్రధాన అంశాల సారాంశం 140

విషయ సూచిక

7. రోజువారీ జీవనంలో కర్మయోగము 143
   ఒత్తిడి - ఆధునిక జీవితం యొక్క శాపము 143
   ఒత్తిడి ఎందుకు కలుగుతుంది? 147
   మమకారాసక్తి లేకుండా పని చేయటం యొక్క ఉదాహరణలు .. 148
   ఆధునిక రచయితల దృక్పథం 151
   కర్మ యోగం – భగవత్ స్మృతిలో పనిచేసే కళ 155
   కర్మయోగ సాధన వల్ల కలిగే ప్రయోజనాలు 157
   నిరంతర భగవత్ స్మరణ 158
   భగవంతుడు ఎప్పుడూ మన చెంతనే ఉన్నాడనే
   భావన యొక్క అభ్యాసం 161
   అభ్యాసం పరిపూర్ణతకు దారితీస్తుంది 163
   ప్రధాన అంశాల సారాంశం 164

8. సకారాత్మక స్వీయ-సంభాషణ మరియు ధృవీకరణ 167
   మన దృక్పథాల యొక్క ఉపచేతన మూలం 167
   పునర్జన్మ సిద్ధాంతం 169
   ఒక శరీరం నుండి ఇంకొక శరీరంలోనికి ఆత్మ
   యొక్క గమనం 172
   మన దృక్పథాలు/వైఖరుల యొక్క లోతైన మూలాలు 174
   మనస్సులో కొనసాగే స్వయం-సంభాషణ 177
   స్వీయ-సంభాషణ ద్వారా మనస్సుని ప్రోగ్రాం చేయటం 179
   భగవంతుని నామాలను జపించటం 181
   ప్రధాన అంశాల సారాంశం 184

9. విజువలైజేషన్ మరియు రూప-ధ్యానము 187
   ఒక చిత్రం వెయ్యి పదాలతో సమానం 187
   మనోనేత్రంతో చిత్రీకరణ చేసే ప్రక్రియ (విజువలైజేషన్) 189

భక్తిని పెంపొందించుకోవడానికి విజువలైజేషన్
ప్రక్రియను ఉపయోగించడం 194
దివ్య గుణములపై ధ్యానం చేసే పద్ధతి 200
భగవత్ లీలలపై ధ్యాన పద్ధతి 202
మనస్సులో భగవంతునికి సేవ చేసే ప్రక్రియ 203
విరహ వేదన భావనతో చేసే ధ్యాన పద్ధతి 207
ప్రధాన అంశాల సారాంశం 209

10. మీ దైనందిన సాధన ఏర్పాట్లు 211
ఒక గురువు యొక్క ఆవశ్యకత 212
ఏకాంత సాధన యొక్క ప్రాముఖ్యత 214
సాధన చేయటం గురించి సాధారణ ప్రశ్నలు 215
మన సాధనలో ధ్యానం, చింతన మరియు భక్తిని
సమన్వయపరుచుకోవటం 220
జనరంజకమైన కీర్తన ప్రక్రియ 223
కృపాలు పద్ధతి 226
దైనందిన సాధన కోసం ఆన్‌లైన్ వేదిక 227
క్రమం తప్పక చేసే సాధన పరిపక్వతకు దారితీస్తుంది 228
ఎక్కడెక్కడికైతే మనస్సు పరిభ్రమిస్తుందో, అక్కడే
భగవంతుడు ఉన్నాడనుకోండి 230
ముగింపు 233
ప్రధాన అంశాల సారాంశం 234

పదపట్టిక 237
రచయితచే లిఖిత ఇతర పుస్తకాలు 241
పిల్లల కోసం పుస్తకాలు 241
పరిచయం కొనసాగిద్దాం 242

7

పీఠిక

మన జీవిత అనుభవాల నాణ్యతను మెరుగుపర్చుకోవటానికి ప్రయత్నిస్తున్నప్పుడు, మనస్సు యొక్క ప్రాముఖ్యతను గ్రహించడం ప్రారంభిస్తాము. మన సుఖ-దుఃఖాల అనుభూతిని సృష్టించేది ఇదే. అది దారి తప్పినట్లైతే, మన అంతర్గత ప్రశాంతత/ప్రసన్నతలను నాశనం చేసి, దుఃఖ భూయిష్టమైన ఆలోచనల పరంపరలోకి లాగివేస్తుంది. అదే మనస్సుకు సమర్ధవంతమైన శిక్షణ అందించినప్పుడు, అది, ఆశావాదం, సంతృప్తి, ధృఢ-సంకల్పం మరియు ఆనందం వైపు నడిపిస్తుంది. అందుకే వేదగ్రంథాలు - మన బంధనానికీ, మోక్షానికీ కూడా మనస్సే కారణమని సరిగ్గా గుర్తించాయి.

మనస్సు సారవంతమైన క్షేత్రం లాంటిది. మీరు దాన్ని బాగా సాగుచేస్తే, అది ఆకర్షణీయమైన మొక్కలతో మరియు అందమైన పువ్వులతో వికసిస్తుంది. నిర్లక్ష్యం చేస్తే, ఫలితం భయానకంగా ఉంటుంది: పిచ్చి కలుపు మొక్కలు మరియు ముళ్ళ పొదలతో నిండిపోతుంది!

అదేవిధంగా, మనస్సు అనంతమైన శక్తి-సామర్ధ్యాలతో నిండి ఉంటుంది. మనస్సు యొక్క తోటమాలిగా, అదెప్పుడూ ఫలకరంగా ఉండేలా, మనము దాన్ని చక్కగా పరిరక్షించుకోవాలి. జీవితంలో మన ప్రధాన కర్తవ్యం ఏమిటంటే, మన మనస్సును ఉత్కృష్టమైన ఆలోచనలు మరియు గొప్ప భావాలతో వికసించేలా చేసుకోవటం.

మనం జీవితంలో నేర్చుకోగలిగే అత్యంత ఉపయోగకరమైన నైపుణ్యాలలో ఒకటైన మనస్సు నిర్వహణ మరియు మనస్సు యొక్క శక్తి-సామర్ధ్యాల రహస్యాల గురించి తెలుసుకోవడం ద్వారా ఈ కర్తవ్యాన్ని నెరవేర్చవచ్చు.

విజయం సాధించిన వారి యొక్క విలక్షణత ఏమిటంటే వారు తమ మానసిక వనరులను చక్కటి క్రమశిక్షణలో ఉంచే సామర్థ్యం కలిగి ఉంటారు. వారు ఎల్లప్పుడూ సంతోషంగా మరియు స్ఫూర్తితో ఉండటానికి తమ ఆలోచనా సరళిని తెలివిగా ఎంచుకుంటారు. తమ మనస్సు యొక్క యజమానులైన వారు తమ ఆలోచనలను, శక్తిని తమ ఆశయాలు/లక్ష్యాలపై కేంద్రీకరించడానికి మొగ్గుచూపుతారు, మరియు ప్రతికూల భావోద్వేగాలను నిరుపయోగమైన బ్యాగేజీగా వెంటనే విడిచిపెడతారు. లోపలే ఎన్నటికీ తరగని ఊటలా ఉన్న ప్రేరణ యొక్క వనరును ఎలా వాడుకోవాలో వారికి తెలుసు. ఆ విధంగా, వారు మరింత ప్రభావవంతమైన మానవులుగా ముందుకు సాగుతారు.

దీనికి భిన్నంగా, తమ భావోద్వేగాలకు బానిసలుగా మిగిలిపోయిన వారు కూడా ఉన్నారు. వారి ఆలోచనలను మరియు భావాలను నియంత్రించుకోలేక, వారు చుట్టూ ఉన్న పరిస్థితులకి బలైపోతారు. ఆనందానికి కారణం, బాహ్య స్థితిగతులలో ఉందని వారు భావిస్తారు. తాము సంతోషంగా ఉండాలంటే, ఇతరుల ప్రవర్తన మారాలని లేదా పరిస్థితులు మారాలని తీవ్ర ఉత్కర్షతో ఉంటారు. అందుకే, బాహ్య పరిస్థితులతో నిరంతరం పోరాడుతూనే ఉంటారు.

బదులుగా, వారు తమ మనస్సును మెరుగుపరుచుకోవడానికి ప్రాధాన్యత ఇస్తే, అది సులభం కాదా? అలా చేసి ఉంటే, వారు తమలోనే ఒక దోషరహితమైన మరియు నమ్మకమైన స్నేహితుడిని కనుగొని ఉండేవారు. అందుకే, మనస్సు నిర్వహణ విజ్ఞానాన్ని సొంతం చేసుకోవడానికి, కొంత సమయాన్ని కేటాయించినా సరే, అది, ఎన్నో లాభాలతో మీ జీవితాన్ని శాశ్వతంగా సుసంపన్నం చేస్తుంది.

ఈ పుస్తకాన్ని చదవడానికి మీరు మీ విలువైన సమయాన్ని కేటాయిస్తున్నారంటే, మీరు మీ మనస్సుకు శిక్షణ ఇచ్చే విలువను గుర్తించారని తెలుస్తున్నది. ఈ పుస్తకంలో, మీరు మీ జీవితాన్ని మార్చుకోవటానికి శక్తివంతమైన పద్ధతులను కనుగొంటారు, వీటిలో చింతన (contemplation), స్వీయ-ధృవీకరణ (self-affirmation), మనోనేత్రచిత్రీకరణ (visualisation), బుద్ధి యోగము (yoga of the intellect), రూప ధ్యానం (roop dhyan), మరియు భగవత్ శరణాగతి (surrender to the Supreme), వంటి వాటిని మీరు కనుగొంటారు.

భారత చరిత్రలో ఐదవ మూల జగద్గురువులైన, జగద్గురు శ్రీ కృపాలుజీ మహరాజ్ గారి నుండి ఈ రహస్యాలను నేను తెలుసుకున్నాను. ఈ సూత్రాలను నా జీవితానికి ఆచరణాత్మకంగా అన్వయించుకోవటంలో వారు నాకు వ్యక్తిగతంగా ఇరవై ఐదు అద్భుతమైన సంవత్సరాలు శిక్షణ ఇచ్చారు. ఈ అనిర్వచనీయమైన అనుభవం నుంచి నేను పొందినది, మాటలకే అతీతమైనది. దినదిన ప్రవర్ధమానమైన ప్రేమ, జ్ఞానం, దివ్యానందముల యొక్క ఒక వెలకట్టలేని నిధిని ఈ అభ్యాసం అందిస్తోందని చెప్తే సరిపోవును.

నేను వారి నుండి పొందిన దివ్య జ్ఞానాన్ని అందరికీ పంచే ముఖ్య పనిని మహారాజ్‌జీ నాకు అప్పగించారు. మూడు దశాబ్దాలకు పైగా నా జీవిత ఉద్దేశం ఇదే. ఆ లక్ష్యంతోనే, నేను ప్రాచీన వేద గ్రంధాలను, ఇంకా, ప్రపంచంలోని అన్ని ప్రధాన తూర్పు, పాశ్చాత్య మత సంప్రదాయాల గ్రంధాలను విస్తృతంగా అధ్యయనం చేశాను. అంతేకాక, భారత చరిత్రలో కబీర్, తులసీదాస్, నర్సీ మెహతా, తుకారామ్, మీరాబాయి, గురు నానక్, ఏకనాథ్, సూర్‌దాస్ మరియు మరెందరో గొప్ప సాధువుల బోధనలను నేను పరిశీలించాను. నేను బోధించే సూత్రాల సార్వత్రికతను ఎత్తిచూపడానికి, ఈ సాధువులు మరియు శాస్త్ర-గ్రంధాలు చెప్పిన విషయాలు ఈ పుస్తకంలో విస్తృతంగా ఉదహరించబడ్డాయి. అదనంగా, వారి వారి అనుభవాల నుండి అదే నిర్ణయాలకు చేరుకున్న, చరిత్రలో ప్రఖ్యాత వ్యక్తుల యొక్క సూక్తులు కూడా ఈ పుస్తకంలో చేర్చబడ్డాయి.

ఇక్కడ వివరించబడ్డ సూత్రాలు, వాటి హేతుబద్ధత మరియు ప్రామాణ్యము చూపించడానికి ఒక క్రమబద్ధమైన తర్కంతో వివరించబడ్డాయి. చివరగా, ఇది ఆధ్యాత్మికత యొక్క ఆచరణాత్మక వినియోగంపై ఉన్న పుస్తకం కనుక, ఆలోచనలను వైవిధ్యంగా మరియు స్పష్టంగా తెలియజేయడానికి సహాయకారిగా ఉండేందుకు నిజ-జీవిత సంఘటనలను మరియు కథలను కూడా నేను పొందుపరిచాను.

యథార్థ జ్ఞానాన్ని – తర్కము, కథలు, ఉదాహరణలు, వైదికశాస్త్ర ఉల్లేఖనాల మిశ్రమం ద్వారా అర్థం చేసుకోవడం అనేది ఎల్లప్పుడూ ఒక

పీఠిక

శ్రేష్ఠమైన పద్ధతి. ఎందుకంటే అవి మనల్ని ఒప్పించడమే కాకుండా, పాఠాలను మనస్సులో నిలబెట్టుకోవడానికి మరియు జీవితంలో మమేకం చేసుకోవటానికి సహాయపడతాయి.

గత ముప్పై సంవత్సరాలుగా, నేను ఈ సూత్రాలను లక్షల మందితో పంచుకున్నాను మరియు వారు వీటి నుండి ప్రయోజనం పొందటం చూశాను. సర్వోత్కృష్ట భగవంతుని యొక్క ఆశీర్వాదంతో, ఈ పుస్తకం మీ జీవితాన్ని నిజంగా సుసంపన్నం చేస్తూ మరియు మీలోనే ఉన్న ఆనందం, ప్రేరణ మరియు ప్రేమ యొక్క భాండాగారాన్ని అనుభవించడానికి మీకు సహాయపడుతుందని ఆశిస్తున్నాను.

1

మనస్సుని నిర్వహించుకోవటం యొక్క ఆవశ్యకత

ఉల్లాసంగా మరియు సంతోషంగా ఉండటానికి మన జీవిత నాణ్యతను పెంచుకోవాలని అందరమూ కోరుకొంటాము. మనం ఉన్నతమైన, పవిత్రమైన ఆలోచనలను చేయాలని కోరుకుంటాము. ప్రపంచానికి మేలు చేసే సార్థకమైన పనులు చేయాలనుకుంటాం. క్లుప్తంగా చెప్పాలంటే, మనందరం కూడా మంచి మానవులుగా ఉండాలని కోరుకుంటాం. మన ఆత్మలోనే ఇమిడివున్న ఓ స్వయంసిద్ధ సంకల్పం, మనం మరింత దోషరహితంగా మరియు మరింత దైవీ గుణాలతో ఉండాలంటూ మనల్ని ప్రేరేపిస్తుంటుంది.

అయినప్పటికీ, అందరూ తాము అనుకున్న లక్ష్యాలను సాధించలేరు. కొంతమంది ఉన్నతమైన విలువలతో కూడిన జీవితాలను గడుపుతూ, తమ పనిలోనూ, మానవ-సంబంధాల్లోనూ ప్రగాఢసంతృప్తిని పొందుతున్నప్పటికీ, అధిక సంఖ్యాకులు కోపం, దురాశ, ఒత్తిడి, ఆందోళన వంటి వాటిచే పదేపదే తప్పటడుగులు వేస్తూ జీవిత ప్రయాణంలో తడబడతారు. వారు ఎంత కష్టపడినా సరే, వారికి కష్టాలు, వైఫల్యాలే ఎదురవుతాయి. అంతేకాక, వారు బాహ్యంగా విజయం సాధించినా, లోలోన దుఃఖభరితులై ఉంటారు మరియు నిజమైన ఆనందం వారికి అందకుండా పోతుంది.

మన కలలు/ఆకాంక్షలకు, వాస్తవికతకు మధ్య ఇంత తేడా ఏమిటి? డబ్బు, అధికారం, పేరు-ప్రఖ్యాతులు, లేదా సంపన్న కుటుంబంలో పెంపకం అనేవి మన జీవిత నాణ్యతను నిర్ణయించజాలవు. ఈ బాహ్య వనరులు చాలా తక్కువగా ఉన్నప్పటికీ, సంతోషాన్ని, విజయాన్ని మరియు సంతుష్టిని సాధించిన విజయవంతమైన వ్యక్తులు ఎందరో ఉన్నారు. ఇవన్నీ ఉన్నాసరే, తమని తాము దౌర్భాగ్యం నుంచి ఉద్ధరించుకోలేకున్న వారు కూడా అనేకమంది ఉన్నారు. వారు ఎక్కడ తప్పు చేశారు?

సంతోషానికి, విజయానికీ వెనుక కీలక రహస్యం

గత శతాబ్దానికి చెందిన ప్రఖ్యాత సంఘుసేవకురాలు హెలెన్ కెల్లర్, ఒక మహోన్నత వ్యక్తిత్వానికి ఉదాహరణ. ఆమెకు పంతొమ్మిది నెలల వయస్సు ఉన్నప్పుడే, ఒక తీవ్రమైన ఇన్ఫెక్షన్, ఆమెను చెవిటి మరియు అంధురాలిగా చేసింది. దాని పర్యవసానంగా, ఆమెకు మాటలు రాలేదు మరియు ఆమె తన నిస్పృహను తన కుటుంబ సభ్యులకు తెలియజేయడానికి తరచూ పెంకితనపు మార్గం చేసేది.

హెలెన్ కెల్లర్‌కు ఏడేళ్ళ వయస్సు ఉన్నప్పుడు, ఆమె తల్లిదండ్రులు, ఒక ఇటువంటి పిల్లల కోసమే ఉన్న పాఠశాలలో, అన్నే సల్లివన్ అనే సహృదయ ఉపాధ్యాయురాలుని, హెలెన్‌కి సహాయం చేయగలదని గుర్తించారు. తాను కూడా పాక్షికంగా అంధురాలే అయిన అన్నే, మొదట్లో హెలెన్ చేతిపై అక్షరాలు రాయటం ద్వారా చిన్నారి హెలెన్‌కు భాష నేర్పడానికి ప్రయత్నించింది. హెలెన్ మొదట్లో అంతగా స్పందించలేదు, కానీ ఓపికతో ఉన్న ఆ ఉపాధ్యాయురాలు, ఆ బాలికతో సంభాషించడానికి ఒక మార్గాన్ని కనుగొనాలని నిశ్చయించుకుంది.

ఒకరోజు, అన్నే, హెలెన్ చేతిని ఒక జలధార క్రింద ఉంచింది. ఒక చేతిమీద చల్లని నీరు పారుతూ ఉన్నప్పుడు, హెలెన్ మరో చేతిపై నీ-రు ('w-a-t-e-r') అనే అక్షరాలను, అన్నే వ్రాసింది. అకస్మాత్తుగా, హెలెన్‌కి లోపల ఏదో నూతన విషయం బోధపడినట్లు అయింది. తన జీవితంలో మొదటిసారి బాహ్య వస్తువులకు పేర్లు ఉన్నాయని ఆమె అర్థం

చేసుకుంది. ఆమె ఎంత ఉత్సాహాన్ని పొందింది అంటే, ఆమె మరిన్ని పేర్లు నేర్చుకోవాలని ఆశగా వేడుకుంది. అదే రోజు రాత్రయ్యే వరకు, ఆమె మరో ముప్పై వస్తువుల పేర్లను నేర్చుకుంది.

హెలెన్ తన బాహ్య ప్రపంచంలోని వ్యక్తుల మరియు విషయాలకు సంబంధించిన సంజ్ఞలను ఉత్సాహంగా నేర్చుకోవడానికి ముందుకు సాగింది. అంధుల కోసం ఉన్న బ్రెయిలీ వ్యవస్థను ఎంచుకుంది. త్వరలోనే ఆమె 'ప్రేమ' అనే పదానికి అర్థం వంటి గంభీర భావాలను గ్రహించడం ప్రారంభించింది. ఈ పద్ధతి హెలెన్‌కి ప్రపంచాన్ని అర్థం చేసుకోవడానికి కొత్త మార్గాలను తెరిచింది. సాధ్యమైనంత నేర్చుకోవడానికి శ్రమించింది. ఆమె తన తోటి వయస్సులోని ఇతర విద్యార్థుల వలెనే ప్రామాణిక పుస్తకాలను, విజ్ఞాన శాస్త్ర పుస్తకాలను చదవడం ప్రారంభించింది.

యువతిగా, హెలెన్, హార్వర్డ్ విశ్వవిద్యాలయంలో చేరాలని నిశ్చయించుకుంది, కానీ ఆమె తల్లిదండ్రులు మరియు స్నేహితులు ఆమెను అంతగా ప్రోత్సహించలేదు. హెలెన్ పట్టుదలతో, అవసరమైన పరీక్షలన్నీ ఉత్తీర్ణురాలై, హార్వర్డ్‌తో అనుబంధ మహిళా కళాశాల అయిన రాడ్‌క్లిఫ్ కళాశాలలో ప్రవేశం సాధించింది. ఆమె చెవిటి, అంధురాలు, మరియు మాట్లాడలేక పోయినప్పటికీ, చక్కటి మార్కులతో పట్టభద్రురాలైంది.

హెలెన్ ఇప్పుడు తన చుట్టూ ఉన్న ఇతరుల్లా మాట్లాడడాన్ని నేర్చుకోవాలని అనుకుంది. ఆమె టీచర్, అన్నే సల్లివన్ మాట్లాడుతున్నప్పుడు, టీచర్ యొక్క ముఖం, నోరు మరియు గొంతును స్పర్శిస్తూ, ఆశ్చర్యంగా, ఆమే స్వయంగా మాట్లాడే ధ్వనులను ఉత్పత్తి చేయడం నేర్చుకుంది. హెలెన్ ప్రసంగాలు ఇవ్వడానికి తగినంతగా మాట్లాడడం నేర్చుకున్నది, తద్వారా సాధారణ చెవిటి, గ్రుడ్డివారు అందరికీ ఎంతో స్ఫూర్తి అందించింది. తన తరువాతి కాలంలో, హెలెన్ ఇతరుల విద్యకు నిధులు సమకూర్చే మార్గాలను అన్వేషించే మానవతా మూర్తిగా ఎదిగింది. ఆమె ఎనభై ఏడు సంవత్సరాల పండు వయస్సు వరకు జీవించింది.

ఆమె చెప్పిన ప్రఖ్యాత కొటేషన్లను కొన్ని ఇక్కడ ఉదహరిస్తున్నాను:

జీవితంలో సంతోషానికి ఒక ద్వారం మూసుకుంటే, మరో ద్వారం తెరుచుకుంటుంది; కానీ తరచుగా మనం ఆ మూసి వేయబడ్డ ద్వారం వైపే చూస్తూ, మన కోసం తెరువబడిన ఆ మరో ద్వారాన్ని పట్టించుకోము.

మానవ జీవితం అనేది ఒక అద్భుతమైన అనుభవం, ఇతరుల కోసం జీవించినప్పుడు అది మరింత ఆనందదాయకంగా మారుతుంది.

హెలెన్ కెల్లర్‌కు భిన్నంగా, కొందరు, బాహ్య పరిస్థితులు అత్యంత అనుకూలంగా ఉన్నప్పటికీ, జీవన గమనంలో ఘోరంగా విఫలమయిన వారున్నారు.

అలాంటి వారిలో ఎల్విస్ ప్రెస్లీ అనే ఆయన రాక్ అండ్ రోల్ తరానికి చెందిన ప్రసిద్ధవ్యక్తి. ఆయన అందగాడు, సంపన్నుడు, ఓ సినిమా నటుడు, చక్కటి స్వరం కలిగి, తరచుగా 'ది కింగ్ ఆఫ్ రాక్ అండ్ రోల్' అని పిలవబడేవాడు. అయినప్పటికీ, అతను చాలా నికృష్టంగా బతికాడు, తరచూ సంగీత ప్రదర్శనకు సిద్ధమయ్యే సమయంలో ఒక రౌండ్ మాదకద్రవ్యాలను ఉపయోగించేవాడు, ఆ ప్రదర్శన తర్వాత తనను తాను స్థిమితంగా చేసుకోవటానికి కూడా మరో రౌండ్ మాదకద్రవ్యాలను ఉపయోగించేవాడు.

మాదకద్రవ్యాలు, స్త్రీలౌల్యం మరియు పాటల్లో ఎల్విస్ ప్రెస్లీ తనమునకలైపోవటం బహుశా తనకంటే తన అభిమానులకే ఎక్కువ ఉత్తేజాన్ని కలిగించి ఉండవచ్చు. బాహ్యంగా అతను గొప్ప విజయాలు సాధించినప్పటికీ, అంతర్గతంగా అతను దాదాపు దుర్భర స్థితిలో ఉన్నట్టే. గుండె సమస్యలతో, ఇతర తీవ్రమైన ఆరోగ్య సమస్యలతో, మరియు మాదక ద్రవ్యాలకు దీర్ఘకాలం పాటు బానిసగా ఉన్న ఎల్విస్, నలభై రెండేళ్ల వయసులోనే అకాల మరణం చెందాడు.

ఆ పాటగాడు ఓసారి ఇలా వాపోయాడు:

సత్యం సూర్యునివంటిది. మీరు కాసేపు దానికి ఏదేని అడ్డును పెట్టవచ్చు, కానీ అది ఎక్కడికీ పోదు.

ఈ రెండు వ్యక్తిత్వాలు ఎంత విభిన్నంగా ఉన్నాయో! సాధారణ ఐదు మానవ ఇంద్రియాలలో కేవలం మూడు మాత్రమే ఉన్నప్పటికీ హెలెన్ కెల్లర్ ఊహాతీత విజయం సాధించడానికి, ఆమె దగ్గర ఉన్నది ఏమిటి? ఎల్విస్ ప్రెస్లీకి సంపద, పేరుప్రఖ్యాతులు, ప్రతిభ అన్నీ ఉన్నా, తన వ్యక్తిగత జీవితంలో ఇంత ఘోరంగా విఫలమైపోవటానికి, ఆయన దగ్గర లేనిది ఏమిటి? ఇక్కడ ఉన్న ప్రధానమైన తేడా వారి మానసిక స్థితియే.

మనస్సే మన మంచి-మిత్రుడు మనస్సే మన ఘోర-శత్రువు

మన జీవన శ్రేష్ఠతను/నాణ్యతను, నిర్ణయించే ఒకేఒక ప్రముఖ కారకం మన మనస్సే. చక్కగా నియంత్రించబడ్డప్పుడు, అది మన చక్కటి మిత్రుని వలె అవుతుంది, కానీ, దాని ఇష్టం వచ్చినట్టు ఉండనిస్తే, మన మానసిక ప్రశాంతతని కొల్లగొట్టి, మన ఉద్ధరణను దెబ్బతీస్తుంది.

వేద శాస్త్రాలు మనకు ఈ విధంగా చెప్తున్నాయి:

ఉద్ధరేదాత్మనాత్మానం నాత్మానమవసాదయేత్।
ఆత్మైవ హ్యాత్మనో బంధుః ఆత్మైవ రిపురాత్మనః

(భగవద్గీత 6.5)

'నీ మనస్సు యొక్క శక్తిచే నిన్ను నీవు ఉద్ధరించుకొనుము, నీకే నీవు అధోగతిపాలవ్వొద్దు. ఎందుకంటే మనస్సే మనకు అత్యంత సహాయకారిగా ఉండవచ్చు లేదా అదే మన బద్ధ శత్రువు అవ్వచ్చు.'

ఇంతకీ ఈ మనస్సు అంటే ఏమిటి? అది భగవంతునిచే మనలో అమర్చబడిన ఒక సూక్ష్మ యంత్రము. శరీరము ఒక బాహ్యంగా ఉన్న స్థూల యంత్రాంగం అయినా, మనస్సు అంతర్గతమైనది. ఆలోచనలను ఉత్పన్నం చేయటం దాని పని, మరియు మనం మెలకువగా ఉన్నంత సేపూ అది ఆ పని చేస్తూనే ఉంటుంది. మనం స్వప్నావస్థలో ఉన్నప్పుడు కూడా అది పనిచేస్తూనే ఉంటుంది. గాఢనిద్రలో మాత్రమే అది ఉపశమిస్తుంది. అందుకే జనులు నిద్ర లేవగానే, ఇలా అంటారు.

సుఖమహమస్వాప్సం - 'నేను చాలా ప్రశాంతంగా నిద్రపోయాను.'
న కించిమహమవేదిశమ్ - 'నాకేమీ తెలియ లేదు.'

గాఢనిద్రలో, మనస్సు విశ్రాంతి తీసుకుంటుంది, మరియు సుఖానందాన్ని అనుభవిస్తుంది. ఇతర అన్నీ సమయాల్లో, అది చురుకుగా ఉంటూ, నిరంతర ఆలోచనలను సృష్టిస్తూ ఉంటుంది.

మన మానసిక స్థితి వల్లనే మనం సుఖదుఃఖాలను అనుభవిస్తూ ఉంటాము. ఒకావిడ దుర్భర మానసిక అవస్థలో ఉన్నదనుకుందాం. ఆమె మనస్సులో ఏదేని ఆహ్లాదకరమైన తలంపు వచ్చేలా మీరు ఏదైనా చెప్తే, ఆమె మళ్ళీ సంతోషంతో నవ్వుతుంది. తరువాత, ఏదేని వ్యక్తి మంచి మూడ్‌లో ఉన్నాడనుకోండి, అతనికి ఏదో చెడు వార్తను చెప్తే, మరుక్షణం నిరాశతో మొఖం మాడ్చుకుంటాడు. ఈ రెండు ఆనంద-నైరాశ్యాలూ మనస్సు యొక్క స్థితి వల్ల కలిగాయి.

ఆహ్లాదకర మనస్సుని పెంపొందించుకోవటాన్ని నేర్చుకోండి, దీనితో మీరు అత్యంత నరకప్రాయమైన పరిస్థితుల మధ్యలో కూడా స్వర్గ సుఖాన్ని అనుభవించవచ్చు. మరోప్రక్క, దుర్భరమైన మనస్సుని కలిగి ఉంటే, స్వర్గసుఖాల మధ్యలో కూడా, నరక ప్రాయంగా అనిపిస్తూ ఉంటుంది. బ్రిటన్‌కు చెందిన కవి మరియు తత్వవేత్త, జాన్ మిల్టన్ దీనిని తన ప్యారడైజ్ లాస్ట్ అనే కావ్యంలో, చక్కగా ఇలా వర్ణించారు:

మనస్సు దానికదే స్వతంత్రంగా ఉంటుంది. నరకంలో ఉన్నా స్వర్గంలో ఉన్నట్టు అనుభవింపచేయవచ్చు లేదా స్వర్గంలో ఉన్నా నరకప్రాయంగా ఉన్న అనుభవాన్ని కలిగించవచ్చు.

మనకు హాని కలిగించేవిగా భావించే బాహ్య శత్రువులను ఎదుర్కోవడంలో మన శక్తిలో ఎక్కువ భాగాన్ని వెచ్చిస్తాము. కానీ, కామము, కోపం, దురాశ, అసూయ, భ్రమ వంటి అతి పెద్ద శత్రువులు మన మనస్సులోనే ఉన్నాయని వైదిక గ్రంథాలు చెబుతున్నాయి. ఈ అంతర్గత శత్రువులు బాహ్యంగా ఉన్న వాటి కంటే మరింత ప్రమాదకరమైనవి. బాహ్య ప్రత్యర్థులు కొంతకాలం వరకు మనకు హాని చేయవచ్చు, కానీ, లోపలే ఉన్న ఈ రాక్షసులు జీవితంలో ప్రతి క్షణాన్ని నరకప్రాయంగా మార్చగల సామర్థ్యాన్ని కలిగి ఉంటారు. ఉదాహరణకు, మన మనస్సు ద్వేష-భావాలు కలిగి ఉన్నప్పుడు, ఉత్పన్నమయ్యే ప్రతికూల ఆలోచనలు, మనం ద్వేషించే వస్తువు కంటే, ఎక్కువ నష్టాన్ని కలుగచేస్తాయి. అందుకే, విజ్ఞతతో ఇలా చెప్పబడింది: 'ఆగ్రహం అంటే, మనం విషం తాగి, ఎదుటి

వాడు చనిపోవాలని ఆశించటం వంటిది'. ఇక్కడ సూచించబడిన విషం మనం లోనే ఉండే ప్రతికూలత/నకారాత్మకత.

బుద్ధుడు ఈ సత్యాన్ని స్పష్టంగా వ్యక్తం చేశాడు:

> నన్ను అవమానించారు! నేను బాధపడ్డాను! నేను కొట్టబడ్డాను! నన్ను దోచుకున్నారు! ఇలాంటి ఆలోచనలను కలిగి ఉన్నవారిలో దుఃఖం ఆగదు.
>
> నన్ను అవమానించారు! నేను బాధపడ్డాను! నేను కొట్టబడ్డాను! నన్ను దోచుకున్నారు! ఇలాంటి ఆలోచనలు లేనివారిలో కోపం, ఉద్వేగం సమసిపోతాయి. (ధమ్మపద 1.3)

ఒకవేళ ఎవరైనా ప్రమాదవశాత్తు మనపై రాయి విసిరితే, అది మనల్ని కొన్ని నిమిషాలపాటు బాధించవచ్చు, అయితే, మరుసటి రోజు నాటికి, బహుశా మనం దాన్ని మర్చిపోవచ్చు. కానీ, ఎవరైనా ఏదైనా అప్రియమైన మాట అంటే, అది ఎన్నో ఏళ్లు మనల్ని వేదనకి గురిచేయవచ్చు. మరోవైపు, అలాంటి ఆలోచనలను వదిలించుకోగలిగితే, మనం అద్భుతమైన ప్రశాంతతని అనుభవిస్తాము. నరకప్రాయ దుఃఖాన్ని లేదా అలౌకిక ఆనందాన్ని ఇవ్వడంలో మానసిక ఆలోచనల పాత్రను గమనించి, వాటి శక్తిని మనం అర్థం చేసుకోవడం చాలా ముఖ్యం.

ఆలోచనల లక్షణం

ఆలోచనలు అంటే ఏమిటి? అవి మనస్సు అనే కర్మాగారంలో సృష్టించబడిన సూక్ష్మమైన శక్తి పుటలు. మన చుట్టూ ఉన్న ప్రదేశం, సాధారణ దృష్టికి కనిపించని శక్తి తరంగాలతో నిండి ఉంది. ఓ రేడియో సెట్ తీసుకుని ఛానల్ ట్యూనర్‌ను తిప్పితే, ప్రసార కేంద్రాలు వాటి ఉనికిని వెల్లడిస్తూ చకచకా బయటపడ్తాయి. మనము చూడలేనప్పటికీ, రేడియో తరంగాలు ఉన్నమాట నిజం. అదేవిధంగా, ఆలోచనలు కూడా మనస్సు ద్వారా ఉత్పన్నమయ్యే సూక్ష్మతరంగాలు.

మన ఆలోచనలు మనల్ని అనేక విధాలుగా ప్రభావితం చేస్తాయి. మన శరీరం మనలోని ప్రతి ఆలోచనకు ప్రతిస్పందిస్తుంది, నిజానికి మన శారీరక రూపాన్ని కూడా మలుస్తుంది. అందుకే మనం ఒకరిని చూసి,

'ఆయనకు దూరంగా ఉండండి. అతను చాలా కోపిష్ఠి అనిపిస్తుంది.' లేదా మనం మరొకరిని చూసి, 'ఆమె చాలా సింపుల్ వ్యక్తిలా అనిపిస్తున్నది, ఆమెను నమ్మవచ్చు' అని అంటాము. ఈ రెండు సందర్భాల్లోనూ, వ్యక్తి యొక్క ఆలోచనలు, తలంపులే ఆ వ్యక్తి బాహ్య రూపాన్ని చెక్కాయి.

అటుపిమ్మట, మన ఆలోచనలే మనంచేసే పనులుగా మారుతాయి. అన్ని క్రియలు ఉద్భవిస్తున్న అంతర్గత మూలాలు, ఆలోచనలే. ఇది ఒక సరళమైన సూత్రంపై ఆధారపడి ఉంటుంది: మంచి ఆలోచనలు, మంచి చర్యలు/పనులుగా మారుతాయి మరియు చెడు ఆలోచనలు, చెడు చర్యలు/పనులుగా మారుతాయి. మానవజాతి సేవ కోసం తమ జీవితాలను అంకితం చేసిన వారు ఏదో కాకతాళీయంగా ఆ స్థితికి రాలేదు. ఎన్నో సంవత్సరాలుగా, వారు తమ మనస్సులో కారుణ్యమైన, ఉత్కృష్టమైన ఆలోచనలను పెంపొందించుకున్నారు, అలా పేరుకుపోయిన ఆలోచనల శక్తియే వారి యొక్క త్యాగపూరిత మరియు సేవాభరిత చర్యలుగా వికసించింది. అలాగే, దొంగతనం, హత్యలకు పాల్పడేవారు తమ చెడ్డపనులకు పరిస్థితులను కారణంగా చూపుతారు. మనం లోతుగా పరిశీలించి చూస్తే, వారు తమ మనస్సులో పాపపు తలంపులను నింపుకున్నారని, వారి అభిలాష నెరవేర్చుకోవటానికి అనుగుణంగా పరిస్థితులు తమని తాము అమర్చుకున్నాయని, మనకు తెలిసిపోతుంది.

మన జీవితంలో మరిన్ని అనుకూల పరిస్థితులను మనం పొందాలనుకుంటే, మన ఆలోచనలను మెరుగుపరుచుకోవడం ద్వారా మనం ప్రారంభిద్దాం. ఈ కారణ-ప్రభావ సంబంధాన్ని అర్థం చేసుకోకుండా, మన అంతర్గత తలంపులని మార్చుకోకుండానే, మన వ్యక్తిత్వం నుండి దుష్ట కార్యాలను వదిలించుకోవటానికి ప్రయాసపడుతుంటాం.

కార్యనిమగ్నులైయున్న ఉద్యాన శాస్త్రవేత్తల మాదిరిగానే, మన మనస్సు యొక్క తోట నుండి కోపం, దురాశ, ద్వేషం, అసూయ, భ్రమ, భయం మరియు ఆందోళన వంటి అన్ని రకాల ప్రతికూల ఆలోచనల కలుపు మొక్కలని జాగ్రత్తగా ఏరిపారేయాలి. మన మనస్సు యొక్క స్థితిని మెరుగుపరుచుకోవటానికి ప్రయత్నిస్తున్నప్పుడు, ఈ వైదిక సూత్ర అర్థాన్ని గ్రహిస్తాము:

మనస్సుని నిర్వహించుకోవటం యొక్క ఆవశ్యకత

మన ఏవ మనుష్యాణాం కారణం బంధ మోక్షయోః
(పంచదశీ)

"బంధనమునకూ మరియు మోక్షమునకూ, మనస్సే కారణం"

ఇదే సూత్రాన్ని బుద్ధుడు వేరే మాటల్లో ఇలా చెప్పాడు:

బండి యొక్క చక్రాలు దానిని గుంజే ఎద్దుల వెంబడే వెళ్ళినట్టు, దుఃఖము చెడు ఆలోచనను అనుసరిస్తుంది. ఎప్పుడూ వదలని నీడవలె, ఆనందం, పవిత్రమైన ఆలోచనను అనుసరిస్తుంది. (ధమ్మపద 1.1)

మన ఆధ్యాత్మ జ్ఞాన స్థాయి మన మనస్సుతో ముడివేయబడి ఉంది. మన మనస్సు ఎలా ఉంటుందో మనం కూడా అంతే. అందుకే జ్ఞానులు ఇలా అన్నారు:

భూల న జానా ఇస నుస్ఖే కో, లాభ్ అనేక్ ఉఠాఓగే
జైసా మన కో బనా సకోగే, వైసే హీ బన జాఓగే

'ఈ స్వర్ణాక్షరాలను మర్చిపోవద్దు. వాటి వలన మీకు గొప్ప ప్రయోజనం కలుగుతుంది. మీ మనస్సును మీరు ఎంత మేరకు ఉద్ధరించుకోగలుగుతారో లేదా అధోగతికీడ్చుతారో, ఆప్రకారంగా మీ ఆత్మ అంతమేరకు ఉద్ధరింపబడుతుంది లేదా అధోగతమవుతుంది.'

మనస్సు-శరీరముల మధ్య సంబంధం

మన భౌతిక రూపాన్ని, మనం చేసే పనులను – మన ఆలోచనలు ఎలా ప్రభావితం చేస్తాయో మనం చూశాం. ఆలోచనలు, మన ఆరోగ్యంపై కూడా ప్రభావం చూపుతాయని తెలుసుకుంటే మీరు ఆశ్చర్యపోతారు. యోగ వాసిష్ఠ అనే ప్రాచీన గ్రంథం, మనస్సు-శరీర సంబంధం గురించి ఒక రహస్యాన్ని వెల్లడిచేసే కథను చెబుతుంది.

ఒకసారి శ్రీరామచంద్ర ప్రభువు తన ప్రజల పరిస్థితిని స్వయంగా గమనించడానికి తన రాజ్యపర్యటన చేపట్టాడు. వారు వ్యాధులతో బాధపడుతున్నారని చూసి ఆయన తీవ్ర ఆవేదనకు లోనయ్యాడు.

రాజభవనానికి తిరిగి వచ్చి గురువు వశిష్ఠమహర్షిని అడిగాడు, 'గురువు గారూ, అసలు వ్యాధికి కారణం ఏమిటి?' అని.

గురువు వసిష్ఠుడు, 'రామా, వ్యాధి మనస్సులో మొదలవుతుంది. విషపు ఆలోచనలు చేసినప్పుడు, మనోమయ కోశంలో అలజడి కలుగుతుంది. ఇది ప్రాణమయ కోశాన్ని ఆందోళనకు గురి చేస్తుంది. ఆ అలజడి అన్నమయ కోశంలో వ్యాధిగా కనిపిస్తుంది.' అని అన్నాడు.

ఇది చాలా సరళమైన వివరణ, ఎందుకంటే వ్యాధులకు అసంఖ్యాక కారణాలు ఉంటాయని మనందరికీ తెలుసు. ఆయుర్వేదం కూడా రెండు రకాల వ్యాధుల గురించి చెప్తుంది – దోషజములు మరియు కర్మజములు. కర్మజ వ్యాధులు మన గతజీవితాల్లో చేసుకున్న పాపపు పనులకు పర్యవసానాలు. దోషజ వ్యాధులు, ప్రస్తుత జీవితంలో తినడం, నిద్రించడం, ఆలోచించడం, పనిచేయడం మొదలైన పనుల్లో లోపభూయిష్ట అలవాట్ల పరిణామాలు. రెండింటి వెనుక మూలకారణం, హాని కలిగించే అలవాట్లు, అనైతిక చర్యలను ప్రేరేపించే, ప్రతికూల/నకారాత్మక ఆలోచనలే.

గత కొన్ని దశాబ్దాల్లో, ఆధునిక వైద్య విజ్ఞానశాస్త్రం, మనస్సు-శరీర సంబంధాన్ని అంగీకరించడం ప్రారంభించింది. దీనికి ఒక శక్తివంతమైన ఉదాహరణ ప్లేసిబో ఎఫెక్ట్. ప్లేసిబో అంటే, డాక్టర్ గారు రాసిచ్చిన ఔషధాలకు బదులుగా రోగులకు ఇచ్చే చక్కెర మాత్ర వంటి హానిచేయని పదార్థం. అయితే, రోగులకు మాత్రం తమ వ్యాధికి మందు ఇస్తున్నామని చెప్తారు. ప్లేసిబోను తీస్కోవటం వల్ల కలిగే పరిణామం ఏమిటంటే, రోగులు మానసికంగా, తాము ఇప్పుడు నయమైపోతామని నమ్ముతారు, మరియు వారి ఆలోచనలు, అసలు ఔషధం తీసుకోకుండానే, కోలుకోవడానికి వారిని ప్రేరేపిస్తాయి! ప్లేసిబోల వాడకంపై అలాంటి ఒక అధ్యయనాన్ని డాక్టర్ స్టీవర్ట్ వోల్ఫ్ 1950 లలో నిర్వహించారు.

గర్భం ధరించిన మొదటి నెలల్లో వాంతులు చేసే సహజ స్వభావం కలిగిన గర్భవతులైన మహిళలపై, డాక్టర్ వోల్ఫ్ పరిశోధన నిర్వహించారు. వారు వాంతులొస్తున్నట్టుగా డాక్టర్ వోల్ఫ్‌కు ఫిర్యాదు చేసినప్పుడు, అతను వారికి ఐపేకాక్ అనే మందును ఇచ్చేవాడు, ఇది వాంతులు వచ్చేలా చేసే మందు. ఐపేకాక్ తరచుగా ప్రయోగశాలల్లో అత్యవసరాల నిమిత్తం ఉంచబడుతుంది. ఎవరైనా అనుకోకుండా విషాన్ని మింగితే, వాంతి

చేపించవలసి వస్తే, వాంతిని ప్రేరేపించడానికి ఐపేకాక్ ఇవ్వబడుతుంది. గర్భంతో ఉన్న మహిళలకు ఈ మందుని డాక్టర్ వోల్ఫ్ ఇచ్చినప్పుడు, ఊహించినట్లుగానే, వాంతుల లక్షణాలు తీవ్రతరం అయ్యాయి. అప్పుడు అతను, ఇలా చెప్పేవాడు 'చింతించకండి. నా దగ్గర ఒక అద్భుత ఔషధం ఉంది. ఇది వేలాది మంది రోగులపై పరీక్షించబడింది మరియు వాంతి ఫీలింగ్స్‌ని అద్భుతంగా అణిచివేస్తుంది. ఇప్పుడే మీకు దాన్ని ఇస్తాను.' అని.

అప్పుడు అతను వాంతి లక్షణాలను తీవ్రతరం చేసిన ఇంతకు పూర్వం ఇచ్చిన అదే ఐపేకాక్ మందుని వారికి మళ్ళీ ఇచ్చేవాడు. కానీ ఈసారి, ఆ రాత్రికి వాంతి లక్షణాలు మాయమైపోయేవి. మరుసటి రోజు ఉదయం, వాంతి వచ్చే ఫీలింగ్ మళ్ళీ తిరిగి వచ్చేది.

వాంతిని ప్రేరేపించే మందు అయినప్పటికీ, అది వాంతిని నయం చేయటానికి కారణం ఏమిటి? అదే ప్లేసిబో ప్రభావం. రోగుల మనస్సు వారికి స్వస్థత చేకూరుతుందని చెప్పింది, మరియు వారి శరీరాలు వారి ఆలోచనలకు ప్రతిస్పందించాయి.

'ప్లేస్‌బో ఎఫెక్ట్' కొన్నిసార్లు అప్రతిష్ఠమైన అర్థాన్ని సూచిస్తుంది, మరియు తరచూ రోగుల ద్వారా పెద్దగా స్వీకరించబడదు. ప్లేసిబో ప్రభావంతో వారు నయమయ్యారని మీరు ప్రజలకు చెబితే, వారు, 'మీ ఉద్దేశ్యంలో, వ్యాధి అంతా నా మనస్సులో ఉందా?' అని అంటారు. ఫలితంగా, హెర్బర్ట్ బెన్సన్ మరియు రిచర్డ్ ఫ్రైడ్‌మాన్ ఆ ప్రక్రియను 'గుర్తుంచుకోబడ్డ స్వస్థత' గా అభివర్ణించారు. ఈ ప్రక్రియలో ఉపచేతన మనస్సు క్షేమ/ఆరోగ్య స్థితిని జ్ఞాపకం చేసుకుని, వర్తమానంలో దాన్ని తిరిగి రూపకల్పన చేస్తుంది.

రోగులు తమ కుటుంబ వైద్యుడిని సందర్శించినప్పుడు, సాధారణంగా 'గుర్తుంచుకోబడ్డ స్వస్థత' అనే దృగ్విషయం చోటు చేసుకుంటుంది. 'మీ లక్షణాలను నాకు చూపించండి' అని డాక్టర్ చెప్పినప్పుడు, రోగులు తమ లక్షణాలు అదృశ్యమైనట్లుగా కనుగొంటారు. డాక్టర్ని కలవడం వల్ల వారు ఇప్పుడు బాగైపోతారు అన్న సంకేతం ఉపచేతన మనస్సుకు అందుతుంది, ఫలితంగా 'గుర్తుంచుకోబడ్డ స్వస్థత' కలుగుతుంది మరియు వ్యాధి లక్షణాలు ఉపశమిస్తాయి.

దీనికి విరుద్ధమైనది 'గుర్తుంచుకోబడ్డ అనారోగ్యం', దీనికి సాధారణ ఉదాహరణ వైట్ కాలర్ రక్తపోటు. రోగులకు ఇంట్లో రక్తపోటు మామూలుగానే ఉండవచ్చు, కానీ వారు వైద్యుడిని సందర్శించినప్పుడు, అది పెరిగినట్లు వారు కనుగొంటారు. దీనికి కారణం ఏమిటి? వారి మనస్సులలో, వారు ఆసుపత్రిని సందర్శిస్తున్నందున, వారు అనారోగ్యంతో ఉండాలి అని వారు భావిస్తారు. వారు మునుపటి అనారోగ్య స్థితిని గుర్తుచేసుకుంటారు, మరియు శరీరం రక్తపోటును పెంచడం ద్వారా వారి ఆలోచనలకు ప్రతిస్పందిస్తుంది. మనస్సు, శరీరాన్ని అనారోగ్యానికి గురిచేయడానికి ఇది ఒక చక్కటి ఉదాహరణ.

వైరస్ మరియు బ్యాక్టీరియాల వల్ల మాత్రమే కాకుండా, మనస్సులోని ప్రతికూలతల ద్వారా కూడా అనారోగ్యం ఎలా సంభవిస్తుందో, ఈ ఉదాహరణలు మనకు చూపిస్తాయి. ఈ ప్రకారంగా, ఏదేని అనారోగ్య స్థితికి కేవలం శారీరక చికిత్స మాత్రమే సరిపోదు. నిజమైన ఆరోగ్యానికి శరీరాన్ని జాగ్రత్తగా చూసుకోవడంతో పాటు మనస్సును చక్కగా నిర్వహించుకోవడం అవసరం. వాస్తవానికి, ప్రపంచ ఆరోగ్య సంస్థ (డబ్ల్యూహెచ్ఓ) ఆరోగ్యాన్ని ఇలా నిర్వచించింది: 'సంపూర్ణ శారీరక, మానసిక మరియు సామాజిక శ్రేయస్సు కలిగిన స్థితి, అంతేకానీ కేవలం వ్యాధి లేదా అంగవైకల్యం లేకపోవడం కాదు.'

దురదృష్టవశాత్తు, జీవన గమనపు గందరగోళంలో, మనం తరచూ మనస్సు నిర్వహణకు అంత ప్రాధాన్యతను ఇవ్వము, అయితే మనం బాహ్య విజయాన్ని సాధించటానికి ఉత్సాహంతో ప్రయత్నిస్తూనే ఉంటాము. బాహ్య విజయాలకు అంతర్గత విజయాలు నిజమైన ఆధారం అని గ్రహించటంలేదు. అందువల్ల, మనలోనే ఆంతరంగికంగా ఏమి జరుగుతోందో, దానిపై మరింత అవగాహన తెచ్చుకుందాం.

అంతర్గత మరియు బాహ్య ప్రపంచాలు

మనం ఎదుర్కొనే ప్రపంచం రెండు రకాలు. మొదటిది భూమి, నీరు, అగ్ని, గాలి, మరియు ఆకాశంతో తయారైన బాహ్య ప్రపంచం. మాస్టర్ ఆర్కిటెక్ట్ మరియు డిజైనర్ అయిన భగవంతుడు సృష్టించినది కాబట్టి,

అది ఆయనలాగే పరిపూర్ణమైనది, దోషరహితమైనది. భగవంతుడు తానే ఈ లోకమైపోతాడు అని కూడా వేదాలు చెప్పాయి:

యథోర్ణ-నాభిః సృజతే గృహ్ణతే చ,
యథా పృథివ్యామ్ ఓషధయః సంభవంతి
యథా సతః పురుషాత్ కేశ-లోమాని
తథా క్షరాత్ సంభవతీహ విశ్వమ్

(ముండకోపనిషత్తు 1.1.7)

'సాలెపురుగు తన గూటిని తన శరీరం నుండే వెలికితీసి, తరువాత దానిని తిరిగి తనలోనికే తీసుకున్నట్లు, అదేవిధంగా సృష్టి సమయంలో, భగవంతుడు కూడా ఈ జగత్తును తనలోనుండే వ్యక్తపరుస్తాడు, ఆపై లయంచేసే సమయంలో దానిని తిరిగి తనలోనికే గ్రహిస్తాడు.' మరోవిధంగా చెప్పాలంటే, ఈ జగత్తు భగవంతుడి నుండి విడదీయరాని భాగం.

మరలా, వేదము ఇలా పేర్కొన్నది:

ఈశావాస్యమ్ ఇదం సర్వం, యత్ కించ జగత్యామ్ జగత్

(ఈశోపనిషత్తు 1వ శ్లోకం)

'సమస్త ప్రపంచమూ, అందులో ఉన్నవన్నీ సాక్షాత్ భగవత్ స్వరూపమే'.

సృష్టికర్త దోషరహితుడూ మరియు సంపూర్ణుడు కాబట్టి, ఈ జగత్తు కూడా దోషరహితమైనది మరియు సంపూర్ణమైనది. ఈ బాహ్య ప్రపంచం భౌతిక శరీరాన్ని నిర్వహించుకోవటానికి సృష్టించబడింది. **స్థూల బాహ్య ప్రపంచంతో పాటు, మనలో ప్రతి ఒక్కరం మన మనస్సులోనే సృష్టించుకునే ఒక సూక్ష్మమైన అంతర్గత ప్రపంచం కూడా ఉంది.** మన కోరికలు, అనుబంధాలు, రాగద్వేషాలతో కూడి ఉన్న, అంతులేని జన్మల సంస్కారములవల్ల వచ్చినది ఈ ప్రపంచం. బాహ్య ప్రపంచం అందరికీ ఒకేవిధంగా ఉన్నప్పటికీ, ప్రతి ఒక్కరి అంతర్గత ప్రపంచం విభిన్నంగా మరియు ప్రత్యేకంగా ఉంటుంది.

ఈ రెండు ప్రపంచాలలో, అంతర్గత ప్రపంచం బలవత్తరమైనది. భౌతిక వస్తువుల వలన ఆందోళన అనేది మనస్సులో వాటి మీద కోరిక ఉన్నంత

కాలం మాత్రమే సాధ్యమవుతుంది. ఈ కోరికలు అంతఃకరణ నుంచి నశించిపోతే, బాహ్య వస్తువులు ఇక మనపై ఏ ప్రభావం చూపలేవు. రామచరితమానస్ (తులసీదాసు గారి రామాయణం) లో శ్రీరామచంద్రుడు తన తమ్ముడు భరతుని గురించి ఇలా అన్నాడు:

భరతహి హోఇ న రాజమదు బిధి హరి హర పద పాఇ

'అయోధ్య సింహాసనానికే గర్వపడటమేమిటి? బ్రహ్మ, శంకర, విష్ణు సింహాసనాన్ని అధిష్టిస్తే కూడా భరతుడు ఎన్నటికీ గర్వాన్ని పెంచుకోలేడు.'

భరతుని యొక్క దోషరాహిత్యంపై రాముని నమ్మకానికి కారణం, భరతుని అంతఃకరణము శుభ్రంగా, నిర్మలంగా ఉండటమే. భరతుడు ఎంత ఉన్నతమైన స్థితికి చేరుకున్నాడంటే, అతని మనస్సు కోపం, కోరిక, అసూయ, దురాశ, కామం అనే రోజువారీ ప్రాపంచిక భావాల నుంచి విముక్తి పొందిన స్థితిలో ఉంది. తత్ఫలితంగా, బాహ్య ప్రపంచ శక్తి యొక్క ఎరతో అతన్ని ఎప్పటికీ ప్రభావితం చేయలేరు.

అదే విషయాన్ని శంకర భగవానుడు నొక్కి వక్కాణించాడు.

ఉమా జే రామ చరణ రత విగత కామ మద క్రోధ,
నిజ ప్రభుమయ దేఖహిఁ జగత కేహి సన కరహిఁ బిరోధ
(రామచరితమానస్)

'ఓ పార్వతీ! కోరికలు, అహంకారం, కోపం నుండి విముక్తి పొందిన మహాత్ములు, జగత్తుని తమ ప్రియమైన ప్రభువు స్వరూపంగా చూస్తారు. ఇక వారు ఎవరితో శత్రుత్వం కలిగి ఉంటారు?'

అందువల్ల, తమ అంతఃప్రపంచాన్ని శుద్ధి చేసుకోవటంలో విజయం సాధించిన సమస్త మునులు, బాహ్య ప్రపంచాన్ని భగవంతుని స్వరూపమని అనుభూతి చెందారు.

ఈ ప్రకారంగా, బాహ్య ప్రపంచంలో పరిస్థితులు మన అశాంతికి కారణం కాజాలవు. సరికదా, దానికి విరుద్ధంగా ఉంటుంది – మన అంతర్గత ఆలోచనలే బాహ్య పరిస్థితులను తీస్కువస్తాయి – తదుపరి విభాగంలో ఇది వివరించబడుతున్నది.

ఒక్కొక్క ఆలోచనతో, మన తలరాతని నిర్మించుకుంటాము

మనం కష్టాలను ఎదుర్కొన్నప్పుడు, మన బాధలకు బాహ్య ప్రపంచమే కారణం అనుకుంటాము. కానీ, ఏదో కాకతాళీయంగా, పాచికలు విసిరినట్టు మన చుట్టూ పరిస్థితులు రావు. ఈ ప్రపంచం గందరగోళంతో కాదు, సనాతన నియమాలచే నడిపించబడుతుంది. అది మనకు అలా అనిపించకపోయినప్పటికీ, భగవంతుడు ఈ లోకాన్ని పరిపూర్ణంగా, దోషరహితంగా మన అంతఃకరణ శుద్ధి కోసం సృష్టి చేశాడు.

రామదత్ ఉదాహరణను పరిశీలిద్దాం. తనని చికాకు పెట్టే తన పొరుగింటివాడైన విష్ణుదత్తుని అనుచిత ప్రవర్తనతో ఎప్పుడూ విసుగెత్తిపోయే వాడు. అతని నుంచి బయటపడటానికి, రామదత్ ఇంకో చోటికి వెళ్ళిపోయినా, అక్కడ ఉన్న మరో పొరుగు వాడు కూడా విష్ణుదత్తుని కంటే మెరుగైనవాడేమీ కాదని తెలుసుకుంటాడు. ఇటువంటి అనుభవం పదే పదే పునరావృత్తమవుతుంది. అతను మరో చోటికి తరలివెళ్లిన ప్రతిసారీ, ఒక వింతపోకడ ఉన్న పొరుగువారే దొకికేవారు.

చివరికి, రామదత్, పరిస్థితిని సానుకూల దృక్పథంతో చూడాలని నిర్ణయించుకుంటాడు మరియు తన స్వంత సహనం మరియు ఓపికలను పెంపొందించుకోవటానికి ఒక అవకాశంగా దానిని ఉపయోగించడం ప్రారంభిస్తాడు, ఈ రెండు సద్గుణాలే అతనికి లోపించి ఉన్నాయి. తన జీవితంలోని పరిస్థితులు ఆ ఉద్దేశంతోనే పథకం ప్రకారం ఉన్నాయని గ్రహించాడు. చివరకు తన పొరుగువాని ప్రవర్తన ఎంత ఘోరంగా ఉన్నప్పటికీ, తను మాత్రం ప్రశాంతంగా ఉండటం నేర్చుకుంటాడు. హఠాత్తుగా చుట్టూ పరిస్థితి మారింది. చూడండి ఇక, చక్కటి సత్ప్రవర్తన కలిగిన పౌరులు తన ఇరుగు పొరుగు ఇళ్లలోకి రావటం ప్రారంభిస్తారు.

ఈ ప్రకారంగా, భౌతిక శక్తి, మాయ, మన ఆత్మ ఉద్ధరణ కొరకు ఏర్పాట్లు చేస్తుంది. **మన జీవితంలో పరిస్థితులు ఒక ప్రయోజనం కోసం వస్తాయి, మరియు ఆ ప్రయోజనం నెరవేరే వరకు అవి అలాగే ఉంటాయి.** మన కోసం ఉద్దేశించబడిన పాఠాలను మనం నేర్చుకున్నప్పుడు, చుట్టూ పరిస్థితులు సహజంగానే మారిపోతాయి మరియు అవి మరొక పాఠాన్ని నేర్పే కొత్త పరిస్థితులకు దారితీస్తాయి.

ఇది మన జీవిత పరిస్థితులకు ఒక సరళమైన వివరణ. సంక్లిష్టమైన అవరోధాలు మరియు అవకాశాల మిశ్రమంతో ఉన్న జాలము వలె ఉంటాయి పరిస్థితులు, అదే ప్రకారంగా, ప్రతి ఒక్కరూ సద్గుణాలు, బలహీనతల మిశ్రమంతో ఉంటారు. మన జీవితంలో ఏ ప్రత్యేక పరిస్థితికైనా ఖచ్చితమైన కారణం అర్థమయింది అనుకోవటం మన అమాయకత్వం. ప్రస్తుత జన్మ లేదా గత జన్మల మన కర్మల ఫలితమే, చాలా మటుకు పరిస్థితులకి, మూల కారణంగా ఉంటాయి. బేరీజు వేసుకోవటానికి సరైన సమయమిదే. మనం ఇంతకు క్రితం పాపిష్టి చేష్టలు చేసివుంటే, దుఃఖకరమైన పరిస్థితులు, వాటికి దండన రూపంలో వస్తాయి. మన చేసే పనులకు పర్యవసానాలు ఉంటాయని, అందుకే పాపపు పనులు చేయరాదని బోధిస్తాయి.

మరికొన్ని సార్లు, మనమే మన నాశనాన్ని కోరుకుంటే, మన నికృష్ట వాంఛలకు అనుగుణంగా ఎన్నో అవకాశాలతో ఉన్న పరిస్థితులను భగవంతుడు కల్పిస్తాడు. దీనికి తగిన గుణపాఠాలు, అనారోగ్యం, దారిద్ర్యము మరియు అప్రతిష్ఠ వంటి వాటి రూపంలో, కాలక్రమంలో వస్తాయి. ఈ మధ్య కాలంలో, అందరూ ఏదో గొప్పగా చెప్పుకునే 'లా ఆఫ్ అట్రాక్షన్ (Law of Attraction)'[1] నిజానికి అసంపూర్ణము మరియు దోషపూరితము, అది వాస్తవికతకు బహుదూరం. ఏదేమైనా, గతంలో లేదా వర్తమానంలోని మన అంతర్గత కోరికలకు మరియు మన జీవితంలో పరిస్థితుల మధ్య సంబంధం ఎల్లప్పుడూ ఉంటుంది.

ప్రజలు చాలా అరుదుగా ఈ కారణ-ప్రభావ సంబంధాన్ని అర్థం చేసుకుంటారు మరియు పరిస్థితులతో పోరాడుతూనే ఉంటారు, తమ అన్ని రకాల బాధలకు పరిస్థితులను నిందిస్తూ, వాటి వల్ల తీవ్ర దుఃఖాలకు గురౌతున్నామనుకుంటారు. కర్మ సిద్ధాంతం చాలా నిఖార్సయినది. గత

1 సంపద, విజయం గురించి కేవలం ఆలోచించడం ద్వారానే మన జీవితంలో వీటిని ఆకర్షించవచ్చని 'లా ఆఫ్ ఎట్రాక్షన్' పేర్కొంటుంది. ఇది చాలా అమాయకత్వ అవగాహన, ఎందుకంటే, ఆలోచనలతో పాటుగా తీవ్ర పరిశ్రమ అవసరం. అంతేకాక, మన జీవితంలోని పరిస్థితులన్నింటికీ, ప్రస్తుత ఆలోచనలకీ వన్-టు-వన్ మ్యాపింగ్ చేయలేము. మన పట్ల ఏమి జరుగుతుందో నిర్ణయించే అనేక ఇతర అంశాలు కూడా ఉన్నాయి, మన గత కర్మలు, ఇతరుల ప్రయత్నాలు, ఆ స్థలంలో ఉన్న అందరు జీవుల కర్మలు, భగవదేచ్ఛ వంటివి.

జన్మల నుండి మన అన్ని చర్యలను పరిగణనలోకి తీసుకుంటుంది. ఈ రోజు మనం జీవితంలో ఎక్కడ ఉన్నామో, అది గతంలో మన ఆలోచనలు, చేసినపనుల ఫలితమే. రేపు మనం జీవితంలో ఎక్కడ ఉండాలో మన ఈరోజుటి ఆలోచనలు నిర్ణయిస్తాయి. వాళ్ళనీ వీళ్ళనీ నిందించటం లేదా అదృష్ట దేవతని తిట్టుకోవటం బదులుగా మనల్ని మనం మెరుగుపరుచుకోవడంపై దృష్టి సారించాలి. అంతర్గత యుద్ధాలలో మనం ఎంత ఎక్కువగా విజయం సాధిస్తామో, అంత ఎక్కువ బాహ్య విజయం మనల్ని వరిస్తుంది. ఇది చాలా సులభం – ఒక్కొక్క ఆలోచన ద్వారా మన తలరాతని మనమే తయారుచేసుకుంటాం.

ఉన్నతమైన విలువలతో మరియు సత్సంకల్పంతో ఉంటూ ఒక సాధారణ జీవితాన్ని గడిపే ఒక యువతిని చూద్దాం. సమాజానికి ప్రేమపూర్వక సేవ ద్వారా భగవంతునికి ప్రీతి కలిగిద్దామనే తలంపులతోనే ఆమె ఉంటుంది. దయా స్వభావము, సహానుభూతి వంటి దివ్యమైన ఆలోచనలు ఆమె మనస్సులో బలంగా ఉండటంచే, ఆమె ప్రజల జీవితాల్లో మార్పును తీసుకువచ్చేందుకు ఎంతో ఉత్సాహాన్ని కలిగి ఉండేది. త్వరలోనే, ఒక వ్యాపారవేత్తగా మారడానికి అవకాశం ఆమె తలుపు తట్టింది. వందలాది గ్రామీణ మహిళలకు స్వయం ఉపాధిలో శిక్షణ ఇచ్చే కొత్త కుటీర పరిశ్రమకు ఆమె యజమానురాలయింది. ఆమె విజయానికి ప్రజలు ఆశ్చర్యపోయారు, మరియు అజ్ఞానులు, ఏదో కాకతాళీయంగా ఆమెకు అదృష్టం వరించింది అన్నారు. కానీ జ్ఞానులు చిరునవ్వుతో, ఆమె దేనికి అర్హత సాధించిందో అదే ఆమెకు లభించిందని, గ్రహించారు.

ఈ పరిపూర్ణ/దోషరహిత విశ్వం ఏదో జూదపు ఆట కాదు, ఏ పిచ్చివాడైనా జాక్‌పాట్ గెలుచుకోవటానికి! ఒక టావోయిస్ట్ సామెత దీనిని చక్కగా సూచిస్తుంది: 'మంచుతునకలు నెమ్మదిగా నేలమీద జాలువారతాయి; ప్రతి తునక దానికే చెందిన సరైన ప్రదేశంలో పడుతుంది.' ప్రపంచాన్ని నడిపించే సనాతన చట్టాలు ఉన్నాయి, వాటిలో కర్మసిద్ధాంతం ఒకటి. ఆ యువతి పాత్రత/అర్హత సాధించినప్పుడు, ఈ విశ్వమే ఆమె మనస్సులోని కోరిక అనుగుణంగా సేవ చేయడానికి సరైన అవకాశాన్ని అందించింది. ఆమె తన జీవితాన్ని విజయవంతం చేసుకుంది. మనం కూడా మన వనరులను చక్కగా తీర్చిదిద్దుకుంటే అలాగే చేయగలం.

వేదాల ప్రకారం, భగవంతుడు తన భౌతిక శక్తి, మాయ, ద్వారా ప్రపంచాన్ని సృష్టించాడు. ప్రపంచంలోని స్థూల, సూక్ష్మ మూలకాలన్నీ ఈ భౌతిక శక్తి నుండే ఆవిర్భవించాయి. అది భగవంతుడి శక్తి కనుక, మాయ ఎల్లప్పుడూ ఆయన సేవలో పనిచేస్తుంది, మరియు ఆయన దివ్య సంకల్పాన్ని నెరవేర్చడానికి పనిచేస్తుంది. ఆ విధంగా, అది క్రమానుగత ఆత్మఉద్ధరణ కోసం ప్రపంచంలోని పరిస్థితులను నిర్వహిస్తుంది. మన ప్రస్తుత స్థితి నుండి పరిపూర్ణత దిశగా మనల్ని నిరంతరం ముందుకు నెట్టుతూ ఉంటుంది.

జీవితంలో కానీ, జగత్తులో కానీ ఏదీ స్థిరంగా ఉండదు అని ఈపాటికి మీరు గమనించే ఉంటారు. మనం ఎదగడానికి మరియు అభివృద్ధి చెందడానికి నిరంతరం త్రోయబడుతున్నాము. మనం ఒక జీవితపాఠం నేర్చుకున్న వెంటనే, తదుపరిది మనకు అందించబడుతుంది. జీవితం అంటే మనకు నిరంతరం పాఠాలు నేర్పే పుస్తకం లాంటిది. ఈ ప్రపంచంలోకి వచ్చాక, మనం తప్పకుండా మెరుగుపడాలి. ఈ గుణపాఠాలు నేర్చుకోవటానికి సిద్ధంగా ఉండండి. ఈ ప్రపంచాన్ని 'గట్టి దెబ్బలు కొట్టే పాఠశాల' (హార్డ్ నాక్స్ విశ్వవిద్యాలయం) గా మారనివ్వకండి, అక్కడ మనం, కష్టమైన అనుభవాల ద్వారా, కఠిన పద్ధతిలో పురోగతి చేసుకోవలసి వస్తుంది. పరిస్థితులను నిందిస్తూ వివేకవంతులు తమ శక్తిని వృధా చేసుకోరు. వారు ఆలస్యము చేయకుండా పరిస్థితిలో అంతర్గతంగా ఉండే పాఠాలను నేర్చుకుంటారు, మరియు అంతర్గత ఎదుగుదల మరియు అభివృద్ధి ప్రయాణంలో వేగంగా ముందుకు సాగిపోతారు.

భగవంతుడు మనకు ప్రసాదించిన వనరులను ఉపయోగించుకోండి

గత విభాగంలోని విజయగాథ చదివిన తర్వాత, మన దగ్గర కూడా అలా విజయం సాధించడానికి విషయం ఉందా అని అబ్బురపడొచ్చు. ఉంది, కానీ మనదగ్గర ఉన్నదాని ప్రాముఖ్యతను గ్రహించే బదులు, మన దగ్గర లేనిదాని మీదే మనం దృష్టి పెడతాం. నేను ఒకసారి కలుసుకున్న ఒక బిచ్చగాడి కథ చెప్తాను.

తూర్పు భారతదేశంలోని ఒడిశా రాష్ట్రంలో అస్కా అనే చిన్న ఊర్లో, సుమారు రెండు దశాబ్దాల క్రితం ఓరోజు నేను ఒక్కణ్ణే ఉదయం నడకకు వెళ్ళాను. నేను ఒక వంతెన దగ్గరికి వచ్చేసరికి, అక్కడ ఓ బిచ్చగాడు వంతెన రెయిలింగ్ పై నిలబడి, దిగువ నదిలో దూకటానికి ధైర్యాన్ని కూడగట్టుకోవటం గమనించాను. అతను ఆత్మహత్య చేసుకోబోతున్నట్టు స్పష్టంగా అనిపించింది.

"ఏం చేస్తున్నావ్ నువ్వు? దయచేసి ఆగు!" అని అరిచాను.

ఉలిక్కిపడి, నా వైపు చూసి, తటపటాయించాడు. వెనుకకు తిరిగి రోడ్డుపైకి దూకాడు. నేను పరుగు పరుగున వెళ్ళి అతని చేయి పట్టుకున్నాను.

'ఈ పిరికి చేష్ట ఎందుకు చేయాలనుకున్నావు?' గట్టిగా మందలిస్తూ అడిగాను. 'ఆత్మహత్య చేసుకుని ఉంటే. నీ తరువాతి జన్మలో దెయ్యంగా మారాల్సి ఉంటుంది. ఈ భౌతిక శరీరాన్ని తిరస్కరించినందుకు శిక్షగా, తదుపరి జన్మలో నీకు స్థూలశరీరం ఉండదు; ప్రేతంలా, సూక్ష్మ శరీరంతోనే ఉండాల్సి వస్తుంది. అది చాలా బాధాకరమైన స్థితి అవుతుంది ఎందుకంటే నీకు భౌతిక కోరికలు ఉంటాయి, కానీ వాటిని నెరవేర్చుకోవటానికి మార్గం ఉండదు.' అన్నాను.

ఆత్మహత్య యొక్క పరిణామాల గురించి వినటంతో అతని మనసు మార్చుకున్నాడు. అతను లోలోన అనుభవిస్తున్న బాధను అతను నాతో పంచుకోవడం ప్రారంభించాడు. 'దేవుడు నాకు ఏమీ ఇవ్వలేదు' అని విలపించాడు. 'నాకు జీవితంలో ఎదురుచూడడానికి పేదరికం మరియు కష్టాలు మాత్రమే ఉన్నాయి.' అన్నాడు.

'నేను ఒకవేళ 50 లక్షల రూపాయలు ఇస్తే, నీ భవిష్యత్తు గురించి బెంగ తీరుతుందా?' అని అడిగాను.

'ఓ! తప్పకుండా తీరుతుంది' అని అన్నాడు.

'ఓకే, కానీ దానికి బదులుగా, నీ నుండి ఒకటి కావాలి – నీ రెండు కళ్ళు ఇచ్చేయాల్సి ఉంటుంది'

'ఏంటి! గుడ్డివాడిగా అవ్వాలా? లేదు, నా కళ్ళు ఇవ్వలేను' అన్నాడు.

'అంటే నీకళ్ళు 50 లక్షల రూపాయల కంటే ఎక్కువ విలువే అన్న మాట. అందుకే నువ్వు అంతడబ్బు ఇచ్చినా కళ్ళు ఇవ్వనంటున్నావు. దేవుడు ఏమీ ఇవ్వలేదు అన్నావు? నీ కళ్ళే ఆ భగవంతుని తొలి కృపగా పరిగణించు.' అన్నాను.

'ఓకే, ఇంకో మాట చెప్తాలే. 25 లక్షలు తీస్కో, నీ రెండు చేతులు ఇచ్చేయి'

'అస్సలే వొద్దు!' నీ 25 లక్షల రూపాయల కంటే, నా చేతులే ఉంచుకుంటా' అన్నాడు.

'అంటే, నీ చేతులు 25 లక్షల రూపాయల కంటే ఎక్కువ విలువే అన్న మాట. ఇది ఇంకో భగవత్ కృపగా పరిగణించు. నీ రెండు కాళ్ళు ఇస్తావా, 15 లక్షలు ఇస్తే?' అన్నాను.

ఈ విధంగా, అతని అవగాహన పరంగా, అతని శరీరంలోని వివిధ అంగాలకు, వెల కట్టడం మొదలెట్టాను.

'చూడు, నీ శరీరంలోనే ఒక కోటి రూపాయల దాకా విలువ ఉంది. సమస్య ఏమిటంటే, భగవంతుడి నుండి ఎంతో పొందావు, కానీ ఆ కానుకల విలువ గ్రహించలేకపోతున్నావు.' అన్నాను.

ఆ బిచ్చగాడి మాదిరిగానే, మనం కూడా ఆ దయగల ప్రభువు నుండి పొందిన కృపలను తక్కువగా అంచనా వేస్తాము. కాంతిని విద్యుత్ సంకేతాలుగా మార్చడానికి ఒక్కొక్కటి 125 మిలియన్ ఫోటోరిసెప్టర్లతో అమర్చబడి ఉన్న రెండు అద్భుతమైన కళ్ళు మనకు ప్రసాదించబడ్డాయి. అవి మనకు - ఇంద్రధనుస్సు యొక్క రంగులు, అస్తమించే సూర్యుని తోటి ఎఱ్ఱని ఆకాశం, పురివిప్పున నెమళ్ళు, తామర ఆకుపై ఉండే మంచుబిందువులు, మరియు ఆకాశంలో ఎగిరే గ్రద్ద వంటి ప్రకృతి అందాలను చూడటానికి తోడ్పడుతాయి. ఇది మనం ఎంతో సంతోషించాల్సిన పరమాద్భుత కృప కాదా?

అదేవిధంగా, మనం తరచుగా వినికిడి శక్తి బహుమతిని తక్కువగా అంచనా వేస్తాము. మన చుట్టూ ఉన్న శబ్దాలు వినలేకపోతే జీవితం ఎలా ఉంటుందో ఊహించుకోండి? అదృష్టవశాత్తూ, మనకు రెండు చెవులు ప్రసాదించబడ్డాయి. ప్రతి చెవికి 30,000 నరాలు అమర్చబడి ఉంటాయి,

దీనితో 20 Hz నుండి 20,000 Hz వరకు ఉన్న శబ్దాలను వింటాం, వీటిలో గాలికి ఆకులు కదిలే ధ్వని, సముద్రపు అలలు రాళ్ళను తాకే చప్పుడు, చక్కటి సంగీత తరంగాలు, మరియు చెట్టు బోదెపై వడ్రంగిపిట్ట ముక్కుతో కొట్టే చప్పుడు ఉంటాయి. మనం ఎంతో కృతజ్ఞతతో ఉండవలసిన అమూల్యమైన కానుక కాదా ఇది?

అంతేకాక, స్వర-పేటికతో కూడిన నాలుక కూడా ప్రసాదించబడింది. అది స్వాంతన చేకూర్చే, ఓదార్చే, ఉద్ధరించే, వినోదాన్నిచ్చే, హర్షధ్వానాలు చేసే, జ్ఞానాన్ని బోధించే మాటలని సృష్టిస్తుంది. ఎంత అదృష్టవంతులం మనం!

మన మెదడు 100 బిలియన్ న్యూరాన్‌లతో కూడి ఉన్న ట్రిలియన్ల సర్క్యూట్లను కలిగి ఉంది. ఇది ఉపనిషత్తు జ్ఞానం యొక్క దర్శనశక్తిని, షేక్స్పియర్ నాటకాల రసికతను, కంప్యూటర్ సాఫ్ట్‌వేర్ ప్రోగ్రామ్ యొక్క తర్కమును, ఏదేని పరిస్థితి యొక్క నైతిక పర్యవసానాలను మరియు మనం చేసే పనుల యొక్క చట్టబద్ధతను వివేచించే సామర్థ్యాన్ని ఇస్తుంది.

మన రక్తం మన శరీరంలో దాదాపు 40 ట్రిలియన్‌ల కణాలకు ఆక్సిజన్ మరియు పోషకాలను అందించడం కొరకు ధమనులు మరియు రక్తనాళికల ద్వారా 100,000 కిలోమీటర్ల దూరం ప్రవహిస్తుంది. రక్తాన్ని ప్రసరింప చేయటానికి గుండె ఒక్క రోజులో లక్షసార్లు, సంవత్సరంలో 36 మిలియన్ సార్లు కొట్టుకుంటుంది. ఎంత అద్భుతం!

మనకు 650 కండరాలు, 206 ఎముకలు మరియు 11 కిలోమీటర్ల నరాల ఫైబర్ ఉన్న మస్క్యులోస్కెలెటల్ వ్యవస్థ ఉంది, అవన్నీ మన ఆదేశం మేరకు ఏకకాలంలో కూడి పనిచేయడానికి సిద్ధంగా ఉంచబడ్డాయి. పర్వత శిఖరాలను అధిరోహించడానికి, లోయల్లో పరుగెత్తడానికి, సరస్సుల్లోకి డైవింగ్ చేయటానికి, మరియు నదుల్లో ఈత కొట్టడానికి మనకు సహాయపడతాయి. ఏమి కృప ఇది!

మన శరీరంలోని అవయవాలు ఎంతటి సంక్లిష్టమైన విధులను నిర్వహిస్తాయంటే, ఇవే కార్యకలాపాలు యంత్రాల ద్వారా చేయాలంటే, దానికి ఓ గిడ్డంగి పరిమాణంలో ఉన్న కర్మాగారం అవసరం. మహత్ కృపకు మనం లబ్ధిదారులం అని స్పష్టంగా తెలుస్తున్నది!

మన వ్యక్తిగత శారీరక మరియు మానసిక సంపదల జాబితా రాస్తే అది ఎన్నో పేజీలలోకి అవుతుంది. అయినప్పటికీ, మనకు ఎన్నెన్నో కృపలు లభించినప్పటికీ, కొంతమంది తమకున్న వనరులను చక్కగా నిర్వహించుకుంటూ, వరుస విజయాలతో ముందుకెళ్తారు కానీ, మరికొందరు వాటిని వ్యర్థంచేసుకుంటూ వైఫల్యం నుండి వైఫల్యానికి తడబడుతారు, ఎందుకిలా?

మరోసారి, దీనికి సమాధానం, మనస్సు యొక్క స్థితిలోనే ఉంది. విజేతలకి, పరాజయులకి తేడా, వారి స్వంత అంతర్గత స్థితిని నిర్వహించుకునే సామర్థ్యంలో ఉంది.

మన జీవిత నాణ్యత - అంటే ఆనందము, ఆరోగ్యము, పరిస్థితులు, మరియు పనిలో సామర్థ్యం – ఇవన్నీ మన మానసిక స్థితిపై ఆధారపడి ఉంటాయి. మనస్సుని నిర్వహించుకునే విజ్ఞాన విషయంపై ఉన్న ఈ పుస్తకం, మనల్ని మనం ఉన్నతంగా తీర్చిదిద్దుకోవటానికి ఒక చక్కటి ఉపకరణం. ఈ శాస్త్రాన్ని అర్థం చేసుకుందాం మరియు దానిని మన దైనందిన జీవితంలోనికి అన్వయిద్దాం.

ప్రధాన అంశాల సారాంశం

» మన మనస్సుకు మన ప్రాణ స్నేహితుడిగా లేదా బద్ధ శత్రువుగా అయ్యే సామర్థ్యం ఉంది. చక్కగా నియంత్రించబడిన మనస్సు మనకు ఉత్తమ స్నేహితుడు, అదేసమయంలో అనియంత్రిత మనస్సు మన శత్రువు.

» మనలోనే ఉండి నిరంతరం ఆలోచనలను సృష్టించే ఒక సూక్ష్మయంత్రం, మనస్సు.

» తలంపులు/ఆలోచనలు చిన్నపాటి శక్తి తరంగాల వంటివి, అవి మనల్ని ఎన్నో విధాలుగా ప్రభావితం చేస్తాయి. మన రూపాన్ని, ఆరోగ్యాన్ని, ఆనందపు అనుభవాలని, ఇంకా ఎన్నెన్నో.. విధాలుగా.

» ముఖ్యమైన విషయమేమిటంటే, ఆలోచనలు/తలంపులు క్రియాత్మకంగా మారతాయి. మనం చేసే పనులను ఉన్నతంగా తీర్చిదిద్దు కోవాలంటే, మనం లోలోన చేసే ఆలోచనలను ఉన్నతంగా చేసుకోవటంతో ప్రారంభించాలి.

» ఒక్కొక్క ఆలోచనతో మన భవిష్యత్తు తీర్చిదిద్దుకుంటాము. ఎప్పుడైతే మనం ఉత్కృష్టమైన మరియు పవిత్రమైన ఆలోచనలను పెంపొందించుకుంటామో, జీవితంలోకి సహజంగానే అనుకూల పరిస్థితులను ఆకర్షిస్తాము.

» బాహ్య ప్రపంచం భగవంతునిచే సృష్టించబడినది, మరియు మన ఉద్ధరణ కోసం సరిగ్గా దోషరహితంగా పనిచేస్తుంది. కాబట్టి, మన జీవితంలో చేయవలసిన మార్పు, మన అంతర్గతంగా మొదలవ్వాలి.

2

మానసిక క్లేశములు

ఇంతకు క్రితం అధ్యాయంలో, మన ఆలోచనలే మనల్ని ఎలా సంతోషంగా లేదా దుఃఖపూరితంగా చేస్తాయో తెలుసుకున్నాము. ఈ ఆలోచనలు నిరంతర ప్రవాహంగా వస్తూనే ఉంటాయి. వారాంతంలో ఓసారి బయటకు చూశామనుకోండి. చక్కటి ఆహ్లాదకరమైన వాతావరణంతో, మిత్రులతో సరదాగా గడుపుతామన్న మన పిక్నిక్ ప్లాన్ సంతోషంగా గుర్తుచేసుకుంటాం. ఆ తరువాత, మనస్సులో ఇంకో తలంపు, కొన్ని నెలల్లో ఆఫీసులో ఉద్యోగులను తీసివేస్తున్నారనే విషయంపై, గురించి ఆలోచన మన మనస్సులోకి రాగానే, భవిష్యత్తు గురించి సందేహము, భయము మన మనస్సును కొన్ని నిముషాల పాటు కమ్మేస్తాయి.

చివరకు, మనం ఈ విషయాన్ని మనస్సు నుండి తొలగించగానే, అనుకోకుండానే మరొక ఆలోచనొస్తుంది. నిన్న షాపుకెళ్ళి, బ్రేక్ ఫాస్ట్ కొరకు బ్రెడ్ తీస్కురావటం మర్చిపోయాం. 'సమయం ఉందా? కొద్దిగా ఉంది' అనుకుంటాము. ఇక వెనువెంటనే షాపుకెళ్ళటానికి బయటకెళ్తాము. దారిలో, అనేక ఆలోచనలు మన మనస్సులో తిరుగుతాయి: రోడ్డు మీద గుంట ఉంది; ముందున్న డ్రైవర్ చాలా నెమ్మదిగా ఉన్నాడు; ఇంకా ఏదైనా షాపునుండి నుంచి కావాలా? అలా ఎడతెరిపి లేకుండా ఒకదాని తరువాత ఒకటి ఆలోచనలు వస్తూనే ఉంటాయి.

ఒక గురువు తన చుట్టూ శిష్యులను పిలిచాడు. వారికి ఒక నవ్వొచ్చే జోక్ చెప్పాడు, అది వారందరినీ నవ్వించింది. గురువు అప్పుడు మళ్ళీ అదే జోక్ ఇంకోసారి చెప్పాడు. ఈసారి కొందరు వెకిలిగా నవ్వగా, మరికొందరు మర్యాదగా నవ్వారు. కానీ గురువు అక్కడతో ఆగలేదు; అతను వారి ముందు అదే జోక్ మళ్ళీ చెప్పాడు. ఈ సారి, వారు ఏదో వెర్రి ఇకిలింత చేశారు.

నిరుత్సాహపడకుండా, అతను మరోసారి అదే విషయం చెప్పాడు. ఇక ఇప్పుడు, ఒక విద్యార్థిని తనను తాను నిగ్రహించుకోలేకపోయింది. ఆమె అన్నది 'గురువు గారు, మీ జోక్ చాలా బోరింగా ఉంది. ఇప్పటికే నాలుగు సార్లు చెప్పారు' అన్నది.

గురువు గారు ఇలా సమాధానమిచ్చాడు, 'నవ్వు పుట్టించే ఈ జోక్ వినీ వినీ మీకు బోర్ కొడ్తుంటే, మరి మీరు మనస్సులోకి భయం, ఆందోళన, మరియు బాధ కలిగించే తలంపులను పదే పదే ఎందుకు తెస్తారు?' అని.

ఈ నిరంతర ఆలోచనల ప్రవాహాన్ని నియంత్రించడానికి ఏదైనా మార్గం ఉందా? మనలోనే ఉన్న మనస్సు అనే సూక్ష్మయంత్రం ఈ ఆలోచనలను ఉత్పత్తి చేస్తుంటుంది. అందుకే, ఆలోచనలను నియంత్రించుకోవటానికి, వాటిని చక్కగా నిర్వహించుకోవటానికి, అసలు ఈ మనస్సు ఎలా పనిచేస్తుందో అని లోతుగా అర్థంచేసుకోవటం అవసరం.

మనస్సు గురించి ఉన్న సిద్ధాంతాలు

మనస్సు ఎలా పనిచేస్తుంది, వ్యక్తుల ప్రవర్తనకూ దీనికి ఏంటి సంబంధం? మనస్తత్వశాస్త్రం అనేది మానవ పరిజ్ఞానంలోని ఒక శాఖ, ఇది సాధారణ సూత్రాలను స్థాపించడం ద్వారా మరియు నిర్దిష్ట కేసులను పరిశోధించడం ద్వారా మనస్సు మరియు ప్రవర్తన యొక్క శాస్త్రాన్ని విశ్లేషించడానికి ప్రయత్నిస్తుంది. ఇది ఒక విద్యా విభాగం అలాగే అనువర్తిత శాస్త్రంగా (అప్లైడ్ సైన్స్) కూడా గుర్తించబడింది. మానసిక విశ్లేషణ, సైకోథెరపీ, సైకోడైనమిక్స్, సైకియాట్రీ మరియు మరెన్నో శాఖలు దీనికి అనుబంధంగా ఉన్నాయి.

మనస్తత్వశాస్త్రం యొక్క కొన్ని ప్రాచుర్యంలో ఉన్న శాఖల వివరాలు ఇక్కడ అందించబడుతున్నాయి.

సైకోఅనాలిసిస్

పాశ్చాత్య మనస్తత్వశాస్త్రాన్ని మొట్టమొదటగా ప్రాచుర్యంలోకి తెచ్చినది సిగ్మండ్ ఫ్రాయిడ్. 'ఫాదర్ ఆఫ్ సైకోఅనాలిసిస్' గా పేరొందిన ఫ్రాయిడ్, అవచేతన మనసు (unconscious mind) అనే సిద్ధాంతాన్ని పరిచయం

చేసిన మొదటి వ్యక్తి. పందొమ్మిదవ శతాబ్దం చివరిలో ఆస్ట్రియాలో తన సైకోఅనాలిసిస్ సిద్ధాంతాన్ని ప్రతిపాదించాడు.

సైకోఅనాలిసిస్ అనేది, అవచేతన మనస్సు గురించి అధ్యయనం చేసి మరియు దానికి స్వస్థత చేకూర్చడానికి ఉద్దేశించిన సిద్ధాంతాలు మరియు చికిత్సా పద్ధతుల అధ్యయనం. ఫ్రాయిడ్ ప్రతిపాదించిన సైకోఅనాలిసిస్ ప్రకారం, మానవ మనస్తత్వము ఇడ్, అహం, మరియు సూపర్ఇగో అనే వాటిని కలిగి ఉంటుంది. 'ఇడ్' అంటే మనం నెరవేర్చడానికి ప్రయత్నిస్తున్న స్వాభావిక వాంఛలను సూచిస్తుంది, ఎందుకంటే అలా చేయడం ద్వారా మనం సంతోషంగా ఉంటామని నమ్ముతాము. 'సూపర్ ఇగో' అనేది మన విలువల వ్యవస్థ. ఇది కొంతమేర బాల్యంలో నేర్చుకోబడుతుంది, మరియు పాక్షికంగా స్వతఃసిద్ధ విలువలతో కూడిన వ్యవస్థ కూడా. 'అహం' అనేది 'సూపర్ఇగో' మరియు 'ఇడ్' మధ్య మధ్యవర్తిగా మరియు 'రియాలిటీ సూత్రం' పై పనిచేస్తుంది, అంటే ఏ అభిలాశలపై పనిచేయాలనే విషయాన్ని నిర్ధారించుకోవటానికి ఇది మనకు తోడ్పడుతుంది. వాటి మధ్య ఘర్షణ వల్ల రుగ్మతలు తలెత్తుతాయని ఫ్రాయిడ్ సిద్ధాంతీకరించాడు.

అనలిటికల్ సైకాలజీ

కార్ల్ జంగ్ స్థాపించిన మనస్తత్వశాస్త్ర సిద్ధాంతం ఇది. తన కెరీర్ ప్రారంభంలో, జంగ్, ఫ్రాయిడ్ యొక్క సన్నిహితుడు. ఇద్దరికీ గొప్ప సంబంధం ఉండేది మరియు ఒకానొక సమయంలో, ఫ్రాయిడ్, జంగ్‌ను తన వారసుడిగా భావించాడు. కానీ, తరువాతి కాలంలో జంగ్ యొక్క ఆలోచనలు, ఫ్రాయిడ్ వాటి కంటే భిన్నంగా మారడం ప్రారంభించాయి మరియు ఇద్దరూ విడిపోయారు.

వారి మధ్య రెండు వివాదాస్పద అంశాలు ఉన్నాయి: 1) ఫ్రాయిడ్, అవచేతన-మనస్సు అంటే ప్రతికూల భావోద్వేగాల రిపోజిటరీగా ప్రతిపాదించాడు, అయితే జంగ్ అవచేతన-మనస్సుని 'సామూహిక' మరియు 'వ్యక్తిగత' మైనదిగా భావించాడు, ఎందుకంటే ఇది పూర్వీకుల నుండి వారసత్వంగా వచ్చిన స్మృతి, ఆలోచనలను కలిగి ఉందని నమ్మాడు; మరియు 2) ఫ్రాయిడ్ సిద్ధాంతం లైంగిక అభివృద్ధిపై దృష్టి

పెట్టింది, అయితే జంగ్ 'సామూహిక ఉపచేతనం' లేదా అందరికీ తెలిసిన సార్వత్రిక చిహ్నాలపై దృష్టి పెట్టాడు.

జంగ్ ప్రతిపాదించిన మనస్తత్వశాస్త్రం ప్రకారం, జీవితపు ప్రధాన లక్ష్యం చేతన, అవచేతన అంశాలు రెండింటితో కూడిన ప్రత్యేక వ్యక్తిత్వ వికాసం. కలలు, లలితకళలు, మతము, వ్యక్తిగత సంబంధాలు వంటి దైనందిన జీవితంలో కనిపించే చిహ్నాముల ద్వారా, ఉప-చేతనావస్థ అర్థం చేసుకోబడుతుంది. చేతన మరియు ఉపచేతన మనస్సులను సమన్వయం చేయటం, ఒకలాంటి క్రమబద్ధతకు దారి తీస్తుంది; దీనిలో అడ్డంకులు లేదా అంతరాయాలు అవ్యవస్థకు/అస్వస్థతకు దారి తీస్తాయి.

కాగ్నిటివ్ సైకాలజీ

మన సావధానత, సృజనాత్మకత, భాష, జ్ఞాపకశక్తి, అవగాహన, సమస్యా పరిష్కారం, ఆలోచన మరియు ప్రవర్తనపై వాటి ప్రభావం వంటి, మన ఉన్నత స్థాయి మానసిక ప్రక్రియలను అర్థం చేసుకోవడమే ప్రధాన విషయంగాగల మనస్తత్వశాస్త్రం ఇది. ఇతర విషయాలతోపాటు, ఈ ప్రక్రియలలో ఇంద్రియ జ్ఞప్తి, స్వల్పకాలిక జ్ఞాపకశక్తి మరియు దీర్ఘకాలిక జ్ఞాపకశక్తి వంటివి వినియోగించబడుతాయి.

భాషా సముపార్జన ప్రక్రియ, మానసిక స్థితి మరియు ప్రవర్తనపై భాష యొక్క ప్రభావం మరియు ఇతర సంబంధిత విషయాలు, పరిశోధకులకు అభ్యాస వైకల్యాలను పిన్న వయస్సులోనే గుర్తించడంలో సహాయపడతాయి. సావధానత మరియు జ్ఞాపకశక్తిపై అధ్యయనాలు, అటెన్షన్ డెఫిసిట్ హైపర్యాక్టివిటీ డిజార్డర్ (ADHD) చికిత్సలో గణనీయమైన ముందడుగు వేయటానికి దారితీశాయి. ఇటువంటి ప్రయోజనకర అంశాలతో మరియు శాస్త్రీయ పరిశోధనల మద్దతుతో, కాగ్నిటివ్ సైకాలజీ త్వరగా విశ్వసనీయతను మరియు ఆమోదాన్ని పొందింది. అసాధారణ మనస్తత్వశాస్త్రం, పురోగమనశీల మనస్తత్వశాస్త్రం మరియు సాంఘిక మనస్తత్వశాస్త్రం వంటి మనస్తత్వశాస్త్రం యొక్క ఇతర శాఖలు మరియు ఆర్థిక శాస్త్రం మరియు భాషాశాస్త్ర రంగాలు, కాగ్నిటివ్ సైకాలజీ యొక్క సిద్ధాంతాలను తమ శాఖల్లోకి అన్వయించుకున్నాయి.

ప్రవర్తనావాదం

ఈ యొక్క మనస్తత్వశాస్త్ర విభాగం, ఆత్మపరిశీలన అనే సైకోఅనలిటికల్ విధానంతో విభేదిస్తుంది మరియు బాహ్య స్థితిగతులు, ప్రవర్తనపై ఎలాంటి ప్రభావం చూపుతాయి అనే దానిపై దృష్టి కేంద్రీకరిస్తుంది. బి.ఎఫ్. స్కిన్నర్ యొక్క 'ఆపరంట్ కండిషనింగ్' సిద్ధాంతం, ఒకరి ప్రవర్తనను ప్రభావితం చేయటంలో, ఆలోచనల మరియు భావోద్వేగాల పాత్రను గుర్తించింది మరియు అంగీకరించింది. ఇది బాహ్య ప్రేరణలపై మాత్రమే దృష్టి సారించిన పూర్వపు 'క్లాసికల్ కండిషనింగ్' యొక్క సిద్ధాంతానికి విరుద్ధంగా ఉంది.

ఆందోళన, డిప్రెషన్, మూడ్ డిజార్డర్స్, ఫోబియాలు, మరియు పోస్ట్ ట్రామాటిక్ స్ట్రెస్ డిజార్డర్ (PTSD) వంటి రుగ్మతలకు చికిత్స చేయడానికి, కాగ్నిటివ్ సైకాలజీతో కూడిన ప్రవర్తనా-వాదం, కాగ్నిటివ్ బిహేవియర్ థెరపీ (CBT) అనే రూపంలో విస్తృతంగా ఉపయోగించబడుతుంది.

హ్యూమానిస్టిక్ సైకాలజీ

కార్ల్ రోజర్స్, హ్యూమానిస్టిక్ సైకాలజీ స్థాపించడంలో విస్తృతంగా పేరు పొందినప్పటికీ, అబ్రహం మాస్లో యొక్క 'హైరార్కీ ఆఫ్ నీడ్స్' ప్రతిపాదన దాన్ని ఒక ప్రత్యేక శాఖగా ముందుకు తెచ్చింది. ఈ శాఖతో అనుబంధం ఉన్న సైకాలజిస్టులు, మనుషులు తమ వేర్వేరు భాగాల మొత్తం కంటే ఎక్కువ అని నొక్కి వక్కాణిస్తారు. ఫలితంగా, ఒక మానసిక క్లేశంపై దృష్టి సారించడానికి బదులుగా, వారు పూర్తి వ్యక్తిత్వంపై దృష్టి పెట్టడానికి మొగ్గు చూపుతారు.

మాస్లో ప్రతిపాదన ప్రకారం, మనకందరికీ ప్రాథమిక శారీరక అవసరాలైన, ఆకలి, దప్పిక, సెక్స్, మరియు నిద్ర, వంటి ఇతర అవసరాలు ఉన్నాయి. ఇవి నెరవేరే కొద్దీ ఉద్యోగ భద్రత, ఇంటి భద్రత, వంటి రక్షణ/ భద్రత సంబంధిత అంశాలు ముఖ్యమైనవిగా మారడం మొదలౌతాయి. ఈ అవసరాలు తీరడంతో, ప్రేమ మరియు ఆత్మీయతలు ప్రాముఖ్యతను పొందుతాయి. దీనిని మించి, ఏదేని లక్ష్యాన్ని సాధించటంలో విజయం మరియు గౌరవం అవసరం. చివరిగా ఇక, ఆత్మ-సంతృప్తి కోసం తపనతో, కేవలం పనిలోని ఆనందం/తృప్తి కోసమే పనిచేస్తారు.

ఎక్సిస్టెన్షియల్ సైకాలజీ

మనస్తత్వశాస్త్రం యొక్క ఈ విభాగం, మానవ జీవిత పరమార్థాన్ని నెరవేర్చడంలో ఎక్కువ శ్రద్ధ చూపుతుంది. ముఖ్యంగా, ఇది ప్రజలను లేదా వారి ప్రవర్తనా విధానాలను ఒక్కొకటిగా చూడటానికి బదులుగా అందరికీ వర్తించే సార్వత్రిక సూత్రాల కోసం చూస్తుంది. అస్తిత్వ మనస్తత్వశాస్త్రం (ఎక్సిస్టెన్షియల్ సైకాలజీ) మానవ జీవితంలోని నాలుగు కోణాలను పరిశీలిస్తుంది : శారీరక (భౌతిక శరీరం పట్ల సంబంధం, ఆరోగ్యం మరియు శ్రేయస్సు, బాహ్య ప్రపంచంతో సంబంధం), సామాజిక (ఇతరులతో సంబంధం), మానసిక (స్వంత దృక్పథం/వైఖరి మరియు అనుభవాలపై దృష్టి పెట్టడం) మరియు ఆధ్యాత్మిక (అగోచర విషయంతో సంబంధం లేదా ఒక వ్యక్తి యొక్క జీవితార్థాన్ని మరింత వ్యక్తిగత పరంగా కనుగొనడం).

విక్టోర్ ఫ్రాంకెల్ అత్యంత ప్రసిద్ధ 'ఎక్సిస్టెన్షియల్ సైకాలజీ' శాస్త్రజ్ఞులలో ఒకరు, అతను తరువాత వేరే పథంలో విడివడి 'లోగోథెరపీ' అనే చికిత్సా శాఖను అభివృద్ధి చేశారు.

పాజిటివ్ సైకాలజీ

ఇటీవలే, 1998లో, మార్టిన్ సెలిగ్మన్ పాజిటివ్ సైకాలజీని ఒక ప్రామాణికమైన మనస్తత్వ శాస్త్ర శాఖగా లాంఛనప్రాయం చేశాడు. మిహాలీ సికిస్జెంట్మిహాలీతో కలిసి ఆయన పాజిటివ్ సైకాలజీ అంటే, 'జీవ, వ్యక్తిగత, సంబంధిత, సంస్థాగత, సంస్కృతిక, భౌగోళిక కోణాలతో సహా అనేక స్థాయిల్లో సానుకూల మానవ పనితీరు మరియు అభివృద్ధి గురించిన, వైజ్ఞానిక అధ్యయనం' అని నిర్వచించారు.

ఇక్కడున్న ప్రాథమిక ఆధారాంశం, భవిష్యత్తులో, సంతోషకరమైన మరియు అర్థవంతమైన జీవితాన్ని గడపడానికి ఆశించటం. ఇలా చేయడం ద్వారా, జనులు సానుకూల దృక్పథంపై దృష్టి కేంద్రీకరించడం నేర్చుకుంటారు. ఇది మానసిక రుగ్మతలపై దృష్టి సారించే ఇతర మనస్తత్వ శాస్త్ర శాఖలకు పూర్తి భిన్నంగా ఉంటుంది.

ఇవన్నీ చూసినప్పుడు, మనస్సు పనితీరుపై అనేక దృక్కోణాలున్నాయని తేటతెల్లమవుతున్నది. ఇవి ప్రయోజనకరంగా

ఉండే సైకాలజీ శాఖలే. అయితే, సమస్త సృష్టిని అన్వయించుకుంటూ, మనస్సు యొక్క పనితీరును లోతుగా అర్థం చేసుకోకపోతే, మానసిక కార్యకలాపాల యొక్క నిజమైన అర్థవంతమైన మరియు శాశ్వతమైన మెరుగుదలలు సాధ్యం కావు.

ఈ పుస్తకంలో, మన మనస్సు మరియు బుద్ధి గురించిన విజ్ఞాన శాస్త్రాన్ని, రహస్యాలను ప్రాచీన వేద గ్రంథాలలో ఉన్న విధంగా తెలుసుకుందాం. ఈ దివ్యకాంతిలో, మన రోజువారీ జీవన పరిస్థితుల్లో ఉపయోగించడానికి పనికొచ్చే ఉపకరణాలని కనుగొందాం. ఈ ఉపకరణాలు మనం మెరుగ్గా జీవించడానికే కాక, భూలోకంలో మన యాత్ర యొక్క లక్ష్యాన్ని నెరవేర్చడానికి కూడా సహాయం చేస్తాయి.

సనాతనమైన వేద మనస్తత్వశాస్త్రం

ఆశ్చర్యకరమైన విషయం ఏంటంటే, 5,000 సంవత్సరాల క్రితమే ప్రాచీన వేద గ్రంథాలలో మనస్సుకు సంభందించిన విజ్ఞానశాస్త్రం పరిపూర్ణంగా వివరించబడింది. వేద మనస్తత్వశాస్త్రంగా మనం చెప్పగలిగే ఈ శాస్త్రం, మన మనస్సు యొక్క పనితీరుని ఎంత స్పష్టంగా వివరిస్తుందంటే, పోల్చిచూసినప్పుడు, ఆధునిక మనస్తత్వ శాస్త్రపు ప్రయోగాత్మక సిద్ధాంతాలు అల్పమైనవిగా వెలవెలపోతాయి.

ఇతర వేద శాస్త్రాలతో పాటుగా, ఉపనిషత్తులలో మరియు భగవద్గీతలో, వేద మనస్తత్వశాస్త్రం విపులంగా వివరించబడింది. ప్రఖ్యాత పాశ్చాత్య విద్యావేత్తలచే ఈ ప్రాచీన గ్రంధాలు ఎంతో కొనియాడబడ్డాయి. మచ్చుకకి కొన్ని చెప్పాలంటే:

> నేను వేదాలలో ఏదైనా భాగాన్ని చదివినప్పుడల్లా, ఒక దివ్యకాంతి నన్ను ప్రకాశవంతం చేసినట్లు ఉంటుంది. వేదాల గొప్ప బోధనలలో, మతభేధ ఊసు లేదు.
>
> *హెన్రీ డేవిడ్ థోరో, అమెరికన్ రచయిత మరియు తత్వవేత్త*

> తూర్పు దేశాల తాత్విక గ్రంధాలను, అన్నిటికన్న ముఖ్యంగా, భారతీయ తాత్విక సిద్ధాంతాలను చదివినప్పుడు, వాటిలో,

యూరోపియన్ మేధావివర్గాన్ని కూడా మించిపోయిన చాలా ఉన్నతమైన సత్యాల్ని మనం కనుగొంటాము. భారతీయ తత్వశాస్త్రం ముందు వంగి ప్రోకరిల్లటానికి మనం నిర్బంధితులమై ఉన్నాం.

విక్టర్ కజిన్, ఫ్రెంచ్ తత్వవేత్త

నేను భగవద్గీత చదువుతున్నప్పుడు, భగవంతుడు ఈ విశ్వాన్ని ఎలా సృష్టించాడా అని ఆలోచించినప్పుడు, మిగతావన్నీ చాలా అనావశ్యక అల్పమైనవిగా అనిపిస్తాయి.

ఆల్బర్ట్ ఐన్‌స్టీన్, అమెరికన్ శాస్త్రవేత్త

ఉపనిషత్తులకి సరితూగగల ఔన్నత్యం గల తత్త్వజ్ఞానం వేరొకటి ఏదీ లేదు. నా జీవితానికి అది ఎంతో ఉపశమనాన్ని ఇస్తూఉన్నది, మరియు నా మరణానికి కూడా ఎంతో స్వాంతన ఇస్తుంది.

ఆర్థర్ శ్చోపెన్హావర్, జర్మన్ తత్వవేత్త

శ్చోపెన్హావర్ యొక్క ఈ వాక్యాలకు ఏదైనా ధృవీకరణ అవసరం ఉంటే, నా జీవితకాల వేద శాస్త్రాల అధ్యయన పరంగా, నేను సంతోషంగా ఇస్తాను.

ప్రొఫెసర్ మాక్స్ ముల్లర్, జర్మన్ తూర్పుదేశ తత్త్వవేత్త

సనాతనమైన తత్త్వజ్ఞాన సత్యమును నిర్ణయాత్మకంగా వ్యక్తపరచటానికి, జ్ఞానవిషయాన్ని కలిగున్న ఉపనిషత్తుల తత్త్వాన్ని మించినది లేదు.

పాల్ డ్యూస్సేన్, జర్మన్ తూర్పుదేశ తత్త్వవేత్త

గత శతాబ్దాలతో పోల్చితే, ఈ శతాబ్దంలోని అత్యంత గొప్ప అదృష్టం, వేదాలు మనకు లభించటమే.

జె.రాబర్ట్ ఒపెన్హీమర్, అమెరికా అణు భౌతిక శాస్త్రవేత్త

నిత్యమైన తత్త్వానికి సంబంధించిన అత్యంత స్పష్టమైన, సమగ్రమైన సారాంశాల్లో భగవద్గీత ఒకటి.

ఆల్డస్ హక్స్లీ, ఆంగ్ల రచయిత

మానసిక క్లేశముల పుట్టుక, నిర్మాణాన్ని ఒక క్రమబద్ధమైన, శాస్త్రీయ, తార్కిక పద్ధతిలో వేద మనస్తత్వశాస్త్రం మనకు వివరిస్తుంది. మన ఆలోచనా విధానాన్ని మెరుగుపరచడం ద్వారా మన మనస్సును శుద్ధి చేసుకోవటానికి మరియు దైనందిన జీవితంలో సమస్యలకు పరిష్కారములు అందించే పద్ధతులను కూడా ఇది బోధిస్తుంది.

వైదిక మనస్తత్వ శాస్త్ర మార్గాల గుండా ఒక ఉత్కంఠభరితమైన ప్రయాణాన్ని ప్రారంభిద్దాం. మీ జీవితంలో ఇది అత్యంత ప్రతిఫలదాయకమైన ప్రయాణం కాగలదని నేను మీకు భరోసా ఇస్తున్నాను. కానీ ఈ సూక్ష్మ విజ్ఞానశాస్త్రం అర్థం చేసుకోవడానికి కొత్త విషయాలను మనస్సు విప్పి ఆహ్వానించటం, ఏకాగ్రత, మరియు అంకితభావం అవసరం. కాబట్టి, ఇక్కడ పేర్కొన్న తర్కాన్ని ఓపికగా, చివరి వాక్యం వరకూ చదవండి. మీ మనసు పనిచేసే విధానం/పనితీరు యొక్క అన్నీ అంశాలు చక్కగా అవగతం అవుతాయి.

మానసిక రోగాలు

శారీరక బాధలు, వాటి పరిణామాలు మనకు తెలుసు. ఒకే ఒక్క శారీరక రుగ్మతకు కూడా మన రోజంతా నాశనం చేసే సామర్థ్యం ఉంది. వెన్ను నొప్పి లేదా తల తిరుగుతున్నట్టు ఉందని, అందువలన రోజంతా వారు ఏమీ చేయలేకపోయారనీ జనులు చెప్పడం వింటూనే ఉంటాం. శారీరక రుగ్మతలు కలుగ చేసే పరిణామాలు, మానసిక రుగ్మతలు కలిగించే క్లేశముల కంటే చాలా చాలా తక్కువ. సంత్ తులసీదాస్ ఇలా అన్నాడు:

ఏక వ్యధి వష నర మరహి॰, యే ఆసాధి బహు వ్యాధి
పీరహి॰ సంతత జీవ కహు॰, సో కిమి లహ౯ఇ సమాధి

(రామచరితమానస్)

'ఒక్క శారీరక వ్యాధి చాలు, మనలని నిర్వీర్యం చేయటానికి ఇక ఇప్పుడు అనేక మానసిక రుగ్మతలతో పీడింపబడే ఆత్మ దుస్థితిని ఆలోచించండి. ఉపశమనం కలిగించే సాధనం ఏమైనా ఉందా?'

వేద శాస్త్రాలు కోపం, అసూయ, దురాశ, కోరిక, మరియు ఇంకా ఇతర బలహీనతలను 'మానస్ రోగ్' (మానసిక వ్యాధులు) అని సూచించాయి. మాయా లోకంలో ఉన్నంత కాలం అవి మనల్ని బాధిస్తూనే ఉంటాయి. సమస్య ఏమిటంటే, మనకు మానసిక రోగం ఉందని కూడా మనం తరచుగా గుర్తించం. మనకు కోపం వస్తుందని తెలుసు, మనం అసూయ కూడా పడతాం, కానీ కోపం, అసూయ అనేవి రోగగ్రస్త పరిస్థితులు అని మనకు తెలియదు. దానికి బదులుగా, మనం వాటిని 'మానవ స్వభావం' లేదా 'సహజ ప్రవృత్తి' అని తేలిగ్గా తీసుకుంటాం. మన సంపూర్ణ ఆరోగ్యం మరియు స్వస్థతపై వాటి ప్రభావం గురించి మనకు తెలియదు కనుక, వాటిని నయం చేసుకోవటానికి మనం ప్రయత్నించం.

ఈ మానసిక వ్యాధులు ఎంతగా ప్రబలంగా ఉంటాయంటే, ప్రభుత్వ చట్టాలు సైతం వాటిని అదుపులో ఉంచలేకున్నాయి. దౌర్జన్యం వల్ల జైలుశిక్ష అనుభవించవలసి వస్తుంది ప్రజలకు తెలుసు, అయినా కోపం వచ్చినప్పుడు, వారు చట్టాన్ని అతిక్రమించడానికి వెనుకాడరు. మత్తు మందు తీసుకోవడం చట్టవిరుద్ధం అని వారికి తెలుసు, కానీ కోరికల ప్రభావంచే, వారు వ్యసనానికి బానిసైపోతారు. ఎందుకిలా? మంచి కన్నా కీడే ఎక్కువ కలిగే విధంగా ఎందుకు ప్రవర్తిస్తాము?

ఈ ప్రశ్నకు సమాధానం తెల్సుకోవటానికి, మానసిక వ్యాధులను ఒక్కొదాన్నీ పరిశీలిద్దాం.

కోపమనే వ్యాధి

అత్యంత జుగుప్సాకరమైన మానసిక రోగాల్లో ఈ కోపము ఒకటి. అది కలిగినప్పుడు, మన అంతర సమతుల్యతను దెబ్బ తీస్తుంది. శిరస్సులోకి ఒక్కసారిగా రక్తప్రసరణ ఉధృతి పెంచుతుంది. క్రోధావేశంలో మనం అన్న మాటలకు లేదా చేసిన పనులకు పశ్చాత్తాపపడుతాము. అలా కోపగించుకోకుంటే బావుండేది, అలా క్రోధానికి వశపడిపోయానేంటి అని

తర్వాత అనుకుంటాము. కోపాన్ని కలిగించిన అసలు విషయం కంటే, దాని వల్ల జరిగే పరిణామాలు/ప్రతిక్రియలే మనలో ఎక్కువ కాలం ఉండిపోవచ్చు.

రోష్, ఒకరోజు తన ఇంటి బయటే పార్కింగ్ చేసి ఉన్న కారు యొక్క పంక్చర్ ఐన టైర్ మార్చుతున్నాడు. ఈయనకు తెలియకుండా, అతని చిన్నారి బాబు, ఒక పదునైన రాయితో, కారుపై మరోపక్క ఏదో గీకుతున్నాడు. టైర్ మార్చిన తర్వాత రోష్ అటుగా వెళ్ళి వాళ్ళ ఐదేళ్ళ బాబు చేసిన నిర్వాకం చూశాడు. రోష్, కోపంతో ఎర్రగా అయిపోయాడు. అక్కడున్న పానా తీసుకుని తన కొడుకు చేతివేళ్లపై దయాదాక్షిణ్యం లేకుండా కొట్టడం మొదలెట్టాడు. వాళ్ళబ్బాయి గట్టిగా అరుస్తున్నా క్రోధావేశంలో చేతిపై కొడుతూనే ఉన్నాడు.

కాసేపటికి, తన చిన్న పిల్లవాని చేతివేళ్లు విరగ్గొట్టేశానని గ్రహించాడు. వెంటనే హాస్పిటల్‌కి తీస్కెళ్ళాడు. డాక్టర్ ఆ చేతిని పరీక్షించి, మృతకండరం పై గ్యాంగ్రేన్ పెరగకుండా ఉండాలంటే రెండు వేళ్లను తొలగించాల్సి ఉంటుందని చెప్పారు. రోష్, తను చేసిన పనికి హతాశుడయ్యాడు.

శస్త్రచికిత్స తర్వాత, చిన్న పిల్లవాడికి స్పృహ తిరిగి వచ్చినప్పుడు, అతను తన చేతిని చూస్కుని అమాయకంగా ఇలా అడిగాడు, 'నాన్నా, నా వేళ్లు ఎప్పుడు తిరిగి పెరుగుతాయి?' అని. రోష్ కన్నీళ్లతో కుప్పకూలిపోయాడు. పశ్చాత్తాపంతో నిండి ఇంటికి తిరిగి వచ్చాడు.

వాకిలిలో, అతని కళ్ళు కారుపై ఉన్న గీతలపై పడ్డాయి. అతని కొడుకు, 'ఐ లవ్ యు, నాన్న.' అని రాశాడు. పిల్లవాడు కారుపై గీతలు గీకటం ద్వారా అమాయకంగా తన ప్రేమను వ్యక్తం చేశాడు. కానీ తన కోపంలో, రోష్ ఒక పిశాచిలా ప్రవర్తించాడు.

కోపం యొక్క స్వభావం అలాంటిది. అది మన సభ్యత, సత్ప్రవర్తన, దయను మర్చిపోయేట్లు చేస్తుంది. దాని పట్టులో, మానవులు ప్రాథమిక గౌరవాన్ని, సహానుభూతిని, కరుణను కోల్పోతారు. కనుక ఒక సంస్కృత సూక్తి ఇలా చెప్తోంది: క్రోధాత్ క్రోధే కథన్ను తే. 'మిమ్మల్ని వశపరుచుకోవటానికి కోపానికి అనుమతించకండి, బదులుగా, కోపం మీదే కోపం తెచ్చుకోండి.'

ఇప్పుడు మన ముందు ఉన్న ప్రశ్న ఇది: కోపాన్ని ఎలా జయించగలం? కోపానికి బానిస అవ్వటానికి మరియు బుద్ధిభ్రంశం అయిపోటానికి ఎవరికీ ఇష్టం ఉండదు. అయినప్పటికీ, అది మనపై దాడి చేసినప్పుడు, మనం ఇదంతా మర్చిపోయి, దానికి వశమై పోతాము. కోపం అసలు ఎందుకు పుడుతుంది మరియు దాన్ని అధిగమించడానికి ఏదైనా శాశ్వత పరిష్కారం ఉందా?

ఈ ప్రశ్నకు సమాధానం చెప్పాలంటే, మనం ముందుగా ఇంకొక మానసిక క్లేశాన్ని అర్థంచేసుకోవాలి.

దురాశ అనే వ్యాధి

రెండవ మానసిక వ్యాధి దురాశ - డబ్బు, ప్రతిష్ట, భోగాలు, విలాసవంతమైన వస్తువులు లేదా మరేదైనా వాటి కోసం. ప్రజలు తమ జీవితాంతం దురాశను తీర్చుకోవటానికి ప్రయత్నిస్తున్నప్పటికీ, అది ఎప్పటికీ ఓ అడుగులేని పాత్రలా పూర్తికాదు. కోపం శిఖరాగ్రానికి చేరి ఆపై తగ్గిపోతుంది, కానీ దురాశ ఎప్పటికీ తగ్గదు మరియు దానిచే ప్రేరేపించబడి, కార్పొరేట్ ప్రపంచంలోని అలుపెరగని రేసులో కనిపించే విధంగా మనం హరించుకుపోతాము.

ఈ విషయంపై ఒక శక్తివంతమైన కథను మీతో చెప్తాను.

ఒక రాజు ఒంటరిగా ఒక దట్టమైన అడవిలో వేటాడుతుండగా దారి తప్పాడు. మిక్కిలి నైరాశ్యంతో తిరుగుతూ, లోభీరాం అనే గ్రామస్తుడి గుడిసెకు చేరుకున్నాడు. ఆ గ్రామస్తుడు రాజుకు ఆ రాత్రికి ఆహారం, నీరు, మరియు ఆశ్రయం ఇచ్చాడు. మరునాడు ఉదయం రాజు తన హృదయపూర్వకంగా కృతజ్ఞతలు సమర్పించి ఏదైనా ఇష్టమొచ్చింది కోరుకోమన్నాడు.

లోభీరాం ఇలా అన్నాడు, 'మహారాజా, మీది విశాలమైన రాజ్యం. సూర్యోదయం నుంచి సూర్యాస్తమయం వరకు నా గుర్రంతో నేను కొలిచే భూమి అంతా నాదే అని వరం ప్రసాదించండి.' అని.

రాజు, గ్రామస్తుడి పట్ల కృతజ్ఞతతో ఉన్నాడు కాబట్టి, 'సరే అలాగే' అని అంగీకరించాడు.

మరుసటి రోజు, లోభీరాం, రాజుగారి రాజధాని నగరం వెలుపల నుండి ప్రారంభించాడు. అతని దగ్గర మంచి గుర్రం ఉంది, దాన్ని సాధ్యమైనంత వేగంగా ఉరికించాడు. పొద్దున్న పదిగంటల వరకే, భారీ భూభాగాన్ని తనసొంతం చేసుకున్నాడు. ఆ భూమి తనకు, తన ఎన్నో ముందుతరాల వారికి కూడా సరిపోయేది. కానీ అది అతని దురాశకు సరిపోలేదు. మధ్యాహ్నం వరకూ గుర్రం మరియు రౌతు, ఇద్దరూ పూర్తిగా అలసిపోయారు, మరియు వారి, గొంతులు పూర్తిగా ఎండిపోయినాయి. కానీ, లోభీరాం దురాశ మాత్రం ఏమాత్రం తగ్గలేదు, ఇంకా కావాలి అని అంటూనే ఉంది. చివరికి, సాయంత్రం అయ్యేసరికి ఆ గుర్రం పడిపోయింది, గుర్రంపై నుండి లోభీరాం విసురుగా రోడ్డు పక్కనున్న బండరాయిపై తల తగిలేలా పడిపోయాడు. అతను అక్కడికక్కడే మరణించాడు.

ఆయన్ని పాతిపెట్టడానికి వచ్చిన దగ్గర్లోని గ్రామస్తులు ఇలా చింతించారు, 'అయ్యో చూడండి, చివరికి కేవలం ఈరెండు గజాల స్థలం మాత్రమే ఉపయోగపడింది. మిగతాది అంతా వ్యర్థమైపోయింది.' అని.

దురాశ యొక్క స్వభావం అలాంటిది-కోరికల నెరవేర్పు కోసం, అది బలీయంగా మనల్ని నడిపిస్తుంది-కానీ ఆ కోరికలు ఎన్నటికీ తీరవు.

గరుడ పురాణం ఇలా పేర్కొంటున్నది:

చక్రధరోఽపి సురత్వం సురత్వలాభే సకలసురపతిత్వం
సురపతిరూర్ధ్వగతిత్వం తథాపి ననివర్తతే తృష్ణా
(2.12.14)

'ఒక రాజు, ప్రపంచం మొత్తానికే చక్రవర్తి అవ్వాలని కోరుకుంటాడు; చక్రవర్తి ఒక దేవత అవ్వాలని కోరుకుంటాడు; ఒక దేవత, స్వర్గాధిపతి ఇంద్రుడు అవ్వాలని కోరుకుంటాడు. ఇంద్రుడు, సృష్టికర్త బ్రహ్మ దేవుడు అవ్వాలని కోరుకుంటాడు. అయినా, భౌతిక భోగముల కొరకు ఉన్న తృష్ణ తీరదు'

మన అవసరాలకు, మన కోరికలకు మధ్య వ్యత్యాసం, దురాశచే సృష్టించబడుతుంది. సంతోషకరమైన జీవితాన్ని గడపడానికి మనకు ఎక్కువేమీ అవసరం లేదు. కానీ దురాశ అనేది, మరింత సంపద, ఉన్నత పదవులు, ఎక్కువ ప్రతిష్ట మరియు ఇంకాపెద్ద ఇళ్ళ కోసం

అసంఖ్యాక కోరికలను సృష్టిస్తుంది. మనకు ఎక్కువ వచ్చిన కొద్దీ, మరింత కోరుకుంటాము. ఎంతవచ్చినా మన అసంతృప్తి చల్లారే పరిస్థితి రాదు. దురాశ నుండి మనల్ని విడిపించుకోగలిగితే అంతర్గత సంతృప్తి యొక్క సంపదతో జీవితం ఎంత ఆనందంగా ఉంటుందో ఊహించుకోండి.

దురాశ/లోభము యొక్క మూలం ఏమిటి మరియు దాని చికిత్స ఏమిటి? ఈ ప్రశ్నకు సమాధానం కొద్దిసేపట్లో చాలా స్పష్టంగా తెలుస్తుంది. ఓపికగా చదవండి.

కోరికలు అనే వ్యాధి

కోపం మరియు లోభము/దురాశ రెండూ తీవ్రమైన మానసిక రోగాలే. అయినప్పటికీ, వేదాలు ఈ రెండూ నామమాత్రమైనవే అని చెబుతున్నాయి; వీటి కంటే ఎక్కువ ప్రమాదకరమైనది మరొక వ్యాధి. ఏమిటది? అదే కోరిక!

దేనినైనా కావాలనుకోవటం, వాంఛించటం లేదా ఆశించడం – ఇదే కోరిక. ఇది ప్రాథమికంగా ఐదు రకాలు: చూడాలనే కోరిక, వినాలనే కోరిక, వాసన చూడాలనే కోరిక, రుచి చూడాలనే కోరిక మరియు స్పర్శించాలనే కోరిక. కలిపి, వీటిని 'కామము' అని పిలుస్తారు మరియు 'కోరిక' అన్న ఒక పదం ద్వారా సూచిస్తారు.

ఈ కోరికలు ఎంత ప్రమాదకరమైనవి? సూక్తి సుధాకరం ఇలా పేర్కొంటుంది:

కురంగ మాతంగ పతంగ భృంగ,
 మీనాహతాః పంచభిరేవ పంచ
ఏకః ప్రమాదీ స కథం న హన్యతే,
 యః సేవతే పంచభి రేవ పంచ

ఈ ప్రఖ్యాత శ్లోకానికి ఇలా అర్థం చెప్పవచ్చు:

- 'జింకకు శ్రవణానందకర సంగీతం అంటే ఇష్టం. వేటగాడు మధురమైన సంగీతంతో దాన్ని ఆకర్షించి, వినటం కోసం అది దరి చేరగానే దాన్ని సంహరిస్తాడు.

- 'ఏనుగుకి తన చర్మం ద్వారా వచ్చే స్పర్శసంబంధిత సుఖం అంటే చాలా ఇష్టం. ఆడ ఏనుగుచే వలలోకి మోహింపఁజేయబడి, వేచిఉన్న వేటగానికి సులువుగానే దొరికిపోతుంది.
- 'దీపపు పురుగు, తన నేత్రానందం కోసం, కాంతి కోసం వెంపర్లాడుతుంది. మంట వైపు ఆకర్షితమై, సజీవంగా కాలిపోతుంది.
- 'తేనెటీగకు సువాసన అంటే చాలా ఇష్టం, ఎందుకంటే అది దాని నాసికా రంధ్రాలకు ఆనందాన్ని ఇస్తుంది. సూర్యాస్తమయంలో పువ్వు మూసుకునే వేళలో ఎగిరిపోకుండా అందులోనే చిక్కుకుపోతుంది.
- 'చేప, దాని నాలుక యొక్క ఆనందం కోసం ఆరాటపడుతూ, ఎరను కొరికి, చివరికి మత్స్యకారుని వంటశాలకు చేరుతుంది.

ఏదో ఒక్క ఇంద్రియ సుఖం కోసం ఇవన్నీ చనిపోతాయి. ఇంద్రియతృప్తి కలిగించే అన్నీ ఐదు వస్తువుల కోసం వెంపర్లాడుతున్న మానవుని గతి ఏమిటి?'

కోరిక అనేది సమస్త వైదిక గ్రంథాలలో కూడా, అత్యంత ఘోరమైన మానసిక వ్యాధిగా పరిగణించబడింది. ఇంత పెద్ద దోషిగా ఎందుకు పరిగణించబడింది అని మనం ఆశ్చర్యపోవచ్చు. కోపంతో ప్రజలు జీవితాన్ని, ఆస్తిని నాశనం చేస్తారు. లోభంతో, పనికిమాలిన వస్తువులను, పదవులను పోగుచేసుకుంటూ, వారు తమ జీవితాన్ని వ్యర్థం చేస్కుంటారు. కానీ, కోరికల విషయంలో, వారు కేవలం ఇంద్రియ తృప్తికోసం మరియు సుఖం కోసం మాత్రమే వెంపర్లాడుతారు. కాబట్టి, ఈ కోరిక అనేది, దురాశ, క్రోధంతో పోలిస్తే చాలా తక్కువ హానికరం కదా?

లేదు, అలా కాదు, ఎందుకంటే కోపానికి, దురాశకు మూలం కోరికే. దీనిని క్రింది విభాగంలో అర్థం చేసుకుందాం.

కోరిక నుండే క్రోధము ఉద్భవిస్తుంది.

ఈ క్రింది కథ ద్వారా కోపం యొక్క మూలాన్ని అర్థం చేసుకుందాం:

చందు, ఐస్-క్రీం తినాలనే తీవ్ర కోరికను పెంచుకున్నాడు. అతను స్థానిక ఐస్-క్రీమ్ స్టోర్ నుండి రెండు లీటర్ల చాక్లెట్ చిప్ ఐస్-క్రీం కొని

ఫ్రీజర్లో ఉంచాడు. చందు ఆ తర్వాత, చక్కగా ఆకలివేయాలని ఎండలో నడక కోసం వెళ్ళాడు, తద్వారా అతను తిరిగి వచ్చినప్పుడు ఐస్-క్రీంని నిజంగా ఆనందించవచ్చు అనుకున్నాడు. కానీ, తిరిగి వచ్చేటప్పటికి, రిఫ్రిజిరేటర్‌లో ఐస్-క్రీం లేదని అతను కనుగొన్నాడు.

'నేనిక్కడ ఒక పెద్ద ఐస్-క్రీం పాకెట్ పెట్టానే? ఎక్కడికి పోయింది?' చందు ఆశ్చర్యంతో అడిగాడు.

'ప్రియమైన శ్రీవారూ, గుర్తు లేదా? డాక్టర్ గారు షుగర్ తీస్కోవటం తగ్గించమన్నారు, ఐస్-క్రీంని చెత్తలో పారేశా' అని భార్య నింపాదిగా చెప్పింది.

'ఏంటీ? ఐస్-క్రీం ని పారేశావా?' అరిచాడు చందు. భార్యపై కోపంతో ఊగిపోయాడు.

చందు అలా ఒక్కసారిగా క్రోధావేశపూరితంగా అయిపోటానికి కారణం ఏమిటి? అతను ఓ కోరికను సృష్టించుకున్నాడు, మరియు దాని నెరవేర్పును అతని భార్య అడ్డుకుంది. ఇది కోపం చెలరేగడానికి దారితీసింది. అందువల్ల, కోపం స్వయంగా కాదు, కోరిక యొక్క ఆటంకం నుండి వస్తుంది.

ఇతర ఉదాహరణలను పరిగణనలోకి తీసుకోండి:

- మన కుటుంబం మన అభిప్రాయాలతో ఏకీభవించాలని కోరుకున్నప్పుడు, వారు అలా చేయకపోతే మనకి కోపమొస్తుంది.
- మన సూచనలను, ఉపదేశాలను ఇతరులు పాటించడానికి నిరాకరిస్తే మనకు కోపం వస్తుంది.

అందువలన, కోరికే, కోపం యొక్క ఉత్పత్తికారణము. కొన్నిసార్లు ప్రజలు 'స్వామీజీ, కోపం తప్ప నాలో మిగతా అంతా బాగానే ఉంది' అని చెప్తూ నా వద్దకు వస్తారు.

'మీకు కోపం తప్ప వేరే రుగ్మతలు లేవా?' అని నేను అడుగుతాను.

'లేదు, స్వామీజీ. కోపం నా ఏకైక సమస్య. '

'అసాధ్యం! కోపం ఉంటే, దాని కారణమైన, కోరిక కూడా ఉండి ఉండాలి.'

కోరికకు ఆటంకం ఏర్పడటమే కోపానికి కారణం అని మనం తెలుసుకున్నాము. ఇక ఇప్పుడు దురాశకు కారణాన్ని నిర్ణయిద్దాం.

లోభము/దురాశ కూడా కోరిక నుండే పుడుతుంది

చందు మరియు అతని భార్య యొక్క ఉదాహరణకి తిరిగి వెళ్దాం. తన భార్య తాను కోరుకున్న ఐస్-క్రీంను చెత్తబుట్టలో వేసినట్లు కనుగొన్నప్పుడు, చందు కోపంతో ఎలా ఊగిపోయాడో మనం చూశాము.

ఇప్పుడు, భార్య ఐస్-క్రీం పారేయలేదు అనుకుందాం. చందు తిరిగి వచ్చినప్పుడు, అతను ఆబగా తినడం మొదలెట్టాడు.

ఇప్పుడు, 'మీరు ఐస్-క్రీం ఆనందించారా?' అని అడగండి.

'అవును.'

'కాబట్టి, మీ కోరిక శాశ్వతంగా తీరిపోయినట్లేనా?'

'లేదు, ఇది ఈ రోజుకి మాత్రమే తీరింది, మూడు రోజుల తరువాత, నేను మళ్ళీ ఇదే కోరుకుంటాను' అని ఆయన సమాధానం ఇచ్చారు.

కోరికను తీర్చుకోవటం వల్ల ఏదో కొద్ది సేపు మాత్రమే మాత్రమే అది చల్లారుతుంది, అని మనకు ఈ ఉదాహరణ ద్వారా అర్థం అవుతున్నది. ఆ తరువాత, మరింత తీవ్రతతో అది తిరిగి వస్తుంది. ఈ విధంగా, కోరిక నెరవేరడం దురాశకు కారణం అవుతుంది.

ఈ ప్రపంచంలో, అందరికీ తెలియని రహస్యం ఏమిటంటే, కోరికను తీర్చుకోవటం ద్వారా దాన్ని ఎప్పటికీ నిర్మూలించుకోలేము. అది నెయ్యి పోయడం ద్వారా మంటలను ఆర్పడానికి ప్రయత్నించడం లాంటిది. అగ్ని ఆరిపోయినట్లు అనిపిస్తుంది, కానీ అలా కొద్దిసేపే. తరువాత రెట్టింపు తీవ్రతతో మంటలు ఎగిసిపడతాయి.

ఈ విధంగా, కోపం లాగే దురాశ కూడా కోరిక యొక్క సంతానమే. రామచరితమానస్ ఇలా పేర్కొంది:

జిమి ప్రతిలాభ లోభ అధికాఈ

'మీరు కోరికలను సంతృప్తి పరిస్తే అది దురాశకు దారితీస్తుంది.'

శ్రీమద్ భాగవతం ఇలా పేర్కొంటుంది:

యత్ పృథివ్యాం వ్రీహి-యవం హిరణ్యం పశవః స్త్రియః
న దుహ్యంతి మనఃప్రీతిం పుంసః కామహతస్యతే

(9.19.13)

'ప్రపంచంలోని సమస్త సంపద, విలాసాలు, ఇంద్రియ విషయములు అన్నీ ఒక వ్యక్తి పొందినా, ఆ వ్యక్తి కోరిక ఇంకా తీరదు. కాబట్టి, అది దుఃఖములకు కారణం అని తెలిసి, తెలివైన వాడు కోరికను త్యజించాలి.'

కోరికలు ఎలా ప్రజ్వలిస్తాయో తెలియచెప్పటానికి పురాణములు ఒక శక్తివంతమైన కథను చెప్తున్నాయి.

ప్రాచీన కాలంలో సౌభరి అనే గొప్ప ఋషి ఉండేవాడు. ఋగ్వేదంలో ఆయన గురించి చెప్పబడింది, దాంట్లో 'సౌభరీ సూత్రం' అనే మంత్రం ఉంది. అంతేకాక, సౌభరి సంహిత అనే గ్రంథం కూడా ఉంది. ఇంకా చెప్పాలంటే, ఆయన ఏదో మామూలు సన్యాసి కాదు. సౌభరి తన శరీరంపై ఎంతటి నియంత్రణను పొందాడంటే, అతను యమునలో మునిగి, నీటిలోనే ధ్యానం చేసేవాడు. ఒక రోజు, అతను రెండు చేపల సంభోగం చూశాడు. ఈ దృశ్యం అతని మనస్సు మరియు ఇంద్రియాలను చలింప చేసింది, మరియు లైంగిక కలయిక కోసం కోరిక అతనిలో తలెత్తింది. అతను తన ఆధ్యాత్మిక అభ్యాసాన్ని విడిచిపెట్టి, తన కోరికను ఎలా నెరవేర్చుకోవాలో ఆలోచిస్తూ నీటి నుండి బయటకు వచ్చాడు.

ఆ సమయంలో, అయోధ్య రాజు మాంధాత, చాలా ఖ్యాతి గడించిన గొప్ప పాలకుడు. అతనికి యాభై మంది ఒకరికి మించిన అందం మరొకరిదైన కుమార్తెలు, ఉన్నారు. సౌభరి, ఆ మహారాజు వద్దకు వచ్చి, యాభై మంది యువరాణులలో ఒకరిని తనకిచ్చి వివాహం చేయమని కోరాడు.

ఆ మహర్షికి మతి చలించిందా, ఏమిటి?, అని ఆశ్చర్యపోయిన మాంధాత మహారాజు, 'ఈ ముసలివాడు, పెళ్ళి చేసుకోదలిచాడా!?' అని అనుకున్నాడు. సౌభరి శక్తిమంతుడైన ఋషి అని రాజుకు తెలుసు, తను అడిగింది నిరాకరిస్తే, శపిస్తాడేమో అని భయపడ్డాడు. కానీ తను

ఒప్పుకుంటే, తన కుమార్తెలలో ఒకరి జీవితం నాశనం అయిపోతుంది. సందిగ్ధంలో పడిపోయాడు. ఈ సంకట స్థితి నుండి బయటపడటానికి, ఆయన ఇలా అన్నాడు, 'ఓ మహాత్మా, మీరు అడిగినదానికి నాకు ఏమీ అభ్యంతరం లేదు. దయచేసి కూర్చోండి. నా యాభై మంది కుమార్తెలను మీ ముందుకు తీసుకువస్తాను, ఎవరు మిమ్ములను ఎంచుకుంటే, ఆ అమ్మాయిని మీరు స్వీకరించవచ్చు.' అని. ఓ వృద్ధ సాధువును తన కూతుర్లు ఎవరూ ఇష్టపడరులే అని రాజు ధీమాతో ఉన్నాడు. ఈ విధంగా ఆ మహాత్ముని శాపము/కోపము నుండి తప్పించుకోవచ్చు అనుకున్నాడు.

సౌభరికి రాజు యొక్క ప్రణాళిక అర్థమైపోయింది. తాను మరుసటి రోజు వస్తానని రాజుకు చెప్పి బయలుదేరాడు. ఆ రోజు సాయంత్రం తన యోగశక్తి ద్వారా ఒక అందమైన యువకుడిగా మారిపోయాడు. పర్యవసానంగా, మరుసటి రోజు రాజ మందిరానికి వెళ్లినప్పుడు, అందరూ యాభై యువరాణులూ అతన్నే తమ భర్తగా ఎంచుకున్నారు. మహారాజు గారు ఇచ్చిన మాట తప్పలేడు కాబట్టి, తన అందరూ కూతుళ్లనూ ఆ మహాత్మునికే ఇచ్చి వివాహం చేయవలసి వచ్చింది.

ఇప్పుడిక, సౌభరి ఋషి తన యాభై మంది కూతుళ్లను ఎలా సంతోషంగా ఉంచగలడనే విషయమై రాజు తీవ్రంగా ఆందోళన చెందాడు. సౌభరి మరలా తన యోగశక్తిని ఉపయోగించాడు. రాజు యొక్క భయాన్ని ఉపమింపచేస్తూ, అతను తనవే యాభై స్వరూపాలను సృష్టించాడు, తన భార్యల కోసం యాభై రాజభవనాలను సృష్టించాడు మరియు ప్రతి ఒక్కరితో విడివిడిగా జీవించాడు. ఈ విధంగా, కొన్ని వేల సంవత్సరములు గడిచాయి. పురాణ కథనాల ప్రకారం, సౌభరి, ప్రతి ఒక్క భార్యతో ఎంతోమంది సంతానాన్ని పొందాడు, మరియు ఆ సంతానం మరింత మంది సంతానాన్ని సృష్టిస్తూ చివరికి ఒక చిన్న పట్టణం తయారయింది!

ఒక రోజు, సౌభరి స్పృహలోకి వచ్చాడు. ఇలా ఆశ్చర్యంతో వాపోయాడు: అహో ఇమం పశ్యత మే వినాశం (శ్రీమద్ భాగవతం 9.6.50) 'ఓ మానవులారా! మీలో ఎవరైనా భౌతిక వస్తు విషయముల సముపార్జన ద్వారా ఆనందాన్ని పొందాలని చూస్తుంటే, తస్మాత్ జాగ్రత్త. నా పతనాన్ని చూడండి – నేను యమునలో సమాధిలో కూర్చునేవాడిని. ఒక కోరిక పుట్టింది, దాని సంతృప్తి కోసం, నా యోగశక్తిచే యాభై

శరీరాలను సృష్టించుకుని, యాభై మంది స్త్రీలతో జీవిస్తున్నాను. అయినా సరే, ఇంద్రియముల తృష్ణ తీరలేదు; అవి ఇంకా కావాలని కోరుకుంటేనే ఉన్నాయి. నా పతనాన్ని చూసి నేర్చుకోండి, కోరికలను సంపూర్ణంగా నెరవేర్చుకోవచ్చు అనే భ్రమలో పడకండి.' అని.

తన ఆరాటమంతా ఎండమావుల వెంట పరుగే, అని సౌభరి తెలుసుకున్నాడు.

భౌతిక ప్రాపంచిక సుఖాలని, శాస్త్రాలు మృగ-తృష్ణ అని చెప్పాయి, అంటే 'జింకలకి కనబడే ఎండమావులు' అని అర్థం. వేడి ఇసుకపై పరావర్తనం చెందిన సూర్యకిరణాలు, నీళ్ళు ఉన్నట్టు భ్రమను కలిగిస్తాయి. భ్రమతో మోసపోయిన జింక, దాని ముందు నీరు ఉందని భావించి దాని దాహాన్ని తీర్చుకోవటానికి పరుగెత్తుతుంది. దాని మందబుద్ధి అది మోసపోతున్నదని గ్రహించలేదు. అది నీటి వైపు ఎంత దగ్గరగా వెళ్తుందో, ఆ ఎండమావి అంత దూరమైపోతుంటుంది. దురదృష్టకర జింక, లేని నీటిని వెంబడిస్తూ చివరకు దాహపు అలసటతో చనిపోతుంది

అదేవిధంగా, భౌతిక శక్తి, మాయ కూడా ఆనందం యొక్క భ్రమను సృష్టిస్తుంది. మరియు మన ఇంద్రియాల దాహాన్ని తీర్చాలనే ఆశతో మనం ఆ మిథ్యా ఆనందం వెంబడి పడతాము. మనం ఎంత ప్రయత్నించినా ఆ ఆనందం మన నుండి దూరమైపోతుంటుంది.

ధనవంతుల మనుగడకు వారికి తగినంత ఆహారం మరియు బట్టలు ఉన్నాయి, అయినప్పటికీ వారు ఆందోళనలతో మరియు అసంతృప్తితో ఉంటారని మనం చూస్తుంటాము. వారు మంచి ఇల్లు, మంచి బట్టలు, ఎక్కువ లాభదాయకమైన ఉద్యోగం ఉన్న మరొకరిని చూస్తారు, అందువల్ల సంతృప్తి లభించదు.

ఈ కోరికలను దురదతో పోల్చవచ్చు. మనకు దురద ఉన్నప్పుడు, అది గోక్కోవాలనే బలీయమైన కోరికను సృష్టిస్తుంది. కానీ గోకడం సమస్యను పరిష్కరించదు. కొద్దిసేపు ఉపశమనం ఉంటుంది, ఆపై గోక్కోవాలనే కోరిక మరింత ఉధృతితో తిరిగి వస్తుంది. బదులుగా, దురదను కొంతకాలం సహిస్తే/తట్టుకుంటే, గోక్కోవాలనే కోరిక నెమ్మదిగా నశిస్తుంది.

అదే తర్కం కోరికలకు కూడా వర్తిస్తుంది. మనస్సు మరియు ఇంద్రియాలు, సుఖానందం కోసం అనేక కోరికలను పుట్టిస్తుంటాయి. మనం వాటిని నెరవేర్చే ఆటలో ఉన్నంత కాలం, అవి అంతులేకుండా చెలరేగుతూనే ఉంటాయి. కానీ, మనస్సు భౌతిక ఆకర్షణల నుండి మళ్లించడం మరియు ఇంద్రియ కోరికలను త్యజించడం నేర్చుకున్నప్పుడు, మనం ఆత్మ యొక్క అంతర్గత ఆనందానికి చేరువవుతాము.

ఇంద్రియ కోరికలను త్యజించినవాడు భగవంతుడిలా అవుతాడని కూడా కఠోపనిషత్తు చెప్పింది:

యదా సర్వే ప్రముచ్యంతే కామాయేఽస్య హృది శ్రితః
అథ మర్త్యోఽమృతో భవత్యత్ర బ్రహ్మ సమశ్నుతే (2.3.14)

'హృదయం నుంచి అన్ని స్వార్థపూరిత కోరికలను తొలగించినప్పుడు, భౌతికంగా సంకెళ్ళు వేయబడిన జీవాత్మ, జనన-మరణం నుండి విముక్తి పొంది, సాశీల్యంలో భగవంతునివలె అవుతుంది.' ఏ విధమైన కోరికలూ లేని, జీవాత్మ యొక్క దివ్య స్వభావం గూర్చి, శ్రీమద్ భాగవతం ఇలా పేర్కొన్నది:

విముంచతి యదా కామాన్ మానవో మనసి స్థితాన్
తర్హ్యేవ పుండరీకాక్ష భగవత్త్వాయ కల్పతే (7.10.9)

'కోరికలను నిర్మూలించి, సంతృప్తికరమైన స్థితిలో ఉన్న వ్యక్తి భగవంతుడిలా అవుతాడు.'

భగవద్గీత కూడా ఇలా పేర్కొంటున్నది:

విహాయ కామాన్యః సర్వాన్పుమాంశ్చరతి నిఃస్పృహః
నిర్మమో నిరహంకారః స శాంతిమధిగచ్ఛతి (2.71)

'ఎవరైతే అన్ని ప్రాపంచిక కోరికలను త్యజించి, అత్యాశ లేకుండా, నేను/ నాది అన్న భావన లేకుండా, అహంకార రహితముగా ఉంటాడో, అలాంటి వానికి పరిపూర్ణమైన ప్రశాంతత లభిస్తుంది.'

కోరికలను తొలగించుకోవటమే బౌద్ధ సిద్ధాంతపు ప్రధాన సారాంశం. బుద్ధుడు గట్టిగా నొక్కి చెప్పిన నాలుగు విశిష్ట సత్యాలు ఏంటంటే:

1) ప్రపంచంలో దుఃఖం ఉంది.

2) దుఃఖానికి ఒక కారణం ఉంది.

3) దుఃఖానికి కారణం కోరిక.

4) కోరికలని నిర్మూలించితే, దుఃఖాలు నిర్మూలించబడతాయి.

కోరిక నుంచి మొదలైన అధోగత దుర్దశ కేవలం కోపం మరియు దురాశతో ఆగదు. అది ఎంత పతనానికి దారి తీస్తుందో చూద్దాం.

కోపం విచక్షణను నాశనం చేస్తుంది

కోరిక అనేది రెండు వైపులా పదునైన కత్తిలా ఎలా ఉంటుందో మనం చూశాము. దాని నెరవేర్పు దురాశకు దారితీస్తుంది మరియు దానికి ఆటంకంవస్తే కోపానికి దారితీస్తుంది. కోపం తలెత్తిన తర్వాత, అది అనేక ఇతర బాధలను తెస్తుంది. శ్రీకృష్ణుడు ఇలా చెబుతున్నాడు:

క్రోధాద్భవతి సమ్మోహః సమ్మోహాత్ స్మృతివిభ్రమః।
స్మృతిభ్రంశాద్బుద్ధి నాశో బుద్ధినాశాత్ ప్రణశ్యతి

(భగవద్గీత 2.63)

'కోపం అనేది విచక్షణా రాహిత్యానికి దారి తీస్తుంది, అది స్మృతి (జ్ఞాపకశక్తి) భ్రమని కలుగ చేస్తుంది. స్మృతిభ్రమ కలిగినప్పుడు బుద్ధి నశిస్తుంది. బుద్ధి నశించినప్పుడు మనుష్యుడు పతనమౌతాడు.'

ఉదయపు పొగమంచు సూర్యకాంతిపై మబ్బుగా కప్పివేత సృష్టించినట్లే, కోపం తెలివిని కమ్మివేస్తుంది. బుద్ధి కప్పివేయబడినప్పుడు, అది జ్ఞాపకశక్తిని దిగ్భ్రమకు గురిచేస్తుంది. ఆ వ్యక్తి ఏది సరైనది మరియు ఏది తప్పు అని మరచిపోయి భావోద్వేగ ఒరవడిలో కొట్టుకుపోతాడు. స్మృతి (జ్ఞాపకశక్తి) భ్రమ బుద్ధి నాశనానికి దారి తీస్తుంది. బుద్ధి అనేది మన అంతర్గత మార్గదర్శి కాబట్టి, అది నశించినప్పుడు, వ్యక్తి నాశనమైపోతాడు.

ఈ విధంగా, కోరికల నుండి ఎన్నో మానసిక క్లేశములు పుట్టుకొస్తాయి. ఇక ఇప్పుడు, దీనికి విరుద్ధంగా ఎలా ఉంటుందో చూద్దాం. మనం కోరికలను నిర్మూలించినప్పుడు, దురాశ, సహజంగానే అదృశ్యమైతుంది, మరియు కోపం కూడా. కోపం తరువాత వరుసగా వచ్చే ఏ ఇతర క్లేశములు కూడా తలెత్తవు. కేవలం కోరికను జయించడం ద్వారానే మనస్సు అదుపులోకి వస్తుంది.

మరైతే, కోరికే అన్నీ సమస్యలకు మూలమైతే, అసలు ఈ కోరికని పుట్టించేది ఏమిటో చూద్దాం.

మోహమనే రోగము

మనకందరికీ విభిన్నమైన కోరికలుంటాయి. ఈ పుస్తకం చదువుతున్నప్పుడు, కొందరి మనస్సు టీ(tea) గురించి, మరొకరి మనసు క్రికెట్ గురించి ఆలోచించడం మొదలు పెడుతాయి, మరొకరి మనస్సు తన బిడ్డ వైపు పోతుంది. వ్యక్తుల మనస్సులు ఇలాంటి భిన్నమైన కోరికలను ఎందుకు సృష్టిస్తాయి?

ఈ కోరికలలో ఉన్న వైవిధ్యానికి గల కారణం ఏమిటి? ఒక వ్యక్తి పేరు ప్రతిష్ఠలను ఎంతగా కాంక్షిస్తాడంటే తాను ఎన్నికల్లో గెలవటానికి రోజుకు

పదిహేను ఉపన్యాసాలు ఇవ్వడానికి సంసిద్ధంగా ఉంటాడు. మరొకరికి డబ్బుమీద ఎంత ఆశ ఉంటుందంటే, దాన్ని సంపాదించటానికి తన కుటుంబాన్ని కూడా నిర్లక్ష్యం చేస్తారు. మూడోవాడు తాను ఇష్టపడిన అమ్మాయి కోసం, ఆమె మీద తన సంపదలన్నీ త్యాగం చేయడానికి సిద్ధపడుతాడు. అసలు ఈ కోరిక ఎక్కడ నుంచి పుడుతుంది?

దీనికి సమాధానం ఏమిటంటే, మన మనస్సు ఏదో ఒకదానిపై మమకారాసక్తి (అటాచ్మెంట్) తో ఉన్నప్పుడు, దాని కోసం కోరికను అనుభవిస్తాము. కోరికకు కారణం అటాచ్మెంట్. మమకారాసక్తి ఉన్న వస్తువిషయముల వద్దకు మనస్సు తరచుగా వెళ్తుంటుంది. మరోలా చెప్పాలంటే, ఒకరు మద్యం పట్ల ఆసక్తితో ఉంటే, మద్యం కోరిక మనస్సుకు తరచుగా వస్తుంది. సిగరెట్ పట్ల ఆసక్తితో ఉంటే, సిగరెట్ తాగడం వల్ల కలిగే ఆనందం యొక్క ఆలోచనలు మనస్సులో నిరంతరం ప్రవహిస్తాయి, వాటి కోసం ఒక తృష్ణను సృష్టిస్తాయి. ఈ విధంగా, అటాచ్మెంట్, కోరికకు దారితీస్తుంది.

ఈ విషయం కామన్ సెన్స్‌కి విరుద్ధంగా అనిపించవచ్చు. ఒక వస్తువు యొక్క అంతర్గత లక్షణాలు మనల్ని దాన్ని కోరుకునేలా చేస్తాయని అనుకోవడం తార్కికంగా సరిగానే అనిపిస్తుంది. కానీ ఇది నిజంగా అలా కాదు.

ఉదాహరణకు, ఆల్కహాల్ (మద్యం) లో ఆకర్షణీయమైన సువాసన ఉండదు. ఇది దుర్వాసనతో మరియు ఎబ్బెట్టుగా ఉంటుంది, మరియు మనం మొదటి సారి దాని రుచి చూసినప్పుడు, మనకు నిజానికి నచ్చదు. అయినా, అదే దుర్వాసన ఒక తాగుబోతుకు ఎంత కమ్మగా ఉంటుందంటే, మద్యం-దుకాణం పక్కగా వెళ్ళేటప్పుడు ఆశతో ఊగిసలాడతాడు. అదే మద్యం వాసన, ఒకరికి వాంతి పుట్టిస్తుంది మరొకరికి కోరికని రగిలిస్తుంది. ఈ తేడా అటాచ్మెంట్ వల్ల. తాగుబోతుకి ఈ వాంఛ అతనికున్న మద్యం పట్ల అటాచ్మెంట్ వల్ల వస్తున్నది.

మరొక ఉదాహరణ చూడండి:

సిగరెట్ల నుండి వచ్చే పొగ ఆహ్లాదకరమైనదా లేదా అసహ్యకరమైనదా? మీరు, 'ఇది చాలా భయంకరంగా ఉంది. ఇది నన్ను పక్కకి తిరిగి వేరే వైపు

వెళ్ళేట్టు చేస్తున్నది.' అని అనవచ్చు. మరైతే, సిగరెట్ల బానిసకు ఎందుకు అది అంత ఆకర్షణీయంగా ఉంది? దానికి కారణం తన సొంత అటాచ్మెంట్ యే. వీరిలో వెంపర్లాట సృష్టించేది, సిగరెట్ల యొక్క స్వాభావిక గుణం కాదు, కానీ వారి యొక్క మనస్సులోని అటాచ్మెంట్ యే.

ఈ విషయాన్ని మరొక్క సారి నొక్కి చెప్పనివ్వండి. **ఒక వస్తువుపట్ల వాంఛను సృష్టించేది, మనకున్న ఆసక్తి/మమకారమే, అంతేకానీ దాని స్వాభావిక లక్షణాలు కాదు.** మరో ఉదాహరణ చెప్పనివ్వండి.

ఓ తల్లి సంతలో తన చిన్నారిని కోల్పోయింది. ఆమె పోలీసు స్టేషన్ వెళ్ళి, తప్పిపోయిన తన బిడ్డని గురించి ఫిర్యాదు చేసింది. అక్కడున్న పోలీసు ఇలా అన్నాడు, 'అమ్మా, నలుగురు తప్పిపోయిన చిన్నారులు మాదగ్గరికి తీసుకురాబడ్డారు. వీరిలో ఎవరు నీ బిడ్డో చూసుకో.'

ఆ తల్లి వాళ్ళందరి వైపు చూసి ఇలా అన్నది, 'వీళ్ళెవరూ నా బిడ్డ కాదు.' అని.

'కానీ, ఇంత అందమైన పిల్లలను చూసావు, వీళ్ళల్లో ఎవరో ఒక బిడ్డని ఎంచుకుని, తల్లి ప్రేమతో ఆలింగనం చేసుకోవచ్చుగా? నీ బిడ్డ కోసమే ఎందుకు ఆత్రుత పడుతావు? అన్నాడు, ఆ పోలీసు.

ఆ తల్లి ఇలా అన్నది, 'పోలీసు సారూ, ఓ అమ్మ హృదయాన్ని మీరు ఎన్నటికీ అర్థం చేసుకోలేరు. నా చిన్నారిని చూసినప్పుడే నాకు నిద్ర పడుతుంది.'

ఆమ్మకి బిడ్డ అందంతో పనిలేదు. తన మనసు మమకారంతో ఉన్న, తన బిడ్డే కావాలి.

ఈ ప్రకారంగా, కోరికకు కారణం ఇప్పుడు తెలిసిపోయింది. – అదే మమకారాసక్తి (అటాచ్మెంట్). పూర్తి లింక్ ఇప్పుడు స్పష్టం అయింది. మనం అటాచ్మెంట్ ని కలిగి ఉంటే, అది కోరికకు దారితీస్తుంది; కోరిక నుంచి కోపం, దురాశలు తలెత్తుతాయి. కోపం వల్ల తదుపరి, భ్రమ వంటి విపరీత సమస్యలు ఉత్పన్నమవుతాయి.

దానికి ప్రతిగా, మనం మమకారాసక్తిని (అటాచ్మెంట్) తొలగించగలిగితే, కోరికకు ఇక ఆస్కారం ఉండదు, తదుపరి అన్ని బాధలు వాటంతటవే ఆగిపోతాయి.

ఇది మిలియన్ డాలర్ల ప్రశ్నను కలుగచేస్తుంది: అటాచ్మెంట్‌కు కారణం ఏమిటి? తరువాత సెక్షన్ దీనిని వివరిస్తుంది.

పదే పదే ఆలోచించటం యొక్క పరిణామం

అందరి మనసూ ఒకే విషయం పట్ల మమకారాసక్తితో ఉండదు. ఒకరు గోల్ఫ్ పట్ల ఎంత నిబద్ధతతో ఉంటారంటే, అతని భార్య వాస్తవంగా గోల్ఫ్-వితంతువుగా ఉండిపోతుంది. మరొకరు తన భార్యపట్ల ఎంత మమకారంతో ఉంటారంటే, ఆమెను ప్రసన్నం చేసుకోవటానికి తన డబ్బు అంతా ఆమె కోసం ఖర్చు పెడతాడు. మూడోవాడు డబ్బుకోసం ఎంత అంకితభావంతో ఉంటాడంటే, తన కుటుంబంతో గడిపేందుకు సమయం ఉండదు. మనకందరికీ వేర్వేరు అటాచ్మెంట్లు ఉన్నాయి. వాటి మూలాన్ని అర్థం చేసుకోవడానికి ప్రయత్నిద్దాం.

మన మనస్సు 'ఈ ఫలానా వస్తువులో లేదా వ్యక్తిలో ఆనందం ఉంది' అన్న ఆలోచనను పదేపదే పునశ్చరణ చేస్తే, ఆ వస్తువు లేదా వ్యక్తిపట్ల మన మనస్సుకు మమకారాసక్తి (అటాచ్మెంట్) ఏర్పడుతుంది.

ఉదాహరణకు, ఒక తరగతిలో చాలా మంది బాలురు మరియు బాలికలు ఒకరితో ఒకరు కల్మషం లేకుండా వ్యవహరిస్తుంటారు. ఒక రోజు, ఒక అబ్బాయి ఒక అమ్మాయి గురించి ఏదో గమనించి, 'ఆమె నాదైతే నేను చాలా సంతోషంగా ఉంటాను' అని ఆలోచించడం మొదలుపెడతాడు. అతను ఈ ఆలోచనను నిరంతరం పునరావృతం చేయటం చేత, అతని మనస్సులో ఆమెపై మమకారాసక్తి ఏర్పడుతుంది. అతను తన స్నేహితులతో తాను ఆమెను పిచ్చిగా ప్రేమిస్తున్నానని, మరియు అతని మనస్సు ఆమె గురించి పదేపదే ఆలోచిస్తున్నందున తాను చదువుకోలేకపోతున్నానని చెప్తాడు. క్లాసులో అందరూ కలసి మాట్లాడుకుంటూ, చదువుకుంటూ ఉన్నా ఎవరికీ ఆమె పట్ల అలా పిచ్చిలేదు, అని అతని స్నేహితులు అతనిని ఎగతాళి చేస్తారు. ఆమె గురించి ఆలోచిస్తూ, ఎందుకు అతను తన నిద్రను పోగొట్టుకొని మరియు తన చదువును నాశనం చేసుకుంటున్నాడు? కారణం, అతను అమ్మాయిలో ఆనందాన్ని పదేపదే చింతన చేయటం, ఫలితంగా అతని మనస్సు ఆమెపట్ల మమకారాసక్తి ఏర్పడటం.

ఈ మమకారాసక్తి (అటాచ్మెంట్) ఎలా అభివృద్ధి చెందుతుందో వివరించే రెండవ ఉదాహరణను పరిశీలించండి.

ఎవరికైనా మద్యం పట్ల ఆసక్తి ఎలా ఏర్పడుతుంది? ప్రారంభంలోనే, 'బాటిల్ తీస్కురండి! అది లేకుండా నేను బతకలేను' అని అనరు. అసలుకైతే, మొదటి సారి, మద్యం రుచి జుగుప్సాకరంగా ఉంటుంది మరియు ప్రజలు బలవంతంగా తాగుతారు. అయినాసరే, వారి స్నేహితులు, 'మాకందరికీ విస్కీ నుండి చాలా సుఖం వస్తున్నది. తాగు, లైఫ్ ఎంజాయ్ చెయ్యి!' అని నమ్మబలుకుతారు.

ఇతరుల చెడు సలహాల వలన, 'నా స్నేహితులు దీన్ని ఎంజాయ్ చేస్తున్నారు. నేను కూడా అలా చేస్తా.' అని అనుకుంటాడు. కొంచెం తాగిన పిదప, మెదడులో కలిగిన ప్రేరణ వల్ల చిన్న కిక్కు పొందుతాడు. మెదడులో ఏదో తేలిగ్గా అనిపించిన భావనలో ఆనందాన్ని చింతించటం ప్రారంభిస్తాడు. మద్యాన్ని తీస్కున్నకొద్దీ, దానిలో మరింత ఆనందాన్ని చింతన చేస్తుంటాడు, మరియు మరింత లోతుగా అటాచ్మెంట్ పెరిగిపోతుంది, అంతిమంగా, తాగుబోతుగా అయిపోతాడు.

మొదటి రోజు, బలవంతంగా తాగిన అదే వ్యక్తి ఇప్పుడు, 'నేను, నా కుటుంబం ఏమైనా ఫర్వాలేదు, నా వ్యాపారం నాశనం కానీ. నా కాలేయం చెడిపోతే, పోనీ! కానీ నాకు నా వోడ్కా యొక్క ఐదవ పెగ్ ఇవ్వండి... అది లేకుండా నేను బతకలేను!' అంటాడు. ఇంత పరివర్తన ఎలా జరిగింది?. అతనే స్వయంగా, మద్యంలో ఆనందం గురించి పదే పదే ఆలోచించడం ఆ వ్యసనానికి దారితీసింది.

ఇక ఇప్పుడు ఈ పూర్తి లింకు స్పష్టంగా ఉంది. ఒకదాని వెంట ఒకటి వచ్చే కారణత్వము భగవద్గీతలో కూడా పేర్కొనబడినది.

ధ్యాయతో విషయాన్ పుంసః సంగస్తేషూపజాయతే।
సంగాత్ సంజాయతే కామః కామాత్ క్రోధోఽభిజాయతే (2.62)

'ఇంద్రియ విషయములలో ఆనందం ఉందని పదే పదే చింతన చేయటం వలన వాటి మీద మమకారాసక్తి పెరుగుతుంది. ఈ ఆసక్తి కోరికలను కలుగ చేస్తుంది, ఆ కోరికల నుండే క్రోధం ఉత్పన్నమవుతుంది.'

మనమందరమూ ఆనందాన్ని ఎందుకు కాంక్షిస్తాము?

ఆనందం కోరుకునే యొక్క చింతనతో, మానసిక బాధల పరంపర ఎలా మొదలవుతుందో మనం చూశాము. ఇక ఈ చిట్టచివరి అంశానికి వచ్చాము. అసలు ఆనందాన్ని ఎందుకు కోరుకుంటాము? మన కుటుంబంలో, వృత్తిలో, అభిరుచుల్లో, పనుల్లో, మరియు చాలా చాలా వాటిల్లో మనం ఆనందాన్ని వెతికే ప్రయత్నంలో ఉంటాము. అయినా అది అందకుండా పోతుంది. ఎన్నిసార్లు నిరాశపడ్డా, ఈ ఆనందాన్ని కాంక్షించటం ఎందుకు ఆపేయలేము?

వేదములు ఇలా పేర్కొంటున్నాయి: 'ఆనందో బ్రహ్మేతి వ్యజానాత్', 'భగవంతుడు అంటే పరమానంద స్వరూపమే అని తెలుసుకో' అని. సర్వోత్కృష్ట భగవానుడు అనంతమైన దివ్య ఆనందసింధువు, మరియు మనం జీవాత్మలం ఆయన అంశలము. సహజంగానే, ప్రతి భాగము, దాని మూలం పట్ల ఆకర్షితమవుతుంది. ఒక మట్టి ముద్ద, ఈ భూమి యొక్క భాగమే, అందుకే గురుత్వాకర్షణ శక్తిచే అది భూమివైపు లాగబడుతుంది. సముద్ర ఉపరితలం నుండి పైకెళ్ళే నీటి ఆవిరి వర్షించటం ద్వారా ఒక నది సృష్టించబడుతుంది, మరియు అది తిరిగి సముద్రంలోనికే ప్రవహిస్తుంది. అదేవిధంగా, మనం జీవాత్మలం, ఆ అనంతమైన దివ్య ఆనందసింధువు యొక్క చిన్న బిందువులము, అందుకే మనం స్వస్వభావంగా ఆనందాన్ని కోరుకుంటాము. భగవంతుని అనంతమైన ఆనందాన్ని పొందేవరకు, మనం సంతృప్తి చెందము.

మరో మాటలో చెప్పాలంటే, ఓ చిన్న భాగమైన మన జీవాత్మ, ఆ మొత్తాన్ని, అంటే ఆ పరమాత్మను సాధించే వరకు, ఆనందం కోసం అన్వేషణను మనం ఆపలేము. ఎక్కడో ఓచోట ఆనందం ఉందని చింతన చేస్తాము, మరియు అది జరిగితే, మమకారాసక్తి, కోరిక, కోపం మరియు దురాశ మొత్తం ఒకదానివెంట ఒకటి సహజంగానే అనుసరిస్తాయి.

ఆనందమును వెదకుట మన సహజ స్వభావమని అర్థంచేసుకున్నాం; దాన్ని మార్చలేము. అయితే, మనం ఈ మానసిక క్లేశములను అధిగమించడం ఎలా? ఈ సమస్యకు పరిష్కారం నిజానికి చాలా సరళమైనది.

నిమ్న స్థాయి మమకారాసక్తులను, ఉన్నత స్థాయి వాటితో భర్తీ చేయండి

భౌతిక శరీరానికి దాహం ఎంత సహజమో, ఆనందం కోసం కోరిక జీవాత్మకు అంత సహజం.. 'నేను ఆనందాన్ని ఎక్కడా ఆలోచించను' అని అనుకోవటం అసాధ్యం. అప్పుడు సరళమైన పరిష్కారం ఏంటంటే, ప్రయోజనకరమైన వస్తు-విషయములలో ఆనందాన్ని చింతించటం. అంతర్గత పెరుగుదల, ఇంద్రియనిగ్రహణ, సేవ మరియు త్యాగం వంటి సద్గుణాల కోసం కోరికలను పెంపొందించుకోండి.

ఉదాహరణకు, మనం వివేకవంతులుగా మారటంలో ఆనందం ఉందని పదేపదే చింతన చేస్తే, మనకి మంచి జ్ఞానం పట్ల ఆసక్తి ఏర్పడుతుంది. ఇది మరింత జ్ఞానాన్ని పెంపొందించుకోవాలనే గాఢకాంక్షకు దారి తీస్తుంది. జ్ఞానం కోసం కోరిక అనేది మంచిది-మనల్ని బంధించదు; బదులుగా, అది మనలను ఉద్ధరిస్తుంది.

అదేవిధంగా, మనం మంచి ఆరోగ్యంపట్ల ఆనందాన్ని చింతన చేస్తే, మనం దానికి అంకితమవుతాము. ఇది మన చక్కటి ఆరోగ్యం కోసం బలమైన కోరికను కలుగచేస్తుంది. అలాంటి కోరిక హానికరం కాదు, మనకు ఆరోగ్యంగా మారడానికి సహాయపడుతుంది.

సర్వోత్కృష్ట భగవంతుని పట్ల ప్రేమను పెంపొందించుకోవటానికి ఇదే సూత్రాన్ని ఉపయోగించవచ్చు. భగవంతునిలోనే ఆనందం ఉందని మనం పదేపదే అనుకుంటే, మనకు ఆయనపట్ల మమకారాసక్తి ఏర్పడుతుంది. అప్పుడు మనస్సు పరమాత్మ కోసం వెంపర్లాడుతుంది. శ్రీమద్ భాగవతం ఇలా పేర్కొంటున్నది:

> విషయాన్ ధ్యాయతశ్చిత్తమ్ విషయేషు విషజ్జతే
> మామ్ అనుస్మరతశ్చిత్తమ్ మయ్యేవ ప్రవిలీయతే (11.14.27)

'పదే పదే ఇంద్రియ వస్తువిషయములపై ఆనందాన్ని చింతన చేస్తే వాటిపై మమకారాసక్తి (అటాచ్మెంట్) ఏర్పడిపోతుంది. ఇక ఇప్పుడు, భగవంతుడు అనంత ఆనంద సింధువు అని తరచుగా చింతన చేయుము, దాంతో భగవంతుని పట్ల నీకు భక్తి పెరుగుతుంది.'

ప్రక్రియ అదే; మనం కేవలం దిశను మార్చాలి. శ్రీ రామకృష్ణ పరమహంస ఈ సూత్రాన్ని చాలా స్పష్టంగా ఇలా వ్యక్తపరిచారు:

> అత్యున్నత దానిపై ప్రేమయే భక్తి; మరియు అల్పమైనది దానికదే వీగిపోతుంది.

చరిత్రలో గొప్ప సాధువులు కోరిక నుండి విముక్తి పొందలేదు, బదులుగా, వారి కోరిక మనకన్నా కోట్ల రెట్లు బలంగా ఉండేవి. ఒకేఒక తేడా ఏమిటంటే, మనము ప్రాపంచిక వస్తువిషయములను కోరుకుంటే, వారు భగవంతుడిని హృదయపూర్వకంగా ప్రేమించాలని మరియు వారి ప్రతి పనితో ఆయనను సేవించాలని కోరుకున్నారు.

పరమాత్మతో అనుబంధం భౌతికమైన అనుబంధంలా మనస్సును పాడు చేయదు, పైగా, అది మనస్సును శుద్ధి చేస్తుంది. భగవంతుడు పరమశుద్ధుడు, మన మనస్సును ఆయనతో జతచేసినప్పుడు అది పవిత్రమవుతుంది. భగవద్గీత ఇలా పేర్కొంటున్నది:

> మాం చ యోఽవ్యభిచారేణ భక్తియోగేన సేవతే।
> స గుణాన్ సమతీత్యైతాన్ బ్రహ్మభూయాయ కల్పతే (14.26)

'నిష్కల్మషమైన భక్తి ద్వారా తమ మనస్సుని నాయందే నిమగ్నం చేసినవారు, ప్రకృతి త్రిగుణములకు అతీతులై పోవుదురు మరియు సర్వోత్కృష్ట బ్రహ్మం స్థాయికి చేరుతారు.'

భౌతిక కోరికలు ఆత్మను బంధిస్తుండగా, దివ్యమైన కోరికలు మనలను ఉద్ధరిస్తాయి. మరైతే కోపం మరియు దురాశల సంగతి ఏంటి?

కోపాన్ని మీ స్నేహితుడిగా చేసుకోండి

కోరిక అనేది కోపం, మరియు దురాశలకు దారి తీస్తుందని మనం చూశాం. ఉదాత్తమైన/దివ్య విషయాలపట్ల కోరిక విషయంలో కూడా ఈ నియమానికి మినహాయింపు లేదు. అది నెరవేరనప్పుడు భక్తునికి కూడా కోపం వస్తుంది. ఈ కోపాన్ని సరైన దిశలో మళ్లించడమే కీలకం. ఆ ప్రకారంగా, రామచరితమానస్ గ్రంధంలో, ఓ రామ భక్తుడు ఇలా అన్నాడు:

హా రఘునందన ప్రాన పిరీతే,
తుమ్హ బిను జియత బహుత దిన బీతే

'ఓ రామ చంద్ర ప్రభూ, నేనెంత పాషాణ హృదయుణ్ణి అంటే, నీపై భక్తి లేకపోయినా, నేనింకా జీవించేఉన్నాను.' కోపాన్ని సరైన ప్రయోజనకర దిశలో పెడితే, ఊర్ధ్వ దిశలో మనలని మరింత ప్రోత్సహిస్తుంది. అభివృద్ధి లేకపోవడం వల్ల మన మీద మనకే కోపం వస్తే, కష్టపడి ప్రయత్నించడానికి మరింత శ్రమిస్తాము. రాజీ పడటానికి నిరాకరిస్తాము, మరియు మనస్సుని ఔన్నత్యం దిశగా మరింత ముందుకు నడిపిస్తాము. ఈ విధంగా, క్రోధాన్ని సరైన దిశలో పెట్టడం ద్వారా దాన్ని మన మిత్రునిగా మరల్చుకోవచ్చు.

దురాశని మీ మిత్రునిగా మార్చుకోండి

కోరికలు తీరితే అది దురాశగా పరిణమిస్తుందని మనం నేర్చుకున్నాం. అదే విధంగా, పవిత్రమైన కోరికలు, దివ్య దురాశకు దారి తీస్తాయి. భక్తుడు మరింత భక్తి కోసం, మరింత దివ్య ఆధ్యాత్మిక జ్ఞానం, ఇంకా మరింత సేవ కోసం పరితపిస్తాడు. ఇటువంటి దురాశ చాలా ప్రయోజనకరమైనది ఎందుకంటే, అది వ్యక్తిని మరింత ప్రగతి కోసం మరింత పరితపించేలా చేస్తుంది. ఈ ప్రకారం, ఓ భక్తుడు ఇలా అంటాడు:

సీతా రామ చరణ రతి మోరే,
అనుదిన బఢౌ అనుగ్రహ తోరే (రామచరితమానస్)

'ఓ సీతా రామా! మీ చరణాల పట్ల, నా ప్రేమయుక్త భక్తి, రాత్రింబవళ్లూ పెరుగుతూనే ఉండాలని ప్రార్థిస్తున్నాను.' ఇది ఒక ఏమాత్రం హాని చేయని పవిత్రమైన దురాశ. బదులుగా, అది వ్యక్తిని మరింత ఆధ్యాత్మిక ఉన్నతస్థాయి శిఖరాలకు ఎక్కిస్తుంది.

మరైతే అసూయ సంగతి ఏమిటి? మిగతా వాటిలాగే, దాన్ని కూడా సరైన దిశలో పెడితే, అది సహాయకారిగా మారుతుంది. ఆధ్యాత్మిక ఎదుగుదలలో మన కంటే ముందున్న ఇతరులను చూసినప్పుడు, మనం ఇలా అనుకోవాలి, 'ఆమె నాతోపాటే జె.కె.యోగ్ సత్సంగాలకు హాజరుకావడం ప్రారంభించింది. ఆమె చాలా వేగంగా పురోగతి సాధించింది

చెందింది మరియు అపారమైన ఓర్పు మరియు సహనాన్ని అభివృద్ధి చేసుకుంది. నేను ఎందుకు వెనుకబడి పోయాను? నేను కూడా, నన్ను నేను ఉద్ధరించు కోవటం కోసం తీవ్రంగా ప్రయత్నించాలి.'

గర్వాన్ని మీ స్నేహితునిగా చేసుకోండి.

భౌతిక దోషములన్నింటిలో పెద్దది, గర్వము/అహంకారము, దీన్ని జయించటం అత్యంత కష్టతరం. జనులు శాస్త్ర పండితులు అవుతారు, మరియు తపశ్చర్యల్లో నిష్ణాతులవుతారు, అయినా అహంకార పూరితంగా ఉంటారు. మరొకసారి, భగవంతుని వైపు తిప్పటం ద్వారా ఈ అహంకారాన్ని నిర్వీర్యం చేయవచ్చు.

అస అభిమాన జాఇ జని భోరే,
మైఀ సేవక రఘుపతి పతి మోరే (రామచరితమానస్)

'ఆ శ్రీరామచంద్ర ప్రభుపే నా స్వామి, నేను అలాంటి మహాత్ముడికి దాసుడను, అన్న ఈ గర్వం నన్ను వదలకుండుగాక.' **భగవంతుని పట్ల గర్వము, భక్తిపట్ల విశ్వాసాన్ని, ఉత్సాహాన్ని బలపరుస్తుంది.**

మనలోని అన్ని మానసిక క్లేశములూ-మనలోనే ఉన్న అతి చెడ్డ శత్రువులు-వాటికి సరైన దిశానిర్దేశం చేయబడినప్పుడు మన ప్రాణ స్నేహితులవుతాయి. మనల్ని మనం మార్చుకోవడం కొరకు, ఇదొక శక్తివంతమైన జ్ఞానము!

ఇప్పుడు, అంతర్గత పరివర్తన తాత్కాలితంగా కాకుండా, శాశ్వతంగా ఉండిపోటానికి, మన అలవాట్లలో ఉన్న శక్తిని మేల్కొల్పాలి. పాత అలవాట్లను విడిచిపెట్టి, మరియు ప్రయోజనకరమైన వాటిని ఎలా అభివృద్ధి చేసుకోవాలి? మనలో గొప్ప అలవాట్లను ఎలా వ్యవస్థాపించవచ్చో చర్చించుకుందాం.

ప్రధాన అంశాల సారాంశం

» శారీరక రోగాల లాగే మానసిక రుగ్మతలు కూడా ఉంటాయి. కోపం, దురాశ, కోరిక, అసూయ, మరియు గర్వం, ఇతర మానవ వైఫల్యాలు అన్నీ మానసిక రుగ్మతలే. ఇవి శారీరిక రుగ్మతలకంటే ఎక్కువ ప్రభావం చూపిస్తాయి.

» కోపం దానంతట అదే రాదు. కోరిక నెరవేర్పులో ఆటంకం ఏర్పడితే అది కలుగుతుంది.

» కోరిక అనేది ఎన్నటికీ సంతుష్టిలేని ఒక వ్యాధి. మనం ఎంత ఎక్కువగా కోరికలు నెరవేర్చుకుంటే, అంత ఎక్కువగా అది ప్రజ్వరిల్లుతుంది. కాబట్టి దురాశ అనేది కోరికల నెరవేర్పు నుండి వస్తుంది.

» కోరిక అనేది వస్తువులతో లేదా వ్యక్తుల పట్ల మమకారంతో (అటాచ్మెంట్) పుడుతుంది.

» మనం ఎక్కడైనా/ఎవరిలోనైనా ఆనందం ఉంది అని పదే పదే ఆలోచిస్తూ ఉన్నప్పుడు ఆ విషయం పట్ల మమకారాసక్తి (అటాచ్మెంట్) ఏర్పడుతుంది.

» ఆనందం గురించి చింతన చేయకపోవటం అనేది జీవాత్మకు అసంభవం. స్వయానా ఆ భగవంతుడే ఆనంద సింధువు, మరియు ఆత్మ భగవంతుడిలో ఒక భాగం కనుక సహజంగానే, ఆనందాన్ని వెతుక్కుంటూ ఉంటుంది. సరైన దిశలో ఆనందాన్ని వెతుక్కోవడమే, ఇక ఉన్న పరిష్కారం.

» భగవంతునిలో ఆనందం గురించి పదేపదే ఆలోచించడం, ఆయన పట్ల అనుబంధానికి దారి తీస్తుంది. ఇది భగవంతుని దిశలో కోరికలను మళ్ళిస్తుంది.

» భగవంతుడు పరిపూర్ణ పరిశుద్ధుడు కాబట్టి, ఆయన పట్ల కోరిక మనస్సును దిగజార్చదు. బదులుగా, అది ఆయన పట్ల భక్తితో శుద్ధి అవుతుంది.

3

అలవాట్ల శక్తి

అలవాటు అంటే ఏమిటి? సరళంగా చెప్పాలంటే, ఇది ఒక వ్యక్తి యొక్క స్వస్వాభావిక ఆలోచనా విధానం లేదా ప్రవర్తన. అలవాటు ప్రకారం ఉన్న ప్రవర్తన సహజమైనది లేదా స్వయంచాలకంగా ఉంటుంది మరియు స్వీయ-విశ్లేషణను కోరదు. మంచికో చెడుకో గానీ, ఈ అలవాట్లు మన వ్యక్తిత్వంలో ఒక అంతర్గత భాగంగా మారతాయి.

ఉదాహరణకి, పొద్దున్నే మంచం మీదే టీ తాగటం అలవాటైపోయినవారు, ఆ కప్పు టీ తాగనిదే మంచం దిగలేరు. రోజు ఆఫీసు అయిపోయాక టెన్నిస్ గేమ్ ఆడటానికి అలవాటైపోయిన వారు, వానకురిసిన రోజుల్లో ఆట ఆడలేకున్నప్పుడు, చాలా ఇబ్బందిగా ఫీల్ అవుతారు. భోజనంతో పాటుగా వైన్ తాగటం అలవాటైన వారికి, అది లేకుంటే ముద్ద దిగదు. మరియు, ప్రతి రోజు ఆధ్యాత్మిక సాధన ద్వారా, మనస్సును ఉద్ధరించుకునేవారు, ఒక్కరోజు సాధన తప్పినా ఏదో వెలితిగా ఫీల్ అవుతారు.

కండిషనింగ్ యొక్క శక్తి

భారతదేశంలోని దక్షిణ ఒడిశాలోని గజపతి జిల్లాలో, మహేంద్రగిరి కొండల దిగువన ఉన్న ప్రాంతంలో, ఏనుగులకు శిక్షణ ఇచ్చే చోటు ఉంది. నేను ఒకసారి మహేంద్రగిరిని సందర్శించాను, భూమిలోకి తవ్వి పాతిన చెక్క కొయ్యలకు వరుసగా ఏనుగులను తాడుతో కట్టివేసి ఉంచారు. ఏనుగులను ఇలా మచ్చిక చేసుకోవటం యొక్క రహస్యం గురించి నేను మావటివాడిని (ఏనుగుల సంరక్షకుడు) అడిగాను.

ఆ మావటివాడు ఇలా అన్నాడు. 'స్వామీజీ, ఆ ఏనుగు చిన్నగున్నగా ఉన్నప్పుడు, కొయ్యచెక్కకు తాడుతో కట్టేసేవాళ్లం. మొదట్లో, దానికి కట్టివేయబడటం అలవాటు ఉండక, ఒకటే గుంజుకునేది. అది చిన్నది, అంత శక్తి లేకపోవటం చేత, మరియు తాడు బలమైనది కావటంతో, తాడుని గుంజీ గుంజీ అలసిపోయి, చివరికి ఒక రోజు ఇక లాగటం దండగ అనే నిర్ణయానికొస్తుంది. అప్పుడిక, కదలకుండా ఉంటుంది. దానికి మనస్సులో "కండిషనింగ్" అయిపోయింది. ఆ తర్వాత, అదొక, పెద్ద భారీ ఏనుగు అయిపోయిన తరువాత కూడా, దాన్ని అదే కొయ్యచెక్కకు తాడుతో కట్టేస్తాము. ఒక్కసారి గుంజితే చాలు, అది స్వేచ్ఛగా వెళ్లిపోవచ్చు, కానీ అది అలా చేయలేదు, ఎందుకంటే దానికి 'కట్టివేయబడిపోయాను' అన్న 'కండిషనింగ్' ఏర్పడిపోయింది.

మనం మానవులం కూడా ఎలా 'కండిషనింగ్' అయ్యామో అలాగే ప్రవర్తించేందుకు మొగ్గు చూపుతాము. మన మనస్సు ఎలా 'కండిషనింగ్' చేయబడిందో, అవే అలవాట్ల శక్తి ప్రకారంగా పని చేస్తాము. మానవులుగా మనకు నచ్చినట్లు ఎంచుకునే స్వేచ్ఛ ఉంది, కానీ అందుబాటులో ఉన్న ప్రత్యామ్నాయాలను మనం అరుదుగా పరిగణనలోకి తీసుకుంటాము.

అబ్బా, ఛీ! అసలుకైతే ఈ రోజు
నేను ఇంట్లోంచే పనిచేయాలి కదా.

మన రోజువారీ వైఖరులు/దృక్పథాలు కూడా మానసిక "కండీషనింగ్" నుంచి వస్తాయి. విషయాలను సకారాత్మక దృక్పథంతో చూడటానికి మన మనస్సుకు అలవాటు చేస్తే, క్లిష్ట పరిస్థితులు ఎదురైనప్పుడు కూడా మనం ఉల్లాసంగా మరియు ఆశాజనకంగా ఉండటానికి అవకాశం ఉంది. మన మనస్సును అనుమానపు దృక్పథంతో ఉంచుకుంటే, లేదా ఇతరులలో చెడును చూడటం అలవాటు చేసుకుంటే, వారి మంచి ఉద్దేశాలను కూడా అనుమానించడం అలవాటు అవుతుంది. అదే ప్రకారంగా, ఔదార్యం, సానుభూతి, భయం, మరియు ఈర్ష్య వంటి తలంపులు కూడా అలవాటైన ఆలోచనా సరళి నుండే వస్తాయి. **మొదట అలవాట్లను మనం ఏర్పరుచుకుంటాం, తరువాత ఆ అలవాట్లు మనల్ని మార్చుతాయి.**

ఎందుకు ఈ అలవాట్లు ఇంత శక్తివంతంగా మనపై పట్టుబిగిస్తాయి? దీనికి కారణం మెదడు పనిచేసే విధానమే. ఇది ఎలాగో అర్థం చేసుకుందాం.

మెదడు యొక్క న్యూరోప్లాస్టిక్ స్వభావం

మానవ మెదడు వంద కోట్ల న్యూరాన్లను కలిగి ఉందని న్యూరాలజీ శాస్త్రం చెబుతోంది. ఇవి ఒకదానితో మరొకటి కలిసి అనుసంధానమై ట్రిలియన్ల న్యూరల్ సర్క్యూట్లను ఏర్పరుస్తాయి. మెదడులో మనం ఉత్పత్తి చేసే ప్రతి ఆలోచనా సరళి, నాడీ సంధులను వాడుకుంటుంది. **మనం పదే పదే ఏదేని ఆలోచనల సరళిని అనుసరిస్తే అది మెదడులో అచ్చువేసినట్టు ఏర్పడిపోతుంది.**

'న్యూరోప్లాస్టిసిటీ' అని పిలవబడే ఈ ప్రక్రియ ఏమిటంటే, పరిస్థితులు లేదా వాతావరణంలోని మార్పులకు ప్రతిస్పందనగా, కొత్త నాడీ అనుసంధానాలను ఏర్పరచడం ద్వారా మనస్సు తనను తాను పునర్వ్యవస్థీకరించుకునే సామర్థ్యం. న్యూరోప్లాస్టిసిటీ యొక్క పర్యవసానం ఏమిటంటే మెదడులో ఒక నాడీ వలయం బలంగా ముద్రించబడినప్పుడు, ఆ సంబంధిత ఆలోచనా సరళి మనస్సుకు సులభంగా వస్తుంది, తద్వారా దానిని 'కండీషనింగ్' చేస్తుంది.

మానవ, జంతు ప్రవర్తనలపై అలవాట్ల ప్రభావాన్ని మొట్టమొదటగా పేర్కొన్నది, ప్రముఖ రష్యన్ శరీరభౌతిక శాస్త్రవేత్త ఇవాన్ పావ్లోవ్. ఆయన

1904లో వైద్యశాస్త్రంలో నోబెల్ బహుమతిని గెలుచుకున్నాడు. శునకాలతో ఆయన చేసిన ప్రసిద్ధ ప్రయోగాల గురించి మీరు వినే ఉంటారు.

పావ్లోవ్ పరిశోధన 'క్లాసికల్ కండీషనింగ్' సిద్ధాంతానికి మార్గం సుగమం చేసింది. అతను మొదట్లో శునకాల జీర్ణవ్యవస్థపై సమాచారాన్ని సేకరించడానికి తన అధ్యయనాన్ని ప్రారంభించాడు. తన ప్రయోగశాల సహాయకుల సహాయంతో, శునకాలు ఎంత లాలాజలాన్ని ఉత్పత్తి చేస్తాయో అతను డాక్యుమెంట్ చేశాడు. (క్షీరదాలు ఆహారాన్ని విచ్ఛిన్నం చేయడానికి సహాయపడటానికి నోటిలో లాలాజలాన్ని ఉత్పత్తి చేస్తాయి). శునకాలకు ఆహారం ఇచ్చే ల్యాబ్ అసిస్టెంట్లు తెల్లటి కోట్లు ధరించేవారు.

కానీ, ఆహారాన్ని అందించకపోయినా, శునకాలు, తెల్లటి కోటు వేసుకున్న సహాయకులను కేవలం చూడటంతోటే లాలాజలాన్ని కార్చటం ప్రారంభిస్తున్నాయని పావ్లోవ్ త్వరలోనే గమనించాడు. ఆ తదుపరి, అతను ఒక అధ్యయనం నిర్వహించాడు, దీనిలో అతను కుక్కలకు ఆహారం ఇచ్చిన ప్రతిసారీ గంట మోగించాడు. త్వరలోనే, బెల్ మోగించడం శునకాలను లాలాజలం ఊరించేలా చేసింది. శునకాలు, గంటను ఆహారంతో ముడిపెట్టడం నేర్చుకున్నాయి, ఫలితంగా, ఆహారం వలె, బెల్ మోగించడం కూడా అదే ప్రతిస్పందనను కలుగచేస్తుంది.

ఇది మానవ ప్రవర్తనను అర్థం చేసుకోవటానికి కొత్త వెలుగునిచ్చే 'క్లాసికల్ కండీషనింగ్' సిద్ధాంతానికి దారితీసింది. మనస్తత్వవేత్తలు ఇప్పుడు మెదడులోని నాడీ మార్గాల్లో ఆలోచనా విధానాలు ఎలా అచ్చువేయబడతాయో అర్థం చేసుకున్నారు.

న్యూరోప్లాస్టిసిటీ యొక్క ఈ స్వభావాన్ని మన ప్రయోజనం కోసం ఎలా వాడుకోవచ్చు? ఇది తెలుసుకోవాలంటే, అసలు అలవాటు ఏర్పడే విధానాన్ని అర్థం చేసుకోవాలి.

అలవాటు ఏర్పడే విధానం

ఏదైనా శారీరక లేదా మానసిక పని చేయాలని మనం నిర్ణయించుకున్నప్పుడల్లా, మన మెదడు వివిధ ప్రాంతాల్లో న్యూరాన్లను ఉత్తేజం చేస్తుంది; సెన్సరీ మోటార్ ప్రాంతం, నియోకార్టెక్స్ మరియు

ప్రీఫ్రంటల్ లోబ్స్‌తో సహా. కానీ అద్భుతం ఏమిటంటే మెదడుకి సెల్ఫ్ ప్రోగ్రామింగ్ సామర్థ్యం ఉంటుంది. ఏదేని ఒక క్రియను పదే పదే చేయటం గమనిస్తే, అది నాడీ క్రమాల యొక్క షార్ట్‌కట్‌లను సృష్టిస్తుంది మరియు వాటిని బేసల్ గాంగ్లియాలో నిల్వ చేస్తుంది. బేసల్ గాంగ్లియా అంటే, నేర్చుకోవడం, అలవాట్లు, మరియు భావోద్వేగాలకు బాధ్యత వహించే మెదడు యొక్క భాగం అన్నమాట. దీనివల్ల భవిష్యత్తులో మెదడు మరింత సులభంగా ఆ కార్యకలాపాల్లో నిమగ్నం కావడానికి దోహదపడుతుంది. అలవాటు ఏర్పరుచుకోవటం అనేది, తన పనిని మరింత సులభతరం చేసుకోవటానికి మరియు దాన్ని మరింత సమర్థవంతంగా చేయడానికి మెదడు ఏర్పరుచుకున్న మార్గం.

ఉదాహరణకి, మొదటి సారి టైపింగ్ మొదలుపెట్టినప్పుడు, సరైన కీ వెతికిపట్టి, దాన్ని నొక్కటానికి మన మెదడు ఎంతో శ్రమించాల్సి ఉండేది. పర్యవసానంగా, కొన్ని పదాలు టైప్ చేయటానికి కొన్ని నిముషాల సమయం పట్టేది. కానీ, మనం టైపింగ్ చేస్తున్న కొద్దీ, మెదడు తనను తాను ప్రోగ్రామింగ్ చేసుకుంటుంది. మనం ఏదేని ఒక అక్షరాన్ని అనుకోగానే, తక్షణమే వ్రేలు కీబోర్డ్ మీద సరైన కీ వైపు వెళ్ళిపోతుంది. మెదడు ఆయా పనులకోసం న్యూరల్ సీక్వెన్స్‌లను ఉత్తేజం చేయడానికి ప్రోగ్రామ్‌లను రూపొందించుకుంది.

పదేపదే చేసిన సాధనచేత, మెదడు, పూర్తి పదాల కోసం ప్రోగ్రామ్‌లను రూపొందించడం ప్రారంభించింది, దీని వలన కీ-లను వేరువేరు పదాల ప్రకరణలో నొక్కవచ్చు. ఫలితంగా, ఒక సంవత్సరం శిక్షణ తర్వాత, మనం నిమిషానికి యాభై పదాల లేదా అంతకంటే ఎక్కువ వేగంతో టైప్ చేయగలిగాము.

ఇటువంటి సెల్ఫ్-ప్రోగ్రామ్మింగ్ సామర్థ్యం లేకపోయుంటే, టైపింగ్ ప్రక్రియ మొదటి రోజు ఎంత కఠినంగా ఉండేదో, అంతే కఠినంగా ఎప్పటికీ ఉండిపోయేది. అప్పుడు, టైపింగ్ చేస్తున్నప్పుడు, ఇక ఇంకేమీ ఆలోచించటం సాధ్యం కాకపోయేది. అదృష్టవశాత్తు, అలవాట్ల యొక్క శక్తి, మెదడు యొక్క పనిని సులభతరం చేస్తుంది, మరియు టైపింగ్‌తో పాటుగా, మనం ఆలోచించటం, ఊహించటం, మరియు ప్లానింగ్ చేయటం వంటివి చేయగలుగుతున్నాము.

అదేవిధంగా, మనం డ్రైవింగ్ చేసేటప్పుడు కూడా మల్టీ-టాస్క్ (ఏకకాల పనులు) చేస్తాము. మనం కార్లో ఉన్నవాళ్లతో మాట్లాడతాము, రేడియో వింటాము మరియు దినచర్యను ప్లాన్ చేస్తాము. కానీ, డ్రైవింగ్ చేసిన మొదటి రోజున, స్టీరింగ్, యాక్సిలరేటర్ మరియు బ్రేక్‌లను ఏకకాలంలో నియంత్రించే పనులు ఎంత ప్రబలంగా ఉంటాయంటే, అవి మన పూర్తి ఏకాగ్రతను తీసుకుంటాయి. నిరంతర అభ్యాసంతో, మెదడు తనను తాను ప్రోగ్రామింగ్ చేసుకుంటూ, ఈ పనుల నుండి అలవాట్లను సృష్టిస్తుంది. చివరగా, ప్రమాదం లేకుండా మనం ఒకేసారి డ్రైవ్ చేస్తూ ఉత్సాహపూరితమైన సంభాషణలో కూడా పాల్గొనే రోజు వస్తుంది.

ఈ అలవాటు ప్రోగ్రామ్స్ సృష్టించడం ద్వారా, మెదడు చాలా తక్కువ శక్తిని ఖర్చు చేస్తూ దాని పనిని పూర్తి చేసుకుంటుంది. ఎలుకలలో మస్తిష్క కార్యకలాపాలను పరిశీలించడానికి ఒక అధ్యయనం జరిగింది. ఒక మేజ్‌లో ఎలుకలని ఉంచి, జున్నుగడ్డకు కాస్త దూరంలో విడిచి పెట్టారు. అవి క్రమంగా వాసనతో దాని దగ్గరికి చేరుకున్నాయి. ఈ ప్రయోగాన్ని పునరావృత్తం చేసేకొద్దీ, వాటి మెదడు ఆయా మార్గాలను నేర్చుకుంటూ, జున్నుగడ్డ చెంతకు త్వరగా చేరుకున్నాయి. ఒక నెలరోజుల తర్వాత, మేజ్‌లో ఎలుకలను విడిచిపెట్టిన వెంటనే, జున్నుగడ్డ వద్దకు పరిగెత్తేవి. వాటి తలపై అమర్చిన పరికరాల ద్వారా గమనించబడిందేమిటంటే, అవి నేర్చుకున్నకొద్దీ మెదడులోని క్రియాశీలత క్రమేపీ తగ్గింది, అని.

ఆవృత్తంలా ఉండే అలవాటు యొక్క పనితీరు

ఏదేని అలవాటుకి మూడు భాగాలుంటాయి: 1) ప్రేరణ, 2) ప్రతిస్పందన, మరియు 3) ప్రతిఫలం. ఈ ప్రేరణ మెదడుకు ట్రిగ్గర్‌లా పనిచేస్తుంది, దాంతో అది కండిషన్డ్ ప్రవర్తనతో ప్రతిస్పందిస్తుంది. ఆ ప్రవర్తన వల్ల ప్రతిఫలం వచ్చినప్పుడు, భవిష్యత్తులో ఇదే మాదిరి ప్రవర్తనకు మరింత బలం చేకూరుతుంది.

ఉదాహరణకి, మీరు ఒక నెల రోజుల పాటు, టి.వి. చూసేటప్పుడు టీ తాగారనుకోండి, అదొక అలవాటుగా మారుతుంది. ఇప్పుడు, మీరు టి.వి. ముందు ఎప్పుడు కూర్చున్నా, అది ట్రిగ్గర్ వలె పనిచేస్తుంది. టీ కోసం

కోరికను సృష్టించి, మెదడు స్పందిస్తుంది. టీ తాగినప్పుడు వచ్చే ఇంద్రియ తృప్తి, ఈ అలవాటుని చక్రాన్ని మరింత బలోపేతం చేస్తుంది.

మెదడు ఎంత తెలివైనదంటే, దానికి పరిపుష్టతకి బాహ్య ప్రతిఫలం అవసరం లేదు. సెరోటోనిన్, ఎండార్ఫిన్, డోపమైన్ అనే ఫీల్-గుడ్ కెమికల్స్‌ను ఉత్పత్తి చేసి, వాటిని ఆ పనిలో నిమగ్నమైన మెదడు భాగానికి పంపుతుంది. ఈ రసాయనాలు 'ఫీల్-గుడ్' భావోద్వేగాన్ని సృష్టిస్తాయి, అదే దానికొచ్చే ప్రతిఫలం.

మరొక ఉదాహరణను పరిశీలించండి. మీ ఆఫీసు పని మెదడుకు భారంగా ఉందని అనుకుందాం, ఇది కొంత మార్పుని కోరుకుంటుంది. మీరు క్రొత్త ఈ-మెయిల్ యొక్క టింగ్ శబ్దం విన్నప్పుడు, మీరు మీ ఇన్‌బాక్స్‌కు వెళ్లి దాన్ని చదువుతారు. ఇది పని నుండి కొంత ఉల్లాసకరమైన మార్పును అందిస్తుంది. మెదడు ప్రస్తుత కాఠిన్యం నుండి ఉపశమనం పొందుతుంది మరియు ఈ-మెయిల్ యొక్క విషయం నుండి కొంచెం ఆనందం పొందుతుంది. అదనంగా, మెదడు సృష్టించిన 'ఫీల్-గుడ్' రసాయనాలు అలవాటు చక్రాన్ని బలోపేతం చేస్తాయి. ఇక ఇప్పుడు, ప్రతిసారీ ఈ-మెయిల్ టింగ్ శబ్దం వినపడగానే, మనస్సు దానిని చదవడానికి తీవ్ర-కోరికను సృష్టిస్తుంది, దీనిని అధిగమించడం కష్టం. ఇది ఒక అలవాటుగా మారిపోయింది.

ఈ అలవాట్ల సరళి ఎంత బలంగా మారుతుందంటే, వాటిని మార్చటంలో ప్రజలు నిస్సహాయులుగా అయిపోతారు. మద్యపాన వ్యసనం ఉన్నవారి మెదడులపై శస్త్రచికిత్స చేసిన తర్వాత కూడా ఆ అలవాట్లు ఇంకా ఉన్నాయని అధ్యయనాలు చెబుతున్నాయి. పాత సంకేతాలు కనిపించినప్పుడు, ప్రతిఫలాల కోసం తపనలు మళ్లీ వ్యక్తమవుతూ, మనస్సుపై తమ శక్తిని ప్రయోగించడానికి వేచి ఉంటాయి.

అలవాటుగా చేసే ప్రవర్తనకు సంజ్ఞలు అనంతమైన వైవిధ్యభరితమైనవిగా ఉంటాయి - ఐస్ క్రీమ్ బొమ్మ, ఏదేనీ ఫలానా ప్రదేశం, రోజులో ఒక నిర్దిష్ట సమయం లేదా ఒక నిర్దిష్ట వ్యక్తి యొక్క సాంగత్యం, మొదలైనవి. అవి మనలో ప్రేరేపించే చర్యలు కేవలం మిల్లీ సెకండ్ల పాటు ఉండే భావోద్వేగం మాత్రమే కావచ్చు, లేదా, ఓ సంక్లిష్ట క్రమంలో వచ్చే ప్రవర్తన కావొచ్చు. ప్రతిఫలంలో తేడాలుంటాయి -

మానసిక విజయం, రసాయన సంతృప్తి, ఇంద్రియ సుఖం, మానసిక ఉత్తేజం, లేదా వీటి ఏదేనీ మేళనములు.

మన అనుమతి లేకుండానే అలవాట్లు తరచుగా మన జీవితంలోకి వాటంతట అవే ప్రవేశిస్తాయి. కానీ అవి ఎంత బలంగా పెరుగుతాయంటే, అవి మన భవిష్యత్తుని మనం ఊహించిన దానికంటే ఎక్కువగా ప్రభావితం చేస్తాయి. అవి మన మెదడును వాటికే అతుక్కుపోయెట్టు చేస్తాయి, మరియు ఇంగితజ్ఞానంతో సహా అన్నిటినీ పక్కకినెడతాయి. ఈ విధంగా, అలవాట్లను లావుత్రాడుతో పోల్చవచ్చు. ప్రతి రోజు, తాడులో ఒక దారాన్ని అల్లుతాము. ఒక్క దారమే అయితే మనల్ని కట్టిపేయడానికి చాలా బలహీనంగా ఉంటుంది, కానీ, దారాల్ని కలిపి అల్లినప్పుడు, లావుత్రాడు దాదాపుగా తెంపటానికి వీల్లేకుండా ఉంటుంది.

కానీ అదృష్టం ఏమిటంటే ఈ అలవాట్లను మార్చవచ్చు. ఫాస్ట్-ఫుడ్ రెస్టారెంట్లు తమ కాలనీ ప్రాంతాలకు మారినప్పుడు కుటుంబాలు తమ ఫాస్ట్-ఫుడ్ వినియోగాన్ని ఎందుకు పెంచాయో అర్థం చేసుకోవడానికి సామాజిక పరిశోధకులు అధ్యయనాలు నిర్వహించారు. ఫ్రెంచ్-ఫ్రైస్ తినేందుకు అలవాటు చక్రాన్ని ప్రేరేపించడానికి ప్రకటనలు, సుందరమైన బిల్‌బోర్డ్లు మరియు ఇతర ఆకర్షణలు విజయవంతంగా సంకేతాలను సృష్టించాయని వారు కనుగొన్నారు. కొవ్వు, ఉప్పు మరియు మంచిగా కరకరా ఉండే ఫ్రైస్ యొక్క ఆహ్లాదకరమైన రుచి, సహజ ప్రతిఫలాల్ని అందిస్తాయి. తాము అనుకోకుండానే, వినియోగదారుల ప్రవర్తన ఎంతలా ప్రభావితం అయ్యిందంటే, కొన్ని కుటుంబాలు ప్రతిరోజు ఫాస్ట్-ఫుడ్ రెస్టారెంట్ వద్దే రాత్రిభోజనం తీసుకోవడం ప్రారంభించాయి.

రెస్టారెంటు ఆయా పరిసరాల నుండి వెళ్ళిపోయినప్పుడు, కుటుంబాల అలవాటు నెమ్మదిగా మారడం ప్రారంభించింది. వారు ఇంట్లో ఎక్కువ సార్లు భోజనం చేయటం ప్రారంభించారు. ఒక సంవత్సరంలోనే, ఈ అలవాటు పూర్తిగా తగ్గిపోయింది. అలవాట్లు మారగలవని ఈ విధంగా మనకు తెలిపోతున్నది.

మెదడు యొక్క ఈ న్యూరోప్లాస్టిసిటీ లక్షణం, రెండు వైపులా పదునైన కత్తిలా పనిచేస్తుంది. ప్రతికూల దిశలో ఉన్నప్పుడు, ఇది మన ఆలోచనను హానికరమైన ఆలోచనా విధానాలలో ప్రోగ్రామ్ చేస్తుంది మరియు మానసిక సంకెళ్ళు వేస్తుంది. సానుకూలంగా ఉన్నప్పుడు, ఇది మెదడును

పునఃరూపకల్పన చేయడానికి, పాత అలవాట్లను తొలగించడానికి మరియు క్రొత్త వాటిని వ్యవస్థాపించడానికి అవకాశాన్ని అందిస్తుంది. అందువలన, అలవాట్లను నేర్చుకోవచ్చు మరియు మర్చిపోవచ్చు కూడా. ఈ సంభావ్యత అపారమైనది!

మంచి మరియు చెడు అలవాట్లు

అలవాట్లను ఎక్సెల్ షీటులోని మ్యాక్రోలతో పోల్చవచ్చు. మనం చేయాలనుకున్న పనిని చాలా గళ్ళలో (సెల్స్) పునరావృతం చేయాలంటే, వాటిని ఆటోమేట్ చేయడానికి మాక్రోను రికార్డ్ చేయవచ్చు మరియు ఎంపిక చేయబడ్డ సెల్స్‌కు ఆ మాక్రోని వేగంగా అప్లై చేయవచ్చు. అలవాట్లు, మెదడులో మాక్రోల వంటివి. ఇవ్వబడ్డ సంకేతాన్ని అందుకున్న తరువాత, మెదడు తన ప్రోగ్రామింగ్ యొక్క చర్యలను ఆటోమేటిగ్గా నిర్వహిస్తుంది.

అయితే, ఇక్కడ ఒక తిరకాసు ఉంది. రాయబడ్డ మ్యాక్రో తాను సరిగ్గా డిజైన్ చేయబడిందా లేదా అనే విషయాన్ని పట్టించుకోదు. ఒకవేళ సరైనది అయితే, ఇది ఆటోమేటెడ్ ప్రక్రియల ద్వారా సమయాన్ని ఆదా చేస్తుంది. కానీ మాక్రోలోనే తప్పులుంటే, మొత్తం ఎక్సెల్ షీట్ తప్పులతడకగా అయిపోతుంది. అలాగే, అలవాట్లు కూడా మెదడును, మన ప్రయోజనం కోసం లేదా హాని కోసం ప్రోగ్రామింగ్ చేస్తాయి. అలవాట్ల గురించి ఇక్కడ ఒక కథ ఉంది.

ఇరవయ్యవ శతాబ్దం ప్రారంభంలో, ఒక బ్రిటిష్ అన్వేషకుడు నరమాంస భక్షకుల సమూహాన్ని చూడటం జరిగింది. వారు నరమాంసం విందు చుట్టూ కూర్చుని తినబోతున్నారు. ఆ గిరిజన నాయకుడు, కేంబ్రిడ్జ్ విశ్వవిద్యాలయంలో, చదువుకున్నాడని తెలుసుకున్న అన్వేషకుడు ఆశ్చర్యపోయాడు.

'మీరు మంచి విద్యను అభ్యసించారు కానీ మీరు ఇప్పటికీ నరమాంసాన్ని తింటున్నారా?' అని అన్వేషకుడు అడిగాడు.

'అవును' అన్నాడా నరమాంస భక్షకుల నాయకుడు. 'ఒకే తేడా ఏమిటంటే, ఇంతకు ముందు చేతివేళ్ళతో తినేవాడిని, ఇప్పుడు కత్తి, ఫోర్క్‌తో తింటున్నాను' అన్నాడు.

పురాతన నానుడి ప్రకారం, 'పాత అలవాట్లు పోవటం చాలా కష్టం'

దురదృష్టవశాత్తు, మంచి అలవాట్లు ఏర్పడటానికి కృషి అవసరం, అయితే చెడు అలవాట్లు మాత్రం చాలా సులభంగా అభివృద్ధి చెందుతాయి. మీరు అప్పటికప్పుడు సుఖాన్నిచ్చే క్షణికానందాల్లో నిమగ్నం అవ్వొచ్చు. కానీ, అలవాటు ఏర్పడుతూ ఉన్నప్పుడు, మీరు దాని యొక్క దీర్ఘకాలిక నష్టాన్ని అంచనా వేయలేరు, మరియు నిర్లక్షంగా అదే ఇంద్రియసుఖాన్ని ఆస్వాదిస్తుంటారు. కొద్ది వారాల్లోనే, ఆ అలవాటు మిమ్మల్ని వశపర్చుకుంటుంది. మరియు ప్రేరణ–ప్రతిస్పందన–ప్రతిఫలం యొక్క అలవాటు ఆవృత్తి బంధంలో మీరు కట్టివేయబడతారు.

మంచి అలవాట్లు రావడం కష్టం కానీ వాటితో జీవించడం సులభం. దీనికి విరుద్ధంగా, చెడు అలవాట్లు సులభంగా అభివృద్ధి చెందుతాయి మరియు వాటితో జీవించడం కష్టం. చెడు అలవాట్లు మనకు హాని కలిగిస్తాయనే యదార్థాన్ని గమనించి, మనం పదేపదే ఎంచుకునే విషయాల్ని గురించి మరింత అవగాహన కలిగి ఉండాలి. చాలాసార్లు, జనులు తమకు తెలియకుండానే జీవితంలో నిర్ణయాలు తీస్కుంటారు. ఇదెలా ఉంటుందంటే, ఓ గుర్రంపై వెళ్ళేవాడిని, 'ఎటేళ్తున్నావ్ నాయనా' అని అడిగితే, 'ఏమో గుర్రాన్ని అడుగు' అన్నాడట. ఆ సవారీ చేసేవాడి జవాబు హాస్యాస్పదమైనది, దిశానిర్దేశం చెయ్యాల్సింది రౌతు; గుర్రం కాదు. అదే ప్రకారంగా, మనం అనుకోకుండా ఎంచుకున్న విషయాలే, మనం తర్వాత పశ్చాత్తాప పడే చెడు అలవాట్లగా మారతాయి.

చెడు అలవాట్లు మనపై పట్టు సాధించడానికి కారణం, హానికరమైన ప్రవర్తనను మనం పునరావృతం చేసిన మొదటి కొన్నిసార్లు, అది పెద్దగా నష్టం కలిగించినట్టు అనిపించదు. సిగరెట్ యొక్క మొదటి కొన్ని దమ్ములు సిగరెట్లు వ్యసనపరుస్తాయని ముందే చెప్పవు. మద్యం యొక్క ప్రారంభ పెగ్గులు మున్ముందు వచ్చే వ్యసన బలహీనత గురించి మనల్ని హెచ్చరించవు.

2000 సంవత్సరాలకు పైగా ఉన్న, 300 అడుగుల ఎత్తు, అంటే 20 అంతస్తుల భవనం యొక్క ఎత్తు వరకు పెరిగే ఒక పెద్ద సెక్వోయా చెట్టు యొక్క ఉదాహరణను తీసుకోండి. అవి అంత భారీగా ఉన్నా, మీరు

కాలిఫోర్నియాలోని యోసమైట్ అడవిలో వెళ్తున్నప్పుడు, భారీ సెక్వోయా నేలమీద పడి ఉంటుంది. దానికి ఏమై ఉంటుంది?

ఇది రెండు సహస్రాబ్దాల క్రితం పుట్టి, కొన్ని దశాబ్దాల క్రితం వరకూ కూడా చక్కగా వృద్ధిచెందుతూ ఉండేది. ఆ తర్వాత, ఒక కుమ్మరిపురుగు దానిపై నివసించటానికి వచ్చింది. ఆ పెద్ద చెట్టుకి ఈ చిన్న ప్రాణి నుండి ఎలాంటి ప్రమాదం ఉందని అనిపించదు. కానీ ఒక సంవత్సరం లోపే, చెట్టుమీద వందల కొద్దీ కుమ్మరిపురుగులు పాకుతూ ఉన్నాయి.

నాలుగు సంవత్సరాలలో, కుమ్మరిపురుగులు చెట్టుపై భారీ కాలనీలను తయారు చేశాయి. వాటిదే ఇప్పుడు పైచేయిగా ఉంది, మరియు అజేయంగా ఉన్నాయి. ఐదవ సంవత్సరంలో, ప్రపంచంలో అతిపెద్ద వృక్షాలలో ఒకటైన పెద్ద చెట్టు, చిన్న కుమ్మరిపురుగుల చేత కూల్చివేయబడింది.

అదే విధంగా, ఒక వ్యక్తి మొదటిసారి భాంగ్ (గంజాయి) తీస్కున్నప్పుడు, మనస్సు-శరీరాలల్లో మార్పు ఎంత సూక్ష్మంగా ఉంటుందంటే, ఆ వ్యక్తికి ఏమీ తెలియదు. కానీ, ఆయొక్క అలవాటు చక్ర-గమనం ఇక మొదలౌతుంది. ప్రతిసారీ ఆ గంజాయి తీసుకునే ఒక చర్య, లావుత్రాడులో ఒక దారంలా పనిచేస్తుంది, చివరికి ఆ త్రాడు ఎంతబలంగా అవుతుందటే అదొక వ్యసనంలా అయిపోతుంది. పునరావాస కేంద్రానికి వచ్చినప్పటికీ దానిని మాన్పించటం సాధ్యం కాదు.

మంచి అలవాట్లకు కూడా ఇదే వర్తిస్తుంది. స్వల్పకాలపరిమితిలో, వాటి ప్రయోజనాలు అంతగా కనిపించవు. ఆదివారం నాడు ఒక యోగా క్లాస్ వెళ్లడం వల్ల మీ ఆరోగ్యానికి ఎలాంటి చెప్పుకోదగ్గ తేడా ఉండదు. అయితే, మీరు నిరంతరంగా వారానికి ఐదు నుంచి ఆరు రోజులు యోగా చేస్తూ, ప్రతి వారం క్రమం తప్పక చేస్తూ ఉంటే, కొన్ని సంవత్సరాల వ్యవధిలో, మీరు ఖచ్చితంగా ఒక ఆరోగ్యవంతమైన వ్యక్తి అవుతారు.

ఒక రోజు మేల్కొన్న తర్వాత ఒక గ్లాసు నీరు తీసుకోవడం వల్ల అంత తేడా కనిపించదు. కానీ మీరు ప్రతిరోజు ఉదయాన్నే లేవగానే అలవాటుగా నీరు త్రాగితే, మీ జీర్ణవ్యవస్థ నిస్సందేహంగా కొన్ని సంవత్సరాలలో మెరుగవుతుంది. అందువల్ల, దీర్ఘకాలంలో క్రమేపీ అది చూపే ప్రభావమే మంచి అలవాటు యొక్క ప్రయోజనం.

ఉత్తమ వ్యక్తిత్వాన్ని పెంపొందించుకోవటానికి అలవాట్ల శక్తిని ఉపయోగించండి

కాలక్రమంలో, మన అలవాట్లే మన వ్యక్తిత్వాన్ని రూపుదిద్దుతాయి. నైతికంగా ఉన్నతమైన అలవాట్ల పర్యవసానమే సద్గుణభరిత వ్యక్తిత్వం. ఉదాహరణకు, మనం ప్రతిరోజు, ప్రతి వారం, సంవత్సరాల తరబడి, సత్యసంధులమై ఉంటే, అది మన అలవాటుగా మనలో స్థాపించబడుతుంది. ఈ విధంగా నిజాయితీ అనేది దానంతట అదే రాదు; మనమే దాన్ని మనలో స్థిరపరుచుకోవాలి. ఒకసారి ప్రతిష్టించబడిన తర్వాత, ఈ నీతి-నిజాయితీలతో ఉండే అలవాటు అనేది, దైనందిన ప్రవర్తనలో మనం నైతికత లేదా ధర్మ మార్గాన్ని అతిక్రమించకుండా చేస్తుంది.

ఉన్నతమైన వ్యక్తిత్వాన్ని నిర్మించుకోవటానికి, హానికరమైన అలవాట్లను నిర్మూలించుకోవటం మరియు ప్రయోజనకరమైన వాటిని వ్యవస్థాపించుకోవటం అవసరం. ఇందులో విజయం సాధించకపోతే, మనం మనస్సు మరియు ఇంద్రియాలకు కట్టివేయబడిన బానిసలుగా ఉంటాము. తుఫాను సముద్రంలో చుక్కాని లేని ఓడ వలె, కోపం, దురాశ, కోరిక, అసూయ మరియు భ్రమ రూపంలో వచ్చే మాయా తరంగాల ద్వారా మనం నిరంతరం అటూఇటూ విసిరివేయబడతాము. రాల్ఫ్ వాల్డో ఎమెర్సన్ ఈ విషయాన్ని బాగా చెప్పాడు:

> ఆలోచనల నుండి కార్యం జనిస్తుంది; (sow a thought, reap an action);
>
> కార్యం నుండి అలవాటు జనిస్తుంది; (sow an action, reap a habit);
>
> అలవాటు నుండి వ్యక్తిత్వం జనిస్తుంది; (sow a habit, reap a character);
>
> వ్యక్తిత్వం నుండి భవితవ్యం ఏర్పడుతుంది (sow a character, reap a destiny).

మన పనికిమాలిన అలవాట్లను వదిలించుకోవటం మరియు ప్రయోజనకరమైన వాటిని పెంపోదించుకోవటంలో మనం నిమగ్నమవ్వాలి.

ఇది ఒకవేళ చాలా కష్టమైన పనిగా అనిపిస్తే, జంతువులు కూడా హానికర అలవాట్లను మార్చుకుంటాయనే వాస్తవం నుండి ప్రోత్సాహాన్ని తీసుకుందాం.

భారతదేశంలో, పదిహేడవ శతాబ్దపు మొఘల్ చక్రవర్తి అక్బర్ మరియు అతని కొలువులో బుద్ధిశాలి, మేధావి మంత్రి బిర్బల్‌కు సంభంధించి అనేక ప్రసిద్ధ కథలు ఉన్నాయి. పచ్చని గడ్డిని కూడా తినటానికి నిరాకరించేటట్టు మేకలకు శిక్షణ ఇవ్వగలవాళ్ళు ఎవరైనా తన రాజ్యంలో ఉన్నారా అని అక్బర్ ఒకసారి బీర్బల్‌ను అడిగాడట. ఇదొక చిన్న విషయం అని బీర్బల్ బదులిచ్చాడు, మరియు అది పూర్తి కావడానికి అతనికి ఒక నెల సమయం మాత్రమే అవసరం, అన్నాడు.

అప్పుడు బీర్బల్ ఒక మేకను తన ఇంటికి తీసుకువెళ్ళాడు. ప్రతిరోజూ అతను మేక ముందు తాజా ఆకుపచ్చ గడ్డిని ఉంచేవాడు, కానీ అది గడ్డిని తినడానికి ప్రయత్నించిన మరుక్షణం, అతను మేక మూతిపై కర్రతో గట్టిగా కొట్టేవాడు. చివరగా, మేక యొక్క అల్పబుద్ధి కూడా గడ్డిని తినడం చాలా బాధాకరమైనదని మరియు ప్రయత్నించి లాభంలేదనీ నేర్చుకుంది.

ఒక నెల శిక్షణ తరువాత, బీర్బల్ మేకను అక్బర్ కోర్టుకు తీసుకువచ్చాడు. అతను రాజుకు, 'రాజా, ఈ మేకకు శిక్షణ ఇవ్వబడింది. ఇది చక్కటి తాజా గడ్డిని కూడా తినదు.' అన్నాడు.

తాజా గడ్డిని తీసుకురావాలని అక్బర్ తన సేవకులను కోరాడు. అతను మేక మూతి ముందు గడ్డిని ఉంచాడు. ఈలోగా, బీర్బల్ తన చేతిలో ఉన్న కర్రను తిప్పాడు. మేక గడ్డి వైపు చూసింది, తరువాత కర్ర వైపు చూసింది, మరియు తల పక్కకి తిప్పేసింది. భయంకరమైన దండన ఉంటుంది అని గ్రహించడం చేత గడ్డిని తినడాన్ని నిగ్రహించుకోవటం నేర్చుకుంది.

ఈ కథ మానవులతో సహా అన్ని జీవుల యొక్క సహజ స్వభావాన్ని తెలుపుతుంది. మనమందరం బాధను తప్పించుకోవాలని కోరుకుంటాము. బాధాకరమైన పరిణామాల గురించి అవగాహన వచ్చిన తరువాత, తెలివిలేని మేక కూడా గడ్డిని తినడం వంటి తన సహజ ధోరణి నుండి వైదొలగడం నేర్చుకుంది. అదేవిధంగా, మనం కూడా చెడుఅలవాట్ల యొక్క దీర్ఘకాలిక దుష్ప్రయోజనాల పట్ల అప్రమత్తంగా ఉండాలి. **అవి మనకు చేసే**

హాని గురించి, మరియు మనకు కలిగించే దుఃఖం గురించి మనం పూర్తిగా అర్థం చేసుకోగలిగితే, వాటి యొక్క ఆకర్షణని అడ్డుకోగలుగుతాము. కానీ, ఇక్కడ విషయం ఇంకా ఉంది.

ఇక ఈ సమయంలో, రెండు రకాల ఆనందాలు ఉంటాయని అర్థం చేసుకోవడం చాలా ముఖ్యం.

రెండు రకాల సుఖాలు : శ్రేయస్సు మరియు ప్రేయస్సు

వేదములు రెండు రకాల సుఖముల గురించి చెప్తున్నాయి. శ్రేయస్సు మరియు ప్రేయస్సు. మొదట్లో చేదుగా అనిపించినా, శ్రేయస్సు, దీర్ఘకాలంలో చాలా తియ్యగా ఉంటుంది. ప్రేయస్సు, ప్రస్తుతానికి సుఖంగా అనిపించినా తరువాత చాలా బాధను కలుగచేస్తుంది. తరువాత వచ్చే సుఖానికి మరియు తక్షణమే లభించే సుఖానికి మధ్య తేడా వంటిది ఇది.

శ్రేయస్సుకి ఒక ఉదాహరణ ఏమిటంటే, ఉసిరికాయ తినటం. ఉసిరికాయ ఆరోగ్యానికి అత్యంత ప్రయోజనకారి. ఒక్క ఉసిరికాయలో, పది నారింజ కాయల విటమిన్-సి, ఉంటుంది. కానీ అది పుల్లగా/చేదుగా ఉంటుంది కాబట్టి పిల్లలకు ఇష్టం ఉండదు. తల్లితండ్రులు తమ పిల్లలని ఉసిరికాయ తినమని ఇలా చెప్తూ ప్రోత్సహిస్తుంటారు. '*ఉసిరికాయ తినటం మరియు పెద్దలు చెప్పినది పాటించటం, ఈ రెండింటి ప్రయోజనాలు – భవిష్యత్తులో తెలుస్తాయి*' అని.

ఆసక్తికరమైన విషయం ఏమిటంటే ఉసిరికాయను తిన్న కొన్ని నిమిషాలలోనే నోటిలోని చేదు రుచి తియ్యగా మారుతుంది. మరియు సహజ విటమిన్-సి తీసుకోవడం వల్ల ఎన్నెన్నో దీర్ఘకాలిక ప్రయోజనాలు ఉంటాయి. శ్రేయో మార్గపు సంతోషం కూడా అలాగే ఉంటుంది. అప్పటికప్పుడు చేదుగా కనిపించినా, చివరికి అమృతంలా ఉంటుంది. ప్రేయో మార్గము దీనికి పూర్తి విరుద్ధమైనది - మొదట్లో అమృతంలా కనిపించినా చివరికి విషతుల్యంగా అయిపోతుంది.

ఈ శేయస్సు మరియు ప్రేయస్సుల గురించి కృష్ణ యజుర్వేదం లోని కఠోపనిషత్తు ఈ విధంగా చెప్తున్నది:

అన్యచ్ఛ్రేయో ఒన్యదుతైవ ప్రేయస్తే
ఉభే నానార్థే పురుషం సినీతః
తయో శ్రేయః ఆదదానస్య సాధు భవతి
హీయతేఒర్థాద్య ఉప్రేయో వృణీతే
శ్రేయశ్చ ప్రేయశ్చ మనుష్యమేత స్తౌ
సంపరీత్య వివినక్తి ధీరః
శ్రేయో హి ధీరోఒభిప్రేయసో వృణీతే
ప్రేయో మందో యోగక్షేమాత్ వృణీతే (1.2.1-2)

'రెండు మార్గాలు ఉన్నాయి-ఒకటి, "ప్రయోజనకరమైనది" మరియు మరొకటి "సుఖానిచ్చేది". ఈ రెండు మానవులను చాలా భిన్నమైన గమ్యాలకు చేరుస్తాయి. సుఖప్రదమైనది ప్రారంభంలో ఆనందదాయకంగా ఉంటుంది మరియు దుఃఖంతో ముగుస్తుంది. అజ్ఞానులు దీని వలలో పడి, నశించిపోతారు. కానీ జ్ఞానులు దాని ఆకర్షణలచే మోసపోరు. వారు ప్రయోజనకరమైనదాన్ని ఎన్నుకుంటారు మరియు చివరకు ఆనందాన్ని పొందుతారు.'

ఈ అవగాహన, మన అలవాట్లను మార్చుకునేందుకు ప్రేరణ అందిస్తుంది. ప్రధమంగా, చెడు అలవాట్లను మార్చుకోవటం వల్ల చేకూరే ప్రయోజనాల పట్ల పదేపదే విశ్లేషించి మన మనస్సుని ఒప్పించాలి. తదుపరి, మారకపోవటం వల్ల కలిగే బాధ పట్ల తీవ్ర విచారణ చేయాలి. సుఖదుఖాలను, లాభనష్టాలను, అనుకూల-ప్రతికూలతలను గణించాలి.

ఉదాహరణకి, వ్యాయామం చేయటానికి ప్రతిరోజు ఒక అర్ధగంట సమయం కేటాయించాలనే అలవాటు పెంపొందించుకోవాలంటే, విశ్లేషణ ఇలా ఉండవచ్చు:

రోజు 30 నిమిషాలు వ్యాయామం చేసే అలవాటు వల్ల వచ్చే ప్రయోజనం:

1) మెరుగైన ఆరోగ్యం

2) నిరంతర యవ్వనం

3) సమయాన్ని సదుపయోగం చేసుకున్నామనే భావన

4) మరింత మానసిక స్పష్టత

5) మనపై మనకే నమ్మకం

6) చెడు కొలెస్ట్రోరోల్ తగ్గుదల

7) ఆరోగ్యవంతమైన గుండె

8) మెరుగైన కండరాలు

9) అందరికీ నచ్చే వ్యక్తిత్వం

10) పని చేయటానికి మరింత సామర్థ్యం

ఈ ఆరోగ్యకర అలవాటుని పెంపొందించుకోకపోతే వచ్చే నష్టం:

1) అనారోగ్య శరీరం

2) బద్ధకం

3) బరువు పెరగటం

4) కొత్త బట్టలు కొనాల్సి రావటం

5) దాంపత్య-భాగస్వామి యొక్క అసంతుష్టి

6) స్నేహితుల వద్ద ఆత్మ విశ్వాసం లేకపోవటం

7) త్వరగా వచ్చే ముసలితనం

8) మధుమేహం వచ్చే ఎక్కువ అవకాశం

9) బలహీనమైన ఆత్మ స్థైర్యం

10) ఆత్మనిగ్రహం, ధృఢ సంకల్పం లేకపోవటం

మంచి అలవాటును పెంపొందించుకోవటానికి ఇది ఒక నమూనా విశ్లేషణ. ఇప్పుడు, మనం ఒక చెడు అలవాటు నుండి బయటపడాలని కోరుకుంటే, మనల్ని మనం ఎలా సమాధానపర్చుకోవాలి? దానిని నిర్మూలించడం ద్వారా మనకు లభించే ప్రయోజనం/ఆనందాన్ని జాబితా చేయవచ్చు; అంతేకాక, మనం దానితో కొనసాగితే కలిగే బాధ/నష్టం యొక్క జాబితాను కూడా తయారు చేయాలి.

ఉదాహరణకి, జంక్ ఫుడ్ తినే అలవాటు నుండి బయటపడాలంటే, ఇలాంటి విశ్లేషణ చేయవచ్చు:

జంక్ ఫుడ్ తినే అలవాటుని వదిలిచ్చుకుంటే లభించే ఆనందం/లాభం

1) శరీర బరువు నియంత్రణ
2) మధుమేహ వ్యాధి వచ్చే తక్కువ అవకాశం
3) చక్కటి పోషక విలువలున్న ఆహారంపై శ్రద్ధ
4) ఆరోగ్యవంతమైన దీర్ఘాయువు
5) ఆత్మ విశ్వాసం
6) తప్పు చేయటంలేదు అనిఉండే 'ఫీల్-గుడ్' భావన
7) అందరికీ నచ్చే వ్యక్తిత్వం
8) పనులుచేసుకోవటానికి మెరుగైన సామర్థ్యం
9) డబ్బు ఆదా
10) జీవిత భాగస్వామి యొక్క సంతృప్తి మరియు గౌరవం

జంక్ ఫుడ్ తినే అలవాటుని కొనసాగించటం వల్ల కలిగే నష్టం/బాధ

1) ఊబకాయం
2) జీవిత భాగస్వామి యొక్క అసంతృప్తి
3) స్వీయ-నిగ్రహం మరియు ధృఢ-సంకల్పం లేకపోవటం
4) అంతఃకరణలో తప్పు చేశామనే భావన
5) ధృఢ సంకల్పం లేమి వల్ల మనపై మనకే అపనమ్మకం
6) స్నేహితుల మరియు శ్రేయోభిలాషుల నుండి అగౌరవం
7) ఆయుక్షీణం మరియు అనారోగ్య జీవనం
8) పని చేయటానికి తక్కువ శక్తి
9) త్వరగా వచ్చే ముసలితనం
10) మధుమేహ వ్యాధి వచ్చే ఎక్కువ అవకాశం

చెడు అలవాట్ల వల్ల కలిగే బాధాకరమైన పర్యవసానాలను, మంచి అలవాట్ల నుంచి వచ్చే మానసిక ప్రశాంతతను గురించి మనం లోతుగా విచారణ చేసి, ధృఢ సంకల్పం ఏర్పరుచుకోవాలి. ధ్యాన చింతన చేయు పద్ధతి అంటే, ఏదేని జ్ఞాన విషయాన్ని, ఒక ధృఢ విశ్వాసంగా మార్చటానికి చేసే విచారణ, ఐదవ అధ్యాయం ('బుద్ధిని బలోపేతం చేయటానికి మూడు మెట్లు') లో వివరించబడుతుంది.

ఒక నిర్దిష్ట ఆలోచనా విధానం లేదా చర్య యొక్క ప్రయోజనాల గురించి మనకు లోతుగా నమ్మకం ఉన్నప్పుడు, మనం సహజంగానే దానిని ఆచరణలో పెట్టడానికి ప్రయత్నిస్తాము. మనం దానిని ఆచరించిన ప్రతిసారీ దానిపై నమ్మకం పెరుగుతుంది. తగినన్ని సార్లు, పదే పదే చేయటం వలన క్రొత్త ఆలోచన లేదా ప్రవర్తన, క్రొత్త అలవాటుగా పటిష్ఠమవుతుంది, పాతదాన్ని చెరిపేస్తుంది. అప్పుడు ఒక రోజు, గడ్డిపోచల నుండి తయారైన గట్టితాడు లాగా, కొత్త ప్రవర్తన మన వ్యక్తిత్వంలో అంతర్భాగంగా మారుతుంది. ఈ విధంగా, సద్గుణాల నుండి జనించిన యోగ్యతతో, ఒక వ్యక్తి ఉన్నత వ్యక్తిత్వాన్ని అభివృద్ధి చేసుకుంటాడు.

జగద్గురు కృపాలుజీ మహారాజ్ గారు, ప్రతిరోజు పడుకునే ముందు ఆత్మపరిశీలన కోసం కొన్ని నిమిషాలు గడపాలని సిఫారసు చేసారు. మన ప్రవర్తనను మనం ఎక్కడ మెరుగుపర్చుకున్నాము మరియు మనం ఎక్కువ ప్రయత్నం చేయాల్సిన అవసరం ఎక్కడ ఉందో ఆత్మపరిశీలన చేసుకోవటానికి, అన్నమాట. దీని కోసం ఒక డైరీ పెట్టుకోమని వారు సూచించారు. **స్వీయ-అభివృద్ధి ప్రయత్నంలో డైరీ లేదా జర్నల్ ఒక శక్తివంతమైన ఉపకరణం.**

మహాత్మా గాంధీ గారికి స్వీయ అభివృద్ధిని నోట్ చేసుకోవటానికి డైరీ పెట్టుకోవటం ఇష్టం. మంచి అలవాట్లను నెలకొల్పడానికి డైరీని ఉపయోగించిన వారిలో బెంజమిన్ ఫ్రాంక్లిన్ మరొక ప్రసిద్ధ ఉదాహరణ. స్వీయ-పరివర్తన దిశలో ఆయన ప్రయత్నాలు, 'ద ఆటోబయోగ్రఫీ ఆఫ్ బెంజమిన్ ఫ్రాంక్లిన్' అనే ప్రచురణలో పొందు పరచబడ్డాయి. తాను మార్చుకోవాలనుకునే పదమూడు అలవాట్ల జాబితాను కలిగి ఉండేవాడు. వాటన్నిటినీ రాసుకుని, ప్రతి వారం ఒక అలవాటుపై దృష్టి పెట్టేవాడు. ప్రతిరోజు దాన్ని అభ్యసించాడో లేదో అని నోట్ చేసుకునేవాడు.

అనుకున్నది చేస్తే, చెక్ మార్క్ (√) లేదా వైఫల్యం చెందితే క్రాస్ (x) గుర్తు వేసుకునేవాడు. వారం చివర్లో, తాను ఈ అలవాటును వారంలో ఎంత బాగా అవలంబిస్తున్నాడో పరిశీలించుకోగలిగేవాడు.

చెడు అలవాట్ల యొక్క ఆకర్షణను అధిగమించటం

చెడు అలవాట్లను అధిగమించడానికి ఉత్తమ సమయం, అసలు అవి స్థిరపడకముందే ఉంటుంది. మన వివేకవంత బుద్ధిచే వాటి శక్తిని అర్థంచేసుకోవాలి. ఒక గ్లాసు మద్యం తాగటం ఒక రోజుకి ఆరోగ్యానికి అంత హానికరం అనిపించకపోవచ్చు. కానీ సంవత్సరాలుగా, వందల లీటర్ల కొద్దీ సేవించటం తప్పకుండా మనకు అనారోగ్యం కలిగిస్తుంది. ఏదేని పనిని ఒక్కసారే చేసినప్పుడు అంతగా ఏమీ తేడా అనిపించదు, కానీ అదే చర్యను దీర్ఘకాలం పాటు పదే పదే చేస్తే, బలవత్తరమైన పరిణామాలు ఉంటాయి.

అయినప్పటికీ, చెడు అలవాట్లు ఇప్పటికే ఏర్పడిపోయి ఉంటే, అవి వాటంతట అవే పోవు. ఆవేప్పుడూ 'నీకు నీవే నిర్మూలించుకో' అని ఉండే పనులు. అవి సన్నని ఇనుప తీగలచే ఏర్పడిన ఇనుప కేబుల్స్ వంటివి. వేరుగా ఉంటే, సన్నని ఇనుప తీగల్ని కొద్దిపాటి ప్రయత్నంతోటే తెంపవచ్చు. కానీ కలిపి చుట్టినప్పుడు, అవి కొన్ని టన్నుల బరువును కూడా ఎత్తగలిగే బలంతో ఉన్న కేబుల్స్ అవుతాయి. అలాగే, అప్పుడప్పుడూ చేసే తప్పుడు పనులను సరిచేయడం చాలా తేలిక, కానీ పదే పదే చేయటం వల్ల లోతుగా ఏర్పడిపోయిన అలవాట్లను నిర్మూలించుకోవటం చాలా కష్టం.

ఫలితంగా, పాత అలవాట్లను మార్చడం ఎప్పుడూ సులభం కాదు. ఇది అంతరిక్షంలోకి రాకెట్‌ను ప్రయోగించడం లాంటిది. ప్రయోగించిన మొదటి కొద్ది నిమిషాల్లో, గురుత్వాకర్షణ శక్తిని అధిగమించి వెళ్ళేప్పుడు, గరిష్ట ఇంధనం అవసరమౌతుంది. పలాయన వేగాన్ని (ఎస్కేప్ వేలాసిటీ) సాధించిన తర్వాత, కొద్ది మేర శక్తి మాత్రమే అవసరమౌతుంది, మరియు ఇక రాకెట్ నిజానికి దాని స్వంత ద్రవ్యవేగం చేతనే ముందుకెళుతుంది. అందువల్ల, మిలియన్ల మైళ్ల ప్రయాణాల కంటే లిఫ్ట్-ఆఫ్‌లో ఎక్కువ ఇంధనం వినియోగించబడుతుంది. అందుకే, అంతరిక్షంలో లక్షలకొద్దీ మైళ్ళ ప్రయాణంకన్నా, రాకెట్ మొదట్లో పైకి లేచే ప్రారంభ దశలోనే ఎక్కువ ఇంధనం వినియోగించబడుతుంది.

అలవాట్లను మార్చుకోమని నాకు సలహా చెప్పారు.
కాబట్టి మంచి వాటిని వదిలేస్తున్నాను. చెడు-అలవాట్లను
వదులుకోవటం కంటే, వాటిని తీసేయటమే సులువు

ఇదే సూత్రం అలవాట్లకు కూడా వర్తిస్తుంది. అవి మన వ్యక్తిత్వం మీద గురుత్వాకర్షణ శక్తి వంటి ప్రభావాన్ని కలిగి ఉంటాయి. సహనము, సంకల్పము మరియు వివేకంతో దాన్ని ఛేదించాలి. ప్రారంభంలో దాన్ని అధిగమించటం చాలా కష్టతరం. కానీ, ఒకసారి గనక, మనల్ని కట్టిపడేసే ఆ అలవాట్ల సంకెళ్ళను ఛేదిస్తే, మనకు మరో నూతన స్వాతంత్రం వచ్చినట్టు ఉంటుంది.

కాబట్టి, ఇక పాత అలవాట్ల నుండి వేరు పడటం ఎలా?

సంకల్పశక్తి యొక్క ప్రాముఖ్యత

అలవాట్లను మార్చుకోవటం చాలా ప్రయోజనకరమైన పని, కానీ చాలా కష్టతరం కూడా. బలమైన వృక్షాలుగా ఎదిగిన చెడు అలవాట్లను నిర్మూలించడం పిల్లల ఆట కాదు. ఈ దిశలో, చెడు ప్రవర్తనను నిరోధించడానికి మరియు మంచిదాన్ని అలవర్చుకోవటానికి, స్వల్ప పురోగతి సాధించాలన్నా కూడా స్వీయ నియంత్రణ అవసరం. అందువల్ల, మనం అత్యుత్తమ పుస్తకాలను చదివిఉండవచ్చు, అత్యుత్తమ జ్ఞానాన్ని వినుండవచ్చు, కానీ మనకు సంకల్ప-శక్తి లేకపోతే, ఈ జ్ఞానం నుండి మనం ప్రయోజనం పొందలేము.

జ్ఞానం మరియు దాని ఆచరణ మధ్య అంతరాన్ని ఎల్లప్పుడూ 'క్రమశిక్షణ' ద్వారా తగ్గించాలి. సంకల్ప శక్తి సమృద్ధిగా ఉండటం అనేది, పశు ప్రవృత్తి ప్రేరణలను, అవి తలెత్తినప్పుడల్లా నిరోధించటానికి కావాల్సిన బలాన్ని అందిస్తుంది. అందువల్ల, ధైర్యం, సహనం మరియు శాంతిని జీవితాంతం అందించే అలవాట్లను, ఆత్మ-నిగ్రహమనే పునాది రాళ్లపై నిర్మించాలి. వాస్తవానికి, స్వీయ-నియంత్రణ లేకపోవడం, ఒక మానసిక వ్యాధి లాంటిది, అది మనల్ని బలహీనంగా మరియు చంచలంగా చేస్తుంది. ఈ బలహీనతను మనలో గమనించినప్పుడు, దాన్ని నిర్మూలించటానికి ప్రాధాన్యతనివ్వాలి.

మనం వ్యాయామం చేయడం ద్వారా కండరాలను పటిష్టం చేసుకున్నట్లే, మనం అభ్యాసం ద్వారా స్వీయ-క్రమశిక్షణను పెంపొందించుకోవాలి. మనం అనుకున్న దాన్ని పాటించిన ప్రతిసారీ, మన సంకల్ప-శక్తి యొక్క సామర్థ్యాన్ని పెలికితీస్తాము. ఇంద్రియ భోగాలకి వశం కావొద్దు అని అనుకుని కూడా, మనల్ని మనం నియంత్రించుకోలేకపోయిన ప్రతిసారీ, స్వీయ-నియంత్రణ శక్తి బలహీనమైపోతుంది.

ఈ ప్రకారంగా, చిన్న చిన్న గెలుపులే పెద్ద విజయాలను అందిస్తాయి. మన సంకల్పశక్తిని ఉపయోగించుకున్న కొద్దీ అది మరింత పుంజుకుంటుంది. కానీ దాన్ని నిర్లక్ష్యం చేస్తే, శరీరంలో వాడని కండరాల వలె, మన స్వీయ-క్రమశిక్షణ శుష్కించి, క్షీణించిపోతుంది. చెడు అలవాట్ల యొక్క ఆకర్షణని ఎదుర్కోవటానికి ధైర్యంగా పరిశ్రమిద్దాం. ఒకసారి కొత్త అలవాట్లు వృద్ధి చెందే కొద్దీ, అది క్రమేపీ సులువౌతుంది, మరియు ఒక రోజు, మనం అనుకున్న ప్రవర్తన సహజంగానే వచ్చేస్తుంది.

అద్భుతమైన గుణములతో ఉన్న వ్యక్తులను చూసినప్పుడు, వారు ఆ స్థాయికి ఎలా చేరుకున్నారో అని మనం ఆశ్చర్యపోతాము. క్రొత్త అలవాటు పెంపొందే వరకూ, కొంతకాలం పాటు వారి సంకల్ప శక్తిని ప్రయోగించే విషయంలోనే, ఆ చిట్కా ఉంది. అంత సులభం అన్నమాట. దీన్ని అర్థం చేసుకుని, నియంత్రిత-మనస్సు మరియు ప్రకాశవంతమైన బుద్ధి యొక్క శక్తిని బహిర్గతం చేయటానికి, ఉత్సాహంగా ముందుకెళ్దాం. నేను ఈ అంశాన్ని నా మరో పుస్తకం, '7 మైండ్‌సెట్స్ ఫర్ సక్సెస్, హ్యాపీనెస్, అండ్ ఫుల్ఫిల్మెంట్' లో చాలా వివరంగా పొందుపర్చాను.

ఇలా చెప్పిన తరువాత, ఒక జాగ్రత్త చెప్పటం మళ్ళీ అవసరం, ఎందుకంటే అలవాట్లను మార్చడం ఎప్పుడూ సులభం కాదు. మార్పు ప్రభావవంతం అయినట్లు అనిపించిన తర్వాత కూడా, పాత ప్రవర్తనలు మరియు ఆలోచనా విధానాలలోకి తిరిగి వెళ్లిపోయే ప్రమాదం ఎప్పుడూ ఉంటుంది. కారణం, 'బేసల్ గాంగ్లియా' ఒక అలవాటును ప్రేరేపించే సందర్భాన్ని గుర్తుంచుకుంటుంది, కాబట్టి ఆయా ప్రేరణలు మళ్లీ కనిపించినప్పుడల్లా పాత అలవాట్లు మరలా రావొచ్చు. అందువల్ల, మార్పు కోసం పరిశ్రమించేటప్పుడు, పాత అలవాటును గతంలో బలోపేతం చేసిన ప్రేరణల నుండి దూరంగా ఉండటం చాలా ముఖ్యం.

మనల్ని మనం ఉద్ధరించుకోవాలనే ధృఢ సంకల్పంతో, పాత అలవాట్లకు అనుకూలమైన సందర్భాలను/పరిస్థితులను దూరం పెట్టడంలో మనం ఎంతో జాగురూకతతో ఉండాలి. అలాంటి దృఢమైన నిర్ణయం తీస్కోవాలంటే, బుద్ధి దృఢంగా, ప్రకాశవంతంగా ఉండాలి. అలవాట్లపై మన ఈ చర్చ, సహజంగానే బుద్ధికి సంబంధించిన విషయం దిశగా దారితీసింది. దాని పని ఏమిటి మరియు మనస్సు కంటే అది ఏవిధంగా భిన్నమైనది? ఈ ప్రశ్నను మనం తరువాత అధ్యాయంలో పరిశీలిద్దాం.

ప్రధాన అంశాల సారాంశం

» మన ఆలోచనలు, ప్రవర్తనలు చాలా వరకు, పరిస్థితులను విశ్లేషించి, ఆ ప్రకారంగా ప్రతిస్పందనగా చేసినవి కావు. మనకు అలవాటైన ఆలోచనా ధోరణుల ప్రకారంగా అసంకల్పితంగానే ప్రతిస్పందిస్తాము.

» సకారాత్మక ఆలోచనా సరళి అనేది, ఒక్కొక్క ఆలోచనల ద్వారా సాధించలేము. మనం కోరుకున్న ఆలోచనా ధోరణులను అలవాట్లుగా మనస్సులో స్థాపించుకోవాలి.

» పదే పదే పునరావృత్తం చేయబడిన తలంపు, మెదడులోని నాడీ వ్యవస్థలో తనదైన ముద్రవేస్తుంది. అది, అదే పాత

ఆలోచన పునరావృత్తి కావటం సులువుగా చేస్తుంది. ఈ ప్రకారంగా, మన ప్రవర్తనపై అలవాట్లు తీవ్ర ప్రభావాన్ని కలిగి ఉంటాయి. దీన్ని అధిగమించటం కష్టం.

» మంచి అలవాట్ల వల్ల మంచి సత్ప్రవర్తన వస్తుంది, చెడు అలవాట్ల వల్ల పాడు వ్యక్తిత్వం పెంపొందుతుంది.

» అవాంఛిత అలవాట్లను మార్చుకోవాలంటే, ఈ యొక్క హానికర అలవాట్లను మార్చుకోవటం ద్వారా వచ్చే ప్రయోజనాల/లాభాల పట్ల పదేపదే చింతన చేయాలి. వాటిని మార్చుకోకపోవటం వల్ల వచ్చే బాధ/నష్టం పట్ల కూడా గాఢ చింతన చేయాలి.

» ఎలాగైతే, ఒక రాకెట్, మొత్తం తర్వాతి ప్రయాణం కంటే కూడా, కేవలం టేకాఫ్ సమయంలోనే ఎక్కువ ఇంధనాన్ని వినియోగిస్తుందో, కొత్త అలవాట్లు పెంపొందించుకునే సమయంలో కూడా ప్రారంభ సమయం చాలా కష్టతరమైనది. దీనికి సంకల్పశక్తిని పెంపొందించుకోవటం, దాన్ని ఉపయోగించుకోవటం చాలా ముఖ్యం.

» తగినన్ని సార్లు పునరావృత్తి చేయటం ద్వారా, కొత్త ప్రవర్తన లేదా ఆలోచనా సరళి, పాత దానిని త్రోసిపేస్తూ, కొత్త అలవాటుగా వృద్ధిచెందుతుంది.

» పరివర్తన మధ్యలో ఉన్నప్పుడు, ఆ యొక్క పాత అలవాటుని ప్రేరేపించే సందర్భాలకు/వాతావరణానికి దూరంగా ఉండాలి.

4

మనస్సుని నియంత్రించటంలో బుద్ధి యొక్క పాత్ర

మన మనస్సు యొక్క చపలచిత్త తత్త్వం గురించి మనందరికీ తెలుసు. ఒకచోటి నుంచి మరోచోటికి, ఒక విషయం నుంచి మరొక విషయానికీ, ఆటలో బంతివలె స్థిరత్వం లేకుండా పరిభ్రమిస్తుంటుంది. ఎంతో ఆసక్తికర విషయముల నుండి కూడా మరలిపోతుంటుంది, ఇక ఇష్టంలేని పనులు చేయాలంటే దాని తిరగబడే ధోరణి గుంచి చెప్పేదేముంది! పర్యవసానంగా, మన మనస్సు మన నియంత్రణలో లేదని మరియు మనం ఈ పరధ్యానం మరియు ఆలోచనలను ఎలాగోలా సహించాలి అనే భావనను ఏర్పరుచుకుంటాము. అయితే, పరిస్థితి ఇలాగే ఉండాల్సిన అవసరం లేదు. బుద్ధి యొక్క శక్తిని ఉపయోగించుకోవడం నేర్చుకుంటే, మన మనస్సును నిర్వహించుకునేందుకు అపారమైన సామర్థ్యాన్ని కనుగొంటాము.

ఇంతకు క్రితం అధ్యాయంలో, చెడు అలవాట్లని నిర్మూలించుకోవటానికి మరియు మంచి అలవాట్లను పెంపొందించుకోవటానికి, దృఢ సంకల్పముగల బుద్ధి ఎలా అవసరమో నేర్చుకున్నాం. భగవద్గీత కూడా పదే పదే బుద్ధి యొక్క ప్రాముఖ్యత గురించి చెప్తుంది. దానిలో, శ్రీ కృష్ణ భగవానుడు తన ఉపదేశాలని 'బుద్ధి యోగము' అని చెప్పాడు. పదే పదే అర్జునునికి తన బుద్ధిని భగవంతునికి శరణాగత అర్పితం చేయమని చెప్పాడు. ఈ సందర్భంలో, మన అంతర్గత ఉపకరణాలల్లో బుద్ధి యొక్క స్థానం ఏమిటో చూద్దాం.

మనస్సు, బుద్ధి పరస్పరం ఎలా పనిచేస్తాయి?

బుద్ధి నిర్ణయాలు తీసుకుంటుంది మరియు మనస్సు కోరికలను సృష్టిస్తుంది. ఉదాహరణకి, ఒకవేళ బుద్ధి గనక ఐస్-క్రీమ్‌లో ఆనందం ఉంది అని నిర్ణయించుకుంటే, మనస్సు దాని కోసం వెంపర్లాడుతుంది. ఒకవేళ డబ్బే అన్నీ జీవిత సమస్యలకు పరిష్కారం అని బుద్ధి నిర్ణయిస్తే, మనస్సు ఎప్పుడూ డబ్బు, డబ్బు, డబ్బు అని ఆలోచిస్తుంది. అదే ఒకవేళ హోదా అనేది ఆనందానికి మూలం అని బుద్ధి నిర్ణయిస్తే, పేరు ప్రఖ్యాతులు మరియు సంఘంలో గౌరవం కోసం మనస్సు ఆపేక్షిస్తుంది. మరోలా చెప్పాలంటే, బుద్ధి నిర్ణయాలు తీసుకుంటుంది మరియు మనస్సు సంకల్ప (రాగము)– వికల్పాలను (ద్వేషము) సృష్టిస్తుంది. ఈ రెంటిలో, బుద్ధి యొక్క స్థానం ఉత్కృష్టమైనది.

ఒక ఉదాహరణ దీన్ని స్పష్టం చేస్తుంది.

గంగా ప్రసాద్ ఓ నాలుగు రోజులుగా ఏమీ తినలేదు అనుకుందాం. తీవ్ర బాధలో ఉన్నాడు. ఆహారం..ఆహారం..ఆహారం.. అని మాత్రమే ఆలోచిస్తున్నాడు. నాలుగు రోజుల తర్వాత, వెండి కంచంలో రుచికరమైన పదార్థాలు వడ్డించి ఇచ్చారనుకుందాం. అతని నోట్లో లాలాజలం ఊరుతోంది, ఇంద్రియములు వాటి ఇంద్రియ విషయములను ఆస్వాదించటానికి ఉవ్విళ్లూరుతున్నాయి. మనస్సు, తియ్యటి గులాబ్ జామూన్ని తీస్కోవటానికి బుద్ధిని అనుమతి కోరుతుంది.

బుద్ధి, 'సరే కానీ, నాకు కూడా చాలా బాధగా ఉంది. విలంబన చేయకు! తీస్కో .' అంటుంది.

మనస్సు, చేతిని ఆదేశించగానే అది గులాబ్ జామూన్‌ని తీసుకుంటుంది. చెయ్యి దాన్ని నోటి వరకు తీస్కోస్తుంది. ఇంద్రియములు ఆతృతతో ఉన్నాయి, కడుపులో గుర్రుమనే శబ్దాలు వస్తున్నాయి. ఈ స్థితిలో, ఏ విధంగానైనా మనస్సు మారటం సాధ్యమేనా? 'అసాధ్యం' అని మీరు అనుకోవచ్చు.

కానీ, అకస్మాత్తుగా, అతని స్నేహితుడు అరుస్తాడు. 'ఏం చేస్తున్నావ్ నువ్వు? చచ్చిపోవాలని ఉందా? ఆ గులాబ్ జామూన్‌లో విషం కలిపి ఉంది!' అని.

'విషమా? చావా? ఇక్కడేదో తేడాగా ఉంది.' బుద్ధి వెంటనే 'ఆగు!' అని ఆదేశమిస్తుంది, బుద్ధి మనస్సుకి, మనస్సు చేతికి ఆదేశమిస్తుంది. చేయి, గులాబ్ జామూన్ని విసిరేస్తుంది.

ఇక ఇప్పుడు తన మనస్సు మార్చుకుంటాడేమో చూద్దాం? ఒక ఆశ పెట్టి చూడండి: 'అయ్యా, ఆ గులాబ్ జామూన్ తింటే మీకు కోటి రూపాయలిస్తాను. ప్లీజ్ తినండి' అని చెప్పండి.

'నేను చనిపోతే ఆ కోటి రూపాయలతో ఏంచేస్కుంటాను? వద్దులే అంటాడు.' ఎంత ఆకలితో ఉన్నా ఒప్పుకోడు. ఎందుకంటే ఆ గులాబ్ జామూన్ తింటే చనిపోతానని బుద్ధిలో స్థిర నిర్ణయం అయిపోయింది.

మళ్ళీ అడగండి, 'ఆహారం విషపూరితం అయిందని ఎలా తెలుసు?' అని.

'నా స్నేహితుడు చెప్పాడు,' అంటాడు.

'నీ స్నేహితుడు సంపూర్ణ నిజాయితీ పరుడేనా? సత్య హరిశ్చంద్రుడి అవతారమా?'

'లేదు, లేదు, అబద్ధాలు చెప్తూ చాలా సార్లు నాకు దొరికిపోయాడు'

'సరే, పోనీలే. నీ జీవితంలో ఎప్పుడైనా విషాన్ని చూసావా?'

'లేదు'

'అంటే, నీ జీతంలో విషాన్ని ఎప్పుడూ చూడలేదు, అయినా అంతగా నమ్మవీలులేని స్నేహితుడి ఒక్క మాట, నిన్ను గులాబ్ జామూన్ని విసిరివేసేటట్టు చేసిందా?'

'అవును.'

గంగా ప్రసాద్కి మనస్సుపై అంత నియంత్రణ ఎలా వచ్చింది? ఆయన గత నాలుగు రోజులుగా ఆకలితో ఉన్నా, ఇంద్రియములు ఆహారం కోసం పరితపిస్తున్నా, ఆ రుచికరమైన గులాబ్ జామూన్ని త్యజించాడు.

ఆ నియంత్రణ బుద్ధి నుండి వచ్చింది. గులాబ్ జామూన్ తనకు హానికరం అని అది నిర్ణయించుకున్నప్పుడు, మనస్సు మరియు ఇంద్రియములను తొక్కిపట్టింది. యజుర్వేదము ఇలా చెప్తుంది:

విజ్ఞాన సారథిర్యస్తు మనః ప్రగ్రహవాన్ నరః !
సో ధ్వనః పారమాప్నో తి తద్ విష్ణోః పరమం పదమ్!!
(కఠోపనిషత్తు 1.3.9)

భవసాగరాన్ని దాటి, మీ దివ్య లక్ష్యాన్ని సాధించడానికి, బుద్ధిని దివ్య ఆధ్యాత్మిక జ్ఞానంతో ప్రకాశింపచేయండి, ఆ తరువాత జ్ఞాన ప్రకాశిత బుద్ధితో, చంచల మనస్సును నియంత్రించండి.' అందుకే 'జ్ఞానమే శక్తి!' (Knowledge is power) అని చెప్పబడింది, ఎందుకంటే యదార్ధమైన లేదా నిజమైన జ్ఞానమే సరైన నిర్ణయాలను తీస్కో వటానికి దోహదపడుతుంది.

కానీ, సాధారణంగా అయితే, పరిస్థితి ఇంత సూటిగా ఉండదు. మనస్సు మరియు బుద్ధి ఎల్లప్పుడూ ఏకీభావముతో ఉండవు. ఒక్కోసారి, ఏది ప్రయోజనకరమో అని బుద్ధి స్పష్టతతో ఉండదు, మరికొన్ని సార్లు, తాను వెంపర్లాడే వస్తువు పట్ల మనస్సు మొండిగా ఉంటుంది. ఈ విధంగా, అంతర్గత యంత్రాలలో కలహాలు తలెత్తుతాయి. ఇక మన అంతర్గత ఉపకరణాల్ని మరింత అర్థం చేసుకుందాం.

మన అంతర్గత ఉపకరణం యొక్క నాలుగు దశలు

మన అంతఃకరణ (మనస్సు లేదా సూక్ష్మ హృదయం) యందు నాలుగు స్థాయిలు ఉన్నాయని వైదిక శాస్త్రాలు వివరిస్తున్నాయి:

1) **మనస్సు**: ఇది ఆలోచనలను, భావోద్వేగాలను, కోరికలను, ఆశలను, మరియు ద్వేషములను సృష్టిస్తుంది.

2) **బుద్ధి**: విశ్లేషించి నిర్ణయం తీసుకోవటం దీని పని. అర్థం చేసుకోవటం, నిర్ణయించటం, మరియు వివేచించటం (ఇది మంచి, ఇది చెడు అని) దీని పని.

3) **చిత్తము**: సంస్కారములు మరియు జ్ఞాపకముల భాండాగారం ఇది. ఏదేని ఒక వ్యక్తిపట్ల గాని లేదా వస్తువుపట్ల గాని మమకారాసక్తి ఏర్పరుస్తుంది.

4) **అహంకారము**: నేను, నాది అనే భావన ఇది. శరీర గుణముల పట్ల మమేకం అయిపోయి అభిమానాన్ని సృష్టిస్తుంది.

ఇవి నాలుగు వేర్వేరు వస్తువులు కావు, అయితే, ఒకే మనస్సు పనిచేసే నాలుగు స్థాయిలు మాత్రమే. అందుకే, వీటన్నిటినీ కలిపి మనస్సు అనవచ్చు, లేదా మనస్సు-బుద్ధి అనవచ్చు, లేదా మనస్సు-బుద్ధి-అహంకారము అనవచ్చు లేదా మనస్సు-బుద్ధి-చిత్తము-అహంకారము అనవచ్చు. ఇవన్నీ ఒకే తత్త్వాన్ని సూచిస్తాయి.

వేర్వేరు శాస్త్రాలు మనస్సుని ఈ నాలుగింట్లో ఏదో ఒక ప్రకారంగా పేర్కొంటాయి:

1) మనస్సు: పంచదశీ, ఈ నాలుగింటినీ కలిపి మనస్సు అని, మరియు ఇదే భౌతిక అస్థిత్వంలో బంధనానికి కారణంగా పేర్కొంటుంది.

2) మనస్సు-బుద్ధి: భగవద్గీతలో, శ్రీ కృష్ణ పరమాత్మ, పదే పదే మనస్సు, బుద్ధి అనే రెండుంటాయని, వాటిని నియత్రించటం పరమావశ్యకమని (వాటిని భగవత్ అర్పితం చేయాలని) వక్కాణిస్తాడు.

3) మనస్సు-బుద్ధి-అహంకారము: యోగ్ దర్శన్, మన ఈ అంతర్గత ఉపకరణాన్ని – మనస్సు, బుద్ధి మరియు అహంకారము అనే మూడు అస్థిత్వాలుగా, సూచిస్తుంది. వీటిని క్రమశిక్షణలో ఉంచాలి (భగవంతునితో సంయోగం సాధించటానికి)

4) మనస్సు-బుద్ధి-చిత్తము-అహంకారము: శంకరాచార్యుల వారు, జీవాత్మకు అందుబాటులో ఉన్న ఉపకరణముల గూర్చి చెప్పేటప్పుడు, మనస్సుని నాలుగు స్థాయిల్లో వర్గీకరించారు – మనస్సు, బుద్ధి, చిత్తము, మరియు అహంకారము.

ఈ పైన వివరించబడ్డవన్నీ, మనలోని ఒకే అంతర్గత పరికరాన్ని సూచిస్తాయి, వీటన్నిటిని కలిపి అంతఃకరణ అనవచ్చు. మనస్సు యొక్క ఈ నాలుగు దశల్లో, మనస్సు మరియు బుద్ధి అనేవి అత్యంత ప్రముఖమైనవి.

మనస్సు మరియు బుద్ధి మధ్య సంఘర్షణ

బుద్ధికి నిర్ణయాధికార శక్తి ఉంటుందని మనం ఇంతకు క్రితం చర్చించి ఉన్నాము. అదిగనక, రసగుల్లా తింటే ఆనందం లభిస్తుంది అని నిర్ణయిస్తే,

ఆ తర్వాత మనస్సు, 'నాకు ఈరోజు రాత్రి భోజనంలో రసగుల్లా కావాలి' అని కోరుకుంటుంది. చూసారా, బుద్ధి నిర్ణయం తీసుకుంది, మరియు ఆ ప్రకారంగానే మనస్సు కోరికను సృష్టించింది. బుద్ధి నిర్ణయిస్తుంది మరియు మనస్సు ఆ ప్రకారంగా కోరికలను సృష్టిస్తుంది అని చెప్పటానికి ఇదొక ఉదాహరణ.

మరొక దృష్టాంతాన్ని పరిశీలించండి. ఒక ఆలోచన వచ్చిందనుకోండి: 'నేను ఈ మధ్య చక్కటి ఆహారం తీసుకోవట్లేదు. ఈ రాత్రి, నేను బ్రోక్కోలీ, కాలీఫ్లవర్ మరియు బీన్స్ వండుతాను.' అని. బుద్ధి దీని గూర్చి ఆలోచిస్తుంది. మరియు అనుకూలంగానే ప్రతిస్పందిస్తుంది. కానీ, మనస్సు ఎదురుతిరుగుతుంది, ఇలా ఆలోచిస్తుంది, 'అబ్బా! ఈ ఆరోగ్యకరమైన ఆహారం చాలా బోరింగ్!' అని. తక్కువ ఆరోగ్యకరమైనా, రుచిగా ఉండే పదార్థంపై మనసుకు బలమైన కోరిక కలుగుతుంది. 'దాని బదులుగా మంచి వెజ్-బర్గర్ మరియు ఆలుగడ్డ-వేపుడు ఉంటే పోలా?' అని.

ఈ విధంగా, మనస్సు బుద్ధిని ప్రతిఘటిస్తుంది మరియు జంక్-ఫుడ్ కోసం కోరికను కలుగచేస్తుంది. కానీ అది శరీర ఆరోగ్యానికి మంచిది అని బుద్ధి భావించటం లేదు. ఇప్పుడు జరిగే పోరాటం, మనస్సు యొక్క కోరికలకీ మరియు బుద్ధి యొక్క జ్ఞానమునకూ మధ్య ఉంది. ఒక్కోసారి బహుశా, మనస్సు యొక్క వెంపర్లాటకి బుద్ధి లొంగిపోయి వెజ్-బర్గర్‌కి ఒప్పుకోవచ్చు. అయితే ఇది మనస్సు నిర్వహణకు సంబంధించిన సరైన పనేనా? కాదని మీకు తెలుసు!

మనస్సుని నియంత్రించాలంటే, బుద్ధిని దివ్య ఆధ్యాత్మిక జ్ఞానంచే శక్తివంతం చేయాలి. ఆ తర్వాత, బుద్ధిచే మనస్సుని ఆధీనంలో ఉంచుకోవాలి. జగద్గురు కృపాలుజీ మహారాజ్ గారు ఇలా పేర్కొన్నారు:

మన కో మానో శత్రు ఉసకీ సునహు జని కచ్చు ప్యారే

(సాధన కరు ప్యారే)

'ఓ ప్రియతమా! కల్మష మనస్సే నీ శత్రువు అని భావించుము. దాని వెర్రితలంపులను పట్టించుకోకు.'

కోరికలతో ఉండే మనస్సు చిన్న పిల్లల వంటిది. అది, సత్వరమే సుఖం కావాలి, దుఃఖం పోవాలి అని కోరుకుంటుంది. సిగ్మండ్ ఫ్రాయిడ్

యొక్క సైకోఅనలిటిక్ సిద్ధాంతం లోని ఇడ్ (Id) వంటిది: 'నేను అనుకున్నది కావాలి, ఎప్పుడు కావాలనుకుంటే అప్పుడు కావాలి, నేను అనుకున్న విధంగా కావాలి, మరియు ఇప్పుడే కావాలి!' అంటుంటుంది. దాని లాగుడికి మనం లొంగిపోవద్దు. బదులుగా, వివేచనాత్మక బుద్ధిని ఉపయోగించుకొని, మనకు ఏది మంచో ఏది చెడో నిర్ణయించుకోవాలి.

వివేచనా శక్తి

మనస్సుని నియంత్రించగల బుద్ధి యొక్క సామర్థ్యమునే వివేకము అంటారు. మనమందరం దాన్ని కలిగి ఉంటాం మరియు దానిని విభిన్న స్థాయిల్లో ఉపయోగిస్తాం. కానీ మనం దాని యొక్క పూర్తి సామర్థ్యాన్ని ఉపయోగించుకోలేదు కాబట్టి మన మనస్సు మన అదుపులో ఉండడం లేదని తప్పుగా అనుకుంటాము.

మనస్సుని అదుపులో పెట్టటంలో బుద్ధికి ఉన్న శక్తిని చూపించటానికి, కొన్ని ఉదాహరణలు ఇవిగో:

తమ వృత్తి/ఆఫీసు పనిని నిజంగా ఆస్వాదించే వారు చాలా తక్కువ మందే ఉంటారు. అవకాశం వస్తే, ఆఫీసుకు వెళ్లడానికి బదులుగా, వారు తమ కుటుంబంతో ఇంటివద్దనే ఉంటారు. అందుకే శుక్రవారం సాయంత్రం,

రాబోయే వారాంతపు రెండు రోజుల సెలవులను ఊహించుకుని, చాలామంది ఉల్లాసంగా ఉంటారు. అదేవిధంగా, చాలా మందికి, సోమవారం ఉదయం, నిరాశకు గురయ్యే సమయం, ఎందుకంటే రాబోయే ఐదు రోజుల పని గురించి తలంపు రాగానే, మనస్సులో దుఃఖం కలుగుతుంది. ఆఫీసు చాకిరీ కష్టాన్ని మనస్సు ఇష్టపడదని ఇది సూచిస్తున్నది. అయినప్పటికీ, మనస్సు యొక్క కోరికలకు వ్యతిరేకంగా, ఒక సాధారణ వ్యక్తి కూడా రోజుకు కనీసం ఎనిమిది గంటలు పనిచేస్తాడు.

మనస్సు ఇలా లొంగిపోవటానికి కారణం ఏమిటి? ఇదే బుద్ధి యొక్క సామర్థ్యం. జీవించడానికి ఉద్యోగం అవసరమని ఒకసారి బుద్ధి నిర్ణయించిన తర్వాత, అది మనస్సును నియంత్రిస్తుంది. మనస్సుకు ఇష్టం లేకపోయినా, ప్రపంచం మొత్తం అందరూ పని చేయగలిగేది, ఇలాగే. బదులుగా, మనస్సు తన ఇష్టానుసారం ఉండటానికి అనుమతించబడితే, రోజంతా ఆఫీసులో ఉండడం చాలా మందికి సాధ్యం కాదు.

కోపం క్రింది వారి వైపే ఎందుకు వెళ్తుందో అని ఎప్పుడైనా ఆశ్చర్యపడ్డారా? కంపెనీ సి.ఈ.ఓ, డైరెక్టర్‌పై అరుస్తాడు. డైరెక్టర్ తిరిగి సి.ఈ.ఓ పై అరవడు, ఎందుకంటే అతనికి తెలుసు, ఆలాచేస్తే ఉద్యోగం పోతుందని; ఆయన తిరిగి, తన కోపాన్ని మేనేజర్‌పై చూపిస్తాడు. ఆ డైరెక్టర్‌తో విసిగి పోయి ఉన్నా సరే ఆ మేనేజర్ తన కోపాన్ని నియంత్రించుకుంటాడు, కానీ అదంతా ఫోర్మన్‌పై చూపిస్తాడు. ఆ ఫోర్మన్, పనివాడిపై అదంతా వెళ్లగక్కుతాడు. ఆ పనివాడు తన భార్యపై తన చికాకునంతా చూపిస్తాడు. భార్య పిల్లవానిపై అరుస్తుంది. పిల్లవాడు కుక్కపై తన ప్రతాపాన్ని చూపిస్తాడు. ఇక్కక ప్రతిసారీ, ఎక్కడ కోపం చూపిస్తే ప్రమాదమో, ఎక్కడ చూపిస్తే దానికి పర్యవసానాలు ఉండవో, బుద్ధి నిర్ణయిస్తుంది. మనమందరమూ బుద్ధికున్న వివేచనా శక్తిచే కోపాన్ని నియంత్రించగలము అని ఇది నిరూపిస్తున్నది.

ఈ వివేచనా శక్తి ప్రధానంగా మానవులకే ఇవ్వబడింది. ఇతర జీవజాతుల బుద్ధికి ఏదో కొద్దిపాటి పరిధికి మించి ఈ శక్తి లేదు. 'నా మనస్సు, ఇంద్రియాలు ఆహారం కోసం తహతహలాడుతున్నప్పటికీ, నేను ఆధ్యాత్మిక శుద్ధి కోసం ఉపవాస దీక్ష పాటిస్తాను' అని అవి ఆలోచించలేవు. కానీ, ఈ వివేచనా శక్తి మానవులకు ఇవ్వబడింది, దీని ద్వారా మనస్సు

మరియు ఇంద్రియములను నియంత్రణలోకి తెచ్చుకోవాలి. **ఏది మంచి ఏది చెడు అని నిశ్చయించటంలో బుద్ధి యొక్క వివేచనా శక్తిని వినియోగించుకోని మరుక్షణం, మనం పశు స్థాయికి పడిపోతాము.**

మానవ శరీరం లభించటం ఒక గొప్ప అదృష్టం, దానితో పాటుగా ఒక పెద్ద భాధ్యత కూడా ఉంటుంది, మనం బుద్ధి యొక్క విజ్ఞానంచే జీవించాలి కానీ, మనస్సు యొక్క చాపల్యంచే కాదు. ఈ ప్రకారంగా, వేదములు ఇలా పేర్కొంటున్నాయి:

తత్త్వ విస్మరణాత్ భేకివత్

'చేసే పనుల్లో వివేకాన్ని వదిలిపెట్టేవాడు, పశువులా అయిపోతాడు'

పిల్లలు కూడా వివేచనను ఉపయోగిస్తారు. తల్లిదండ్రులు పక్క గదిలో టీవీ చూస్తున్నారని అనుకుందాం. వాళ్ళ పాపకు కూడా టీవీ చూడాలని అనిపిస్తుంది, కానీ అప్పుడు ఆమె, 'నాకు రేపు పరీక్ష ఉంది. నేను చదువుకోకపోతే ఫెయిల్ అవుతాను.' అని ఆలోచించుకుంటుంది. ఇంద్రియసంతృప్తి కోసం మనస్సుకున్న కోరికను నియంత్రించడానికి ఆ అమ్మాయి తన బుద్ధిని విజయవంతంగా ఉపయోగించుకుంటుంది.

ఇప్పుడు మరింత శక్తివంతమైన ఉదాహరణను పరిశీలించండి. మున్నా అనే చిన్నారి యొక్క తల్లిదండ్రులు, వాళ్ళబ్బాయి చదువులో శ్రద్ధ చూపించట్లేదని ఆందోళన చెందుతున్నారు. దానికి కారణం వారు అతడిని అడుగుతారు. తన మనస్సు చదువుపై దృష్టి పెట్టలేకపోతున్నదనీ – అది ఎటెటో వెళ్ళిపోతోందనీ చెప్తాడు. మున్నా, అతని తల్లిదండ్రులు ఇరువురూ ఈ సమస్యకు పరిష్కారం లేదని ఆందోళన చెందుతున్నారు.

అయినా, అదే బాలుడు సంవత్సర చివరన జరిగే ఫైనల్ పరీక్షకు వెళ్లినప్పుడు, మనస్సుని నియంత్రణలోకి తెచ్చుకుని, మూడు గంటల పాటు ప్రశ్నాపత్రానికి జవాబులు రాయటంలో నిమగ్నమౌతాడు. సమయం అయిపోయినప్పుడు, పరిశీలకుడు బాలుని చేతినుండి జవాబు పత్రాన్ని గుంజుకోవాల్సి వస్తుంది. కానీ, ఆ మూడు గంటల పాటు మాత్రం, ఆ అబ్బాయి దేనిచేతా పరధ్యానానికి గురి కాడు.

మనస్సు పాఠాలపై దృష్టి పెట్టలేకపోతున్నదని, ఏడాది పొడవునా ఫిర్యాదు చేసినవాడు, అలాంటి ఏకాగ్రతను ఎలా సంపాదించాడు? బుద్ధి

యొక్క నిర్ణయం ద్వారా ఇది సాధ్యమైంది. ఎప్పుడైతే అతని బుద్ధి ఆ మూడు గంటలు ముఖ్యమని నిర్ణయించుకుందో, మరియు తను నిర్లక్షంగా ఉంటే మొత్తం సంవత్సరాన్ని కోల్పోవాల్సి వస్తుందని గ్రహించిందో, అది బలవంతంగా మనస్సుని ఏకాగ్రతతో ఉండేట్టు చేసింది.

అదే స్థాయి ఏకాగ్రత సంవత్సరం మొత్తం కలిగి ఉండుంటే, మున్నా జాతీయ స్థాయి విద్యార్థి అయివుండటానికి అవకాశం ఉండేది. కానీ, సంవత్సరం మొత్తం, బుద్ధి ఇలా నిర్ణయించుకుంది, 'చదువు అంత ముఖ్యం కాదు. నా తల్లిదండ్రులు ముఖ్యం అంటుంటారు, కానీ వాళ్లకేమీ తెలియదు. ఫ్రెండ్స్‌తో క్రికెట్ ఆడుకోవటం అంతకంటే చాలా ముఖ్యం అని వాళ్ళకి అర్థం కాదు' అని.

బుద్ధి వేరే విధంగా నిర్ణయించుకున్నప్పుడు, మనస్సు ఏకాగ్రతను సాధించలేదు. ఏదో కొద్ది నిముషాలు ఏకాగ్రత సాధించినా, బుద్ధి దాన్ని ప్రక్కకి నెట్టేస్తుంది, 'ఇక్కడ సుఖం లేదు. క్రికెట్ గూర్చి ఆలోచించు; అక్కడే నిజమైన ఆనందం ఉంది.' అని

ఈ ఉదాహరణ, మనకు, మనస్సుని నియంత్రించే విషయంలో బుద్ధికి గల శక్తిని తెలియచేస్తున్నది. అందుకే మనం దాని యందు సరైన జ్ఞానాన్ని పెంపొందించుకోవాలి మరియు దానిచే మనస్సుకి సరైన దిశా నిర్దేశం చేయాలి. మన బుద్ధి తప్పుడు విలువలు కలిగి ఉన్నా లేదా తగినంత జ్ఞానాన్ని కలిగి లేక పోయినా, మన జీవితం ఏమైపోతుంది?

బుద్ధిని శాస్త్రముల యొక్క సరైన జ్ఞానంచే బలోపేతం చేసి, ఆ ప్రకాశవంత బుద్ధిచే మనస్సుని ఆధీనంలో ఉంచుకోవటం అనేది, ఈ సైన్స్ ఆఫ్ మైండ్ మేనేజ్‌మెంట్ లో ఒక ప్రధాన అంశం.

బుద్ధి యోగము

భగవద్గీతలో ఈ మనో నిర్వహణ శాస్త్రమే, 'బుద్ధి యోగము' అని పదే పదే చెప్పబడింది:

బుద్ధి-యోగమ్ ఉపాశ్రిత్య మచ్చిత్తః సతతం భవ

(18.57)

మనస్సుని నియంత్రించటంలో బుద్ధి యొక్క పాత్ర

'బుద్ధి యోగమును ఆశ్రయించి, నీ చిత్తమును నా యందే ఎల్లప్పుడూ లగ్నం చేయుము.'

ఈ బుద్ధి యోగమును ఎవరు చేయాలి? జీవాత్మ. ఈ జీవాత్మ అంటే ఏమిటి? వైదిక శాస్త్రాలు ఏం చెప్తున్నాయంటే, శరీరం యొక్క హృదయ ప్రదేశంలో స్థితమై ఉన్న జీవాత్మయే మనము అని. మనమంటే, మన ఆలోచనలూ లేదా కార్యకలాపాలు కాదు; మనమంటే మనకు చెందినది కాదు. మన అసలైన అస్థిత్వం మన జీవాత్మయే, ఈ తాత్కాలిక శరీరం కాదు. మరియు ఈ జీవాత్మ, భగవంతుని యొక్క అణు-అంశ.

శరీరంలో జీవాత్మ యొక్క స్థాయిని అర్థంచేపించటానికి, వేదములు ఒక రథం యొక్క ఉదాహరణను చూపుతాయి.

ఆత్మానం రథినం విద్ధి శరీరం రథమేవ తు
బుద్ధిం తు సారథిం విద్ధి మనఃప్రగ్రహమేవ చ
ఇంద్రియాణి హయానాహుర్విషయాంస్తేషు గోచరాన్।
ఆత్మేంద్రియ మనోయుక్తం భోక్తేత్యాహుర్మనీషిణః

(కఠోపనిషత్తు 1.3.3-4)

ఐదు గుర్రాలచే గుంజబడే ఒక రథం ఉంది అని ఉపనిషత్తులు చెప్తున్నాయి; గుర్రాలకు నోట్లో పగ్గాలు ఉన్నాయి; ఆ పగ్గాలు సారథి చేతిలో ఉన్నాయి; ఆ రథం వెనుక భాగంలో ఒక ప్రయాణీకుడు కూర్చుని ఉన్నాడు. ఈ ఉదాహరణలో:

- ఆ రథమే, శరీరము
- గుర్రములు అంటే, ఐదు ఇంద్రియములు
- గుర్రం నోటిలో ఉన్న పగ్గాలు అంటే, మనస్సు
- రథ సారథి అంటే, బుద్ధి
- వెనుక కూర్చుని ఉన్న ప్రయాణీకుడు, జీవాత్మ

నిజానికైతే, ప్రయాణీకుడు సారథికి దిశానిర్దేశం చేయాలి. అప్పుడా సారథి పగ్గాలను గుంజుతూ గుర్రాలను సరైన దిశలో నడిపించాలి. అదే ప్రకారంగా, జీవాత్మ బుద్ధికి దిశానిర్దేశం చేయాలి, ఆ బుద్ధి మనస్సుని

నియంత్రించాలి. మనస్సు ఇంద్రియములను ఆధీనంలో ఉంచుకోవాలి. కానీ, ఈ సందర్భంలో, జీవాత్మ (ప్రయాణీకుడు) నిద్రపోతున్నాడు, మరియు ఆ రథం అడ్డదిడ్డంగా వెళ్తోంది:

- ఇంద్రియములు (గుర్రాలు) ఎన్నో విషయములను చూడటానికి, రుచిచూచుటకు, స్పర్శించటానికి, అనుభవించటానికి, వినటానికి మరియు వాసన చూడటానికి వాంఛిస్తాయి.
- మనస్సు (పగ్గాలు), ఇంద్రియములను నియంత్రించటానికి బదులుగా వాటి కోరికలకు ఊతమిస్తుంది.
- బుద్ధి (సారథి), ఎక్కడికి పోవాలో దిశానిర్దేశం చేసే బదులు, ఇంద్రియముల లాగుడికి వశమై పోతుంది.
- ఈ రథంలో స్థితుడై ఉన్న జీవాత్మ (ప్రయాణీకుడు) ఈ భౌతిక జగత్తులో అనాది కాలం నుండీ తిరుగుతూనే ఉన్నాడు.

నియంత్రణని వదిలేసి, రథంలో నిద్రపోతున్న ఆ ప్రయాణీకుడి వంటి వాళ్ళం మనం. తత్ఫలితంగా, ఆ రథ సారథికి (బుద్ధి) ఎటు వైపు వెళ్లాలో తెలియదు. జీవాత్మ (ప్రయాణీకుడు) నిద్రమేల్కొని, క్రియాశీలకంగా అవ్వాలి. అప్పుడే అది బుద్ధిని సరైన దిశలో పెట్టగలుగుతుంది.

అందుకే, బుద్ధిని సంపూర్ణ, దోషరహిత జ్ఞానంచే ప్రకాశవంతం చేసుకోవాలి. దీని కోసం, నిఖార్సయిన జ్ఞాన మూలాన్ని తెలుసుకోవాలి. ఆ మూలం ఏమిటి?

సైద్ధాంతిక/పుస్తక జ్ఞానము మరియు అనుభవపూర్వక విజ్ఞానము

జ్ఞానం రెండు రకాలు – సైద్ధాంతిక/పుస్తక జ్ఞానం మరియు ఆచరణాత్మక/ అనుభవ పూర్వక విజ్ఞానం.

ఉదాహరణకు, ఓ మహిళ తన వంటల పుస్తకంలోని అన్ని వంటకాలను కంఠస్థం చేసింది, కానీ ఆమె జీవితంలో ఎప్పుడూ వంటగదిలోకి ప్రవేశించనేలేదని అనుకోండి. నిస్సందేహంగా, ఆమెకు వంట గురించి సైద్ధాంతిక జ్ఞానం ఉంది. మరొక మహిళ గత అరవై సంవత్సరాలుగా వంట

చేస్తోంది మరియు దాని యొక్క అన్ని కిటుకులను తెల్సుకుంది. ఆమెకు వంటపై ఆచరణాత్మక అనుభవ జ్ఞానం ఉంది. ఇటువంటి జ్ఞానం కేవలం పుస్తక జ్ఞానం కంటే చాలా గొప్పది.

ఆదే విధంగా, ఆధ్యాత్మికతలో, సైద్ధాంతిక/పుస్తక జ్ఞానం ఏమిటంటే, ఎవరైనా ఆధ్యాత్మిక జ్ఞానగ్రంథాలను చదివి, లేదా కంఠస్థం చేసినా సరే, ఎన్నడూ సాధన చేయనట్టు అన్నమాట. మనస్సులో ఇంకా కల్మషాలు ఉన్నాయి కాబట్టి, పుస్తక జ్ఞానంలో ఆంతర్గత అనుభవ విజ్ఞానం ఉండదు.

మరోవైపు, మనస్సు శుద్ధి అవుతున్నకొద్దీ, ఉత్కృష్టమైన జ్ఞానం లోపలి నుండి వెలువడటం ప్రారంభమవుతుంది. ఈ ఆంతర అనుభవజ్ఞానం, ప్రపంచంలోని అన్ని జ్ఞాన పుస్తకాల కంటే చాలా విలువైనది. ఈ అంతర్గత జ్ఞానం యొక్క ఆవిర్భావమే మనలోని అజ్ఞానం యొక్క చీకటిని పారద్రోలే నిజమైన జ్ఞానం.

కానీ, అంతర్గత విజ్ఞానం యొక్క ఆవిర్భావాన్ని అనుభవించడానికి, మనంసైద్ధాంతికజ్ఞానాన్ని కూడాఅర్థంచేసుకోవాలి. అప్పుడేమనం, స్వీయ-శుద్ధీకరణ (అంతఃకరణ శుద్ధి) ప్రక్రియను గుర్తించి, దాని ప్రాముఖ్యతను తెలుసుకొని, దానిని మన జీవితంలో అమలు చేయగలం. **అందువలన, మన లక్ష్యం సైద్ధాంతిక జ్ఞానం కాదు; అయినప్పటికీ, మనం మనస్సును శుద్ధి చేసి, అంతర్గత అనుభవ-జ్ఞానాన్ని అనుభవించాలనుకుంటే అది అవసరం.**

ఆధ్యాత్మికత, మరియు దాని ఉపకరణాలకు సంబంధించిన సైద్ధాంతిక/పుస్తక జ్ఞానాన్ని మనం ఎక్కడ, ఎలా పొందవచ్చో ఇప్పుడు తెలుసుకుందాం.

ఆరోహణ మరియు అవరోహణ క్రమ జ్ఞానసముపార్జన

సైద్ధాంతిక/పుస్తక జ్ఞానాన్ని ఆర్జించుకోవటానికి రెండు పద్ధతులు ఉన్నాయి. మొదటిది ఆరోహణ పద్ధతి, దీనిలో, పరమ సత్యం యొక్క స్వభావం గురించి అన్వేషించటానికి, తెలుసుకోవటానికి, నిశ్చయించుకోవటానికి మన ఇంద్రియములను, మనస్సుని, మరియు బుద్ధిని ఉపయోగించుకుంటాము. రెండవది అవరోహణ ప్రక్రియ, దీనిలో

నేరుగా సరైన మూలము నుండి జ్ఞాన విషయాన్ని అందుకుంటాము. జ్ఞాన సముపార్జనలో ఆరోహణ ప్రక్రియలో, స్వతస్సిద్ధంగా దోషములు చేరవచ్చు. మన ఇంద్రియాలు, మనస్సు, బుద్ధి, భౌతిక శక్తి నుండి తయారు చేయబడ్డాయి. అవి అసంపూర్ణమైనవి, పరిమితమైనవి. అందువల్ల, మనం వాటి ద్వారా స్వశక్తితో పొందే జ్ఞానం యొక్క ఖచ్చితత్వం మరియు విశ్వసనీయత పై పూర్తి నమ్మకం ఉంచలేము.

భౌతిక శాస్త్రం యొక్క పురోగతి ఆరోహణ ప్రక్రియపై ఆధారపడి ఉంటుంది కాబట్టి, గతంలోని అత్యంత ప్రశంసలు పొందిన శాస్త్రీయ సిద్ధాంతాలు కూడా కొత్త వాటి ద్వారా త్రోసిపేయబడతాయి మరియు అధిగమించబడతాయి. ఉదాహరణకు, భౌతిక పదార్థం అనేది విభజించవీలులేని పరమాణువులచే తయారుచేయబడి ఉంది అన్న గ్రీకు సిద్ధాంతం, ఎర్నెస్ట్ రూథర్‌ఫోర్డ్ చే త్రోసిపేయబడింది. పరమాణువుల్లో ఎలక్ట్రాన్లు, ప్రోటాన్లు, న్యూట్రాన్లు మరియు చాలా ఖాళీ స్థలం ఉంటాయని ఆయన నిరూపించాడు. తరువాతి కాలంలో రూథర్‌ఫోర్డ్ సిద్ధాంతం, క్వాంటమ్ సిద్ధాంతం చే త్రోసిపేయబడింది.

ఎలక్ట్రాన్లు మరియు ప్రోటాన్లు ఘన రేణువులు కాదని, డ్యుయల్ పార్టికిల్-వేవ్ స్వభావంగల శక్తి కంపనములు అని క్వాంటమ్ సిద్ధాంతం పేర్కొంది.

దీంతో మనకొచ్చే సందేహం ఏమిటంటే, ఈ రోజు మనం నమ్మిన సిద్ధాంతాలు కొన్ని శతాబ్దాల తర్వాత కొత్త సిద్ధాంతాలచే త్రోసిపేయబడతాయా అని.

మరోపక్క, అవరోహణ పద్ధతిలోని జ్ఞాన సముపార్జనలో ఇటువంటి దోషములు ఏమాత్రం ఉండవు. సంపూర్ణ దోషరహిత మూలం నుండి జ్ఞానాన్ని పొందినప్పుడు, దానిలో ఎటువంటి లోపాలు ఉండవని మనకు హామీ ఉంటుంది. ఉదాహరణకి, మన తండ్రి ఎవరు అని తెలుసుకోవాలంటే, మనమేమీ ప్రయోగాలు/పరీక్షలు చేయం. మనం కేవలం మన అమ్మని అడుగుతాము, ఎందుకంటే ఈ సమాచారం సంబంధించి ఆమె మాటే ప్రామాణికం. అదే విధంగా, ఆధ్యాత్మిక విషయాల్లో కూడా, అవరోహణ పద్ధతి, తక్షణమే మనకు విస్తారమైన జ్ఞాన భాండాగారాలను అందుబాటులోకి తెస్తుంది, అదే విషయాల్ని మనం స్వయంగా తెలుసుకోదలిస్తే ఎన్నో జన్మలు పడుతుంది. **ఇక్కడున్న ఒకే ఒక నియమం ఏమిటంటే, మనం ఎదైతే జ్ఞాన మూలాన్ని ఆశ్రయిస్తామో, అది దోషాలు లేనిదీ, ప్రామాణికమైనది అయ్యుండాలి.** వేదములు ఇటువంటి ఒక జ్ఞానమూలము.

వేదములు, అంటే ఏదో పుస్తకం పేరు కాదు. అది భగవంతుని యొక్క సనాతనమైన జ్ఞాన భండాగారము; జగత్తు సృష్టించినప్పుడల్లా భగవంతుడు వాటిని వ్యక్తపరుస్తాడు. ఈ ప్రస్తుత సృష్టి ఆవృత్తిలో, భగవంతుడు వాటిని ప్రధమంగా జన్మించిన బ్రహ్మగారి హృదయంలో మొట్టమొదటగా తెలియపరిచాడు. ఈ వేదములు కొన్ని తరాలపాటు, గురువు నుండి శిష్యులకు వాక్ సాంప్రదాయం పరంగా ముందుతరాలకు అందించబడినాయి, అందుకే వాటికి ఇంకొక పేరు శ్రుతి. (వినటం ద్వారా అందుకోబడిన జ్ఞానం). వేదములను అపౌరుషేయములు (ఏ వ్యక్తి చేత కూడా సృష్టించబడినవి కావు) అని కూడా అంటారు. ఈ కారణం చేత, భారతీయ తత్త్వశాస్త్రములో, ఏదేనీ ఆధ్యాత్మిక సూత్రాన్ని నిరూపించాలంటే, వేదములే అత్యున్నత ప్రమాణంగా భావించబడుతాయి.

భూతం భవ్యం భవిష్యం చ సర్వం వేదాత్ ప్రసిధ్యతి

'ఏ ఆధ్యాత్మిక సిద్ధాంతం యొక్క ప్రామాణికతసైనా వేదాల యొక్క అధికార ప్రమాణం పరంగానే నిర్ణయించాలి'. నాలుగు వేదాలు ఏవంటే: *ఋగ్వేదం, యజుర్వేదం, సామవేదం, అధర్వ వేదం.*

వేదాల అర్థాన్ని మరింత విశదీకరించటానికి ఇంకా ఎన్నో గ్రంథాలు రచించబడ్డాయి. ఈ శాస్త్రాలు వేదాల యొక్క ప్రామాణికతను ఉల్లంఘించవు, పైగా వాటిలో ఉన్న జ్ఞానాన్ని మరింత విశదీకరిస్తూ వివరించటానికి ప్రయత్నిస్తాయి. వీటన్నిటినీ కలిపి 'వేద శాస్త్రాలు' అంటారు.

పరిపూర్ణ దోషరహిత జ్ఞానాన్ని మనం ఈ వేద శాస్త్రాల నుండి అందుకోవచ్చు. వేదముల జ్ఞానాన్ని అనుభవపూర్వకంగా తెలుసుకున్న ఒక జ్ఞానోదయమైన గురువు ద్వారా ఇవి అర్థమవుతాయి. ఈ ప్రక్రియలో, ఈ జ్ఞానంపై పూర్తి పట్టున్న వ్యక్తి, ఆ జ్ఞానం పై జిజ్ఞాస ఉన్న మరొకరికి దాన్ని అందిస్తాడు. మనం ఒక వేళ మన గురువు గారు చెప్పిన జ్ఞాన విషయాన్ని రూఢీపరుచుకోవాలంటే, చరిత్రలో ఇతర భాగవత్ప్రాప్తి నొందిన మహాపురుషులు చెప్పిన దానితో పోల్చిచూడవచ్చు. వారిని సాధువులు అనవచ్చు. ఈ విధంగా, ఎప్పుడైతే, గురు-వాక్కు, సాధువు, మరియు శాస్త్రములు ఒకే విషయాన్ని రూఢీ చేస్తాయో, అప్పుడు మనం ఆ జ్ఞానం దోషరహితము మరియు సంపూర్ణము అని నమ్మవచ్చు. ఇదే అవరోహణ క్రమ జ్ఞాన సముపార్జన సిద్ధాంతం.

దీనికి భిన్నమైనది, జ్ఞాన సముపార్జన యొక్క ఆరోహణ ప్రక్రియ, ఇందులో స్వయం-కృషి ద్వారా జ్ఞానాన్ని పెంపొందించుకోవటానికి ప్రయత్నిస్తాము. ఆరోహణ ప్రక్రియ శ్రమతో కూడినది, అపరిపూర్ణమైనది, మరియు సమయం తీసుకునేది. ఉదాహరణకు, భౌతిక శాస్త్రం నేర్చుకోవాలనుకుంటే, మనం దాని సిద్ధాంతాలను మన మేధస్సుతో ఊహించి, ఆ తర్వాత ఒక నిర్ణయానికి రావచ్చు లేదా అవరోహణ ప్రక్రియ పరంగా, ఒక చక్కటి ఉపాధ్యాయుల వారిని ఆశ్రయించవచ్చు. ఆరోహణ ప్రక్రియ చాలా సమయం తీసుకుంటుంది, మరియు మన జీవితకాలంలో విశ్లేషణను కూడా పూర్తి చేయలేకపోవచ్చు. మన తీర్మానాల ప్రామాణికత, అవి ఎంత వరకూ నిజమో కూడా మనం ఖచ్చితంగా చెప్పలేము.

పోల్చి చూస్తే, అవరోహణ క్రమ పద్ధతి, భౌతిక శాస్త్రం యొక్క నిగూఢ రహస్యాలను మనకు తక్షణమే అందిస్తుంది. ఒకవేళ మన ఉపాధ్యాయుడికి, భౌతిక శాస్త్రం పట్ల పూర్తి అవగాహన ఉంటే, అది మరింత సరళమవుతుంది – కేవలం ఆయన చెప్పినది విని, అర్థం చేసుకోవటమే. ఈ అవరోహణా జ్ఞాన సముపార్జన పద్ధతి, సులువైనది మరియు దోషరహితమైనది.

ప్రతి సంవత్సరం, వేలాది స్వీయ-సహాయ (సెల్ఫ్-హెల్ప్) పుస్తకాలు మార్కెట్లో విడుదల చేయబడతాయి, ఇవి జీవితంలో ఎదురయ్యే సమస్యలకు రచయితల యొక్క పరిష్కారాలను అందిస్తాయి. ఈ పుస్తకాలు పరిమిత స్థాయిలో సహాయకారిగా ఉండవచ్చు, కానీ అవి జ్ఞానసముపార్జన యొక్క ఆరోహణ ప్రక్రియపై ఆధారపడి ఉంటాయి కనుక, అవి అపరిపూర్ణమైనవి. ప్రతి కొన్ని సంవత్సరాలకొకసారి, ప్రస్తుతం ప్రాచుర్యంలో ఉన్న దాన్ని కూలదోసే ఒక కొత్త సిద్ధాంతం వస్తుంటుంది.

మరో ప్రక్క, దివ్య జ్ఞానాన్ని సొంత-ప్రయత్నం ద్వారా సృష్టించాల్సిన అవసరం లేదు. ఇది భగవంతుని శక్తి, మరియు ఆయన ఉన్నప్పటినుండీ అది ఉంది; వేడి మరియు కాంతి అవి వెలువడే అగ్ని ఉన్నప్పటి నుండి ఉన్నట్టుగా అన్నమాట. ఈ ప్రత్యక్షసత్యం యొక్క అద్భుతమైన ఉదాహరణ భగవద్గీత; ఇది సనాతన జ్ఞానంతో ప్రజలను ఇప్పటికీ ఆశ్చర్యపరుస్తూ ఉంటుంది, ఇది చెప్పబడిన యాభై శతాబ్దాల తరువాత కూడా మన దైనందిన జీవితంలో ఆచరణలో ప్రయోజనకారిగా ఉటుంది.

ఈ పుస్తకంలో తెలియపరచబడిన సూత్రాలు ఏవో కొత్తగా కనుక్కోబడినవి కావు. ఇవి వేదాల సనాతన సత్యాల వివరణలు మాత్రమే. అందువల్ల, అందించబడ్డ జ్ఞానాన్ని ప్రామాణీకరించడానికి, తగిన ప్రదేశాలలో సంబంధిత వేద మంత్రాలు, శ్లోకాలు మరియు సూత్రాలను ఉటంకించాను. భారతీయ చరిత్రలో ఐదవ మూల జగద్గురు అయిన జగద్గురు శ్రీ కృపాలుజీ మహారాజ్ గారి నుండి వేద జ్ఞానం యొక్క ఈ రహస్యాలు నాకు లభించాయి.

దివ్య జ్ఞాన రత్నాలను, సిద్ధాంత స్థాయి నుండి అభ్యాస స్థాయికి ఎలా మార్చగలము మరియు తద్వారా మన జ్ఞానం మరియు దాని ఆచరణ మధ్య అంతరాన్ని ఎలా నిర్మూలించవచ్చు? దీనికి మూడు రకాల ప్రక్రియ అవసరం - శ్రవణం (ఆధ్యాత్మిక జ్ఞానాన్ని వినడం), మననం (ఆధ్యాత్మిక జ్ఞానంపై ధ్యానం) మరియు నిధిధ్యాసనం (బుద్ధి యందు నిశ్చయం). మనం వాటి గురించి తదుపరి అధ్యాయంలో నేర్చుకుందాం.

ప్రధాన అంశాల సారాంశం

- » మన అంతర్గత ఉపకరణాలల్లో, బుద్ధి అనేది - మనకు ఏదైనా ఉపయోగకరమైనదా లేదా హానికరమైనదా, మరియు అది సంతోషాన్ని ఇస్తుందా లేదా బాధను ఇస్తుందా – అని నిర్ణయిస్తుంది. మనస్సు అనేది, వస్తువులు, వ్యక్తులు, లేదా పరిస్థితుల పట్ల కోరిక, లేదా ద్వేషాన్ని కలిగి ఉంటుంది.
- » భగవంతుడు మానవ బుద్ధికి మనస్సుని నియంత్రించగల శక్తిని ఇచ్చాడు. ఈ సామర్థ్యాన్ని వివేకము అంటారు. కానీ, మారాము చేసే పిల్లవాని వలె మనస్సు తక్షణ సుఖాన్ని కోరుకుంటుంది. దీనివల్ల, బుద్ధికి మరియు మనస్సుకు యుద్ధం తప్పదు.
- » మనస్సుని అదుపులోకి తెచ్చుకోవాలంటే, బుద్ధి తన వివేచనా శక్తిని ఉపయోగించుకోవాలి. భగవద్గీతలో, ఇది బుద్ధి యోగము అనబడింది. వివేక వృద్ధికి బుద్ధిని దివ్య జ్ఞానంచే బలోపేతం చేయటం, ఆవశ్యం.
- » జ్ఞాన సముపార్జనకు, ఆరోహణ ప్రక్రియ బహుదీర్ఘమైనది మరియు శ్రమతో కూడుకున్నది. అంతేకాక, ఇటువంటి పరిజ్ఞానం యొక్క విశ్వసనీయత మరియు ప్రామాణికతలపై అంతగా నమ్మకం ఉంచలేము.
- » అవరోహణ క్రమం మనకు తక్షణమే సంపూర్ణ, నమ్మదగ్గ ప్రామాణిక జ్ఞానాన్ని మనకు అందిస్తుంది. ఇక్కడ కావాల్సిందల్లా ఒక్కటే, ఆ జ్ఞాన మూలము ప్రామాణికమైనదై ఉండాలి.
- » వేదములు ఇటువంటి ఒక ప్రామాణికమైన జ్ఞాన మూలము. ఇవి భగవంతునిచే ప్రకటించబడ్డాయి, అందుకే అపౌరుషేయములు అని పిలువబడ్డాయి. వాటి జ్ఞానాన్ని అనుభవ పూర్వకంగా తెలుసుకున్న మహాపురుషులు, అంటే గురువు, ద్వారానే అవి అర్థంఅవుతాయి.

5

బుద్ధిని బలోపేతం చేయటానికి మూడు మెట్లు

మునుపటి అధ్యాయంలో, మనం ఇంద్రియ-మనో-బుద్ధి యంత్రాంగాన్ని రథంతో పోల్చాము. బుద్ధి, ఆ రథ సారథి లాంటిది, మనస్సు అంటే పగ్గాలు, ఇంద్రియాలు గుఱ్ఱాలు వంటివి. సరైన జ్ఞానంతో బుద్ధి ప్రకాశవంతం చేయబడాలి. అలా బలోపేతమైన బుద్ధి, ఇక ఇంద్రియాలను నియంత్రించడానికి మనస్సును ఉపయోగించాలి.

వెల్లుల్లిని కోయడానికి ఉపయోగించే కత్తి ఉదాహరణను పరిశీలించండి. వెల్లుల్లి చాలా ఘాటైన వాసన కలిగి ఉంటుంది కాబట్టి, దాని వాసన కత్తికి అంటుకుంటుంది. ఆ తర్వాత మనం ఆ కత్తితో దేన్ని కోసినా అది కూడా వెల్లుల్లి వాసనతోనే ఉంటుంది. అలాగే, బుద్ధి, వివేకంతో, నిష్పక్షపాతమై ఉంటే, అది రథాన్ని సరైన దిశలో నడిపిస్తుంది. కానీ, బుద్ధి కూడా మనో-ఇంద్రియముల ప్రాపంచిక సుఖాలపై ఆసక్తితో ఉంటే, వివేకవంతమైన నిర్ణయాలు తీసుకోవడానికి అవసరమైన వివేచన దానికి ఉండదు.

ఈ సారూప్యత నుండి జనించే సహజ ప్రశ్న ఏంటంటే: అత్యంత తీక్షణ వివేచనతో మనస్సును నియంత్రించటానికి వీలుగా, దివ్య జ్ఞానంతో బుద్ధిని ఎలా శక్తివంతం చేయగలం? దీనికి శ్రవణం, మననం, మరియు నిధిధ్యాసనం అనే మూడు విధముల ప్రక్రియ ఉంటుంది. ఈ మూడు ప్రక్రియలను ఒక్కొక్కటిగా చూద్దాం.

శ్రవణం (దివ్య అధ్యాత్మిక జ్ఞానాన్ని వినటం)

దివ్య అధ్యాత్మిక జ్ఞానాన్ని వినటం లేదా చదవటాన్ని శ్రవణం అంటారు. ఈ శ్రవణ ప్రక్రియ, శాస్త్రముల జ్ఞానం వైపు మన మనస్సు యొక్క ద్వారాలను తెరుస్తుంది కనుక, ఇది సహజంగానే బుద్ధి యొక్క జ్ఞానాన్ని పెంపొందించే మొదటి అడుగు. ప్రామాణికమైన మూలము నుండి చదవడం లేదా వినడం అనేది, విజయవంతమైన జీవితాన్ని గడపడానికి అవసరమైన పరిపూర్ణ జ్ఞానాన్ని మనకు అందిస్తుంది. ఈ 'శ్రవణం', వేద గ్రంథాలలో గొప్పగా ప్రశంసించబడింది.

శ్రీమద్భాగవతంలో, పరీక్షిత్ మహారాజు, అంతఃకరణ నుండి కోపం, దురాశ, ద్వేషం, అసూయ వంటి మలినాలను ఎలా ప్రక్షాళన చేయవచ్చు అని తన గురువును అడిగాడు. దీనికి శుకదేవ పరమహంస ఇలా జవాబిచ్చాడు:

> శృణ్వతాం స్వకథాః కృష్ణః పుణ్యశ్రవణ కీర్తనః
> హృదయంతః స్థో హ్యభద్రాణి విధునోతి సుహృత్సతామ్
> (1.2.17)

'ఓ పరీక్షిత్! సర్వజీవుల హృదయములలో శ్రీ కృష్ణ పరమాత్మ కూర్చుని ఉన్నాడు. సాధు పురుషుల నోటి ద్వారా ఆ సర్వోత్కృష్టుడి మహిమలను వినడంపై ప్రేమాసక్తి పెంపొందించుకున్న వారి హృదయాలను ఆయన సహజంగానే శుభ్రపరుస్తాడు.' అలాగే, సంత్ తులసీదాస్ ఇలా రాశాడు:

> ఏక ఘడీ ఆధి ఘడీ, ఆధి మేఁ పుని ఆధ
> తులసీ సంగత సాధు కీ, కోటి కటే అపరాధ

'మహాపురుషుల ద్వారా దివ్య ఆధ్యాత్మిక జ్ఞానాన్ని వినడం ఎంత శక్తివంతమైనదంటే, అది ఒక్క క్షణం లభించినా చాలు, లెక్కలేనన్ని పాప కర్మ ప్రతిఫలాలను నాశనం చేయడానికి.'

ఈ శ్రవణ ప్రక్రియ యొక్క ప్రాముఖ్యతను నొక్కి చెప్పటానికి, జగద్గురు కృపాలుజీ మహారాజ్ గారు, 'సునో మన, ఏక కామ కీ బాత *(ప్రేమ్ రస్ మదిర)*' అనే ఒక పద కవితను వ్రాసారు. మనస్సుతో చెప్తూ, మహారాజ్-

జీ ఇలా అంటారు: 'ఓ నా మనసా, ఇక ఇప్పుడు ఒక ఉపయోగపడే జ్ఞాన విషయాన్ని వినుము. మీరు ఎన్నో విషయాలు విన్నారు – ఫలానా వ్యక్తి వివాహం చేసుకున్నాడని, వారెవరో విడాకులు కోసం దరఖాస్తు చేసుకున్నారని, ఈ నగరంలో మంటలు చెలరేగాయని, ఒక టోర్నాడో ఆ నగరాన్ని తాకిందని- కానీ మీరు ఎన్నడూ ఉపయోగకరమైనది వినలేదు. ఒకవేళ వినిఉంటే, మీ కార్యం నెరవేరి ఉండేది, మరియు మీ అత్యున్నత గమ్యాన్ని చేరుకునేవారు. కానీ మీరు ఇంకా మాయా ప్రాబల్యంలోనే ఉన్నారనే వాస్తవం, ఇప్పటి వరకు మీరు ఏమీ వినలేదని నిరూపిస్తున్నది.'

కృపాలుజీ మహారాజ్ గారి ప్రకటన పైకి చాలా కఠినంగా కనిపిస్తుండవచ్చు మరియు కనుబొమ్మలు పెంచేలా ఆశ్చర్యాన్ని కలిగించవచ్చు. ప్రజలు దాన్ని ఇలా ఖండించవచ్చు, 'మేము ఎన్నో ఉపన్యాసాలు విన్నాము. మా ఊరిని సందర్శించే సాధువుల ప్రవచనాలకు హాజరవుతాం. మేము టి.వి. మరియు యూట్యూబ్‌లో మహరాజ్జీ గారి ఉపన్యాసాలను కూడా చూస్తాము. వీటన్నింటిలో మాకు మంచి జ్ఞానం లభిస్తుంది. ఇప్పటి వరకు మనం ఏమీ ప్రయోజనకరమైది వినలేదని మహారాజ్జీ ఎలా అంటారు?' అని.

గతంలో మనం ఆధ్యాత్మిక ప్రవచనాలను విన్నాం అనే విషయాన్ని కాదనడం లేదు. సమస్య ఏమిటంటే, విన్న దానిని అమలు చేయడంలో మనం విఫలమయ్యాము. ఫలితంగా, ఆ జ్ఞానం వల్ల మనకు ప్రయోజనం కలగలేదు. దాన్ని ఆచరణాత్మకంగా అన్వయించినప్పుడు మాత్రమే జ్ఞానం ప్రయోజనకరంగా ఉంటుంది, లేకపోతే అది వ్యర్థం. ఒక కప్పులో విషం ఉందని మనకు తెలుసు, కానీ మనం దాన్ని తాగాలని పట్టుబడితే, అప్పుడు మన జ్ఞానం వ్యర్థం. మన గమ్యానికి వెళ్ళే దారి మనకు తెలిసే ఉండవచ్చు, అయినా మనం తప్పుడు మార్గంలో వెళితే, మన జ్ఞానానికి విలువ లేదు. ఈ ప్రకారంగా, ఓ ప్రాచీన సామెత ఇలా ఉంది:

> పుస్తకస్థా తు యా విద్యా, పరహస్త గతం ధనం
> కార్యకాలే సముత్పన్నే న సా విద్యా న తద్ధనం

'ఇప్పటికీ మన పుస్తకాలలోనే ఉండిపోయినా కూడా, మనం కలిగి ఉన్నట్లు చెప్పుకునే జ్ఞానం, మరియు మనదే అనుకున్నా సరే, ఇతరుల దగ్గర

ఉన్న డబ్బు; అవసరానికి రెండూ ఉపయోగపడవు.' ఈ విషయాన్ని క్రింద ఒక హాస్యకథ వివరిస్తుంది.

ఓ పోలీసు ఆఫీసర్ తన ఇంట్లో భార్యతో కలిసి నిద్ర పోతున్నాడు. మధ్యరాత్రి సమయంలో, గట్టి శబ్దాలకు భార్యకు మెలకువొచ్చింది. తన భర్తను లేపుతూ ఆందోళనగా ఇలా చెప్పింది, 'ఏవండీ, మీకు చప్పుళ్ళు వినపడుతున్నాయా? దొంగలు మనింట్లోకి చొరబడుతున్నట్టుంది' అన్నది.

భర్త ఒక్కసారి లేచి, 'ఆ శబ్దాలేంటో నాకు తెలుసు. దొంగలు మనింట్లోకి చొరబడుతున్నారని ఈజీగానే తెలిసిపోతున్నది.' అన్నాడు.

కొద్ది నిముషాల తర్వాత, ఆమె, 'ఇప్పుడు దొంగలు కిటికీగుండా మన హాల్లోకి దూకుతున్నట్టు ఉంది.' అన్నది.

'అవును, ఏం జరుగుతోందో నాకంతా తెలిసిపోతున్నది, నానుండి ఏమీ దాచలేరు' అన్నాడు ఆ పోలీసు ఆఫీసర్.

మరికొద్ది నిముషాల తర్వాత, భార్య మళ్ళీ ఇలా అంది, 'మన బీరువా నుండి సామాన్లు కొల్లగొట్టేస్తున్నట్లుంది ఇప్పుడు వాళ్ళు.'

'స్పష్టంగా తెలిసిపోతున్నది నాకు. బీరువా నుండి సామాన్లు ఊడ్చేస్తున్నారు వాళ్ళు' అన్నాడు ఆ పోలీసు ఆఫీసర్.

మళ్ళీ కొద్ది సేపట్లో, భార్య తీవ్ర ఆందోళనతో ఇలా అంది, 'ఏవండీ, మన సామాన్లతో వాళ్ళు పారిపోతున్నట్టు ఉన్నారు.' అని.

'నాకంతా తెలుసు!' అరిచాడు భర్త. 'వాళ్ళు మన వస్తువులతో పారిపోతున్నారు.'

'మీకంతా తెలుసా?' కేకేసింది పాపం ఆవిడ. 'ఏమీ చేయకుండా ఉంటే, అంతా తెలిసి మాత్రం ఏం లాభం??? మీరు ఒక పోలీసు అధికారి. నేరాలని నిరోధించటానికి మీకు శిక్షణ ఇవ్వబడింది. వెళ్ళి వాళ్ళ వెంటబడి తరమండి. మన సామాన్లు స్వాధీనపర్చుకోండి!!!' అన్నది.

ఈ కథకు నీతి ఏమిటంటే, మనం ఆచరణలో పెట్టక పోతే, జ్ఞానం అనేది వ్యర్థం.

నేనీమధ్య ఆరోగ్యకరమైన ఆహారం తీస్కుంటున్నాను.
అల్పాహారంలో ఆలుగడ్డవేపుడు, పకోడీలు,
ఇంకా కచోరీలు ఉంటాయి

మనం గతంలో బోల్తా పడింది ఖచ్చితంగా ఇక్కడే. ప్రవచనాలు, సత్సంగాల నుండి మనకు చాలా జ్ఞానం అందినప్పటికీ, దాన్ని ఆచరణలో అన్వయించుకోవడానికి ఏ మాత్రం ప్రయత్నించలేదు. అది ఒక చెవి నుంచి లోనికి వచ్చి మరో చెవి ద్వారా బయటకు వెళ్లిపోయింది. లేదా మనం జ్ఞానాన్ని ఆచరణలో పెట్టినప్పటికీ అది పాక్షికంగా మాత్రమే జరిగింది. ఒక శాతం. లేదా పది శాతం. లేదా ఇరవై శాతం. లేదా తొంబై తొమ్మిది శాతం కూడా. కానీ పూర్తి వంద శాతం ఎప్పుడూ చేయలేదు. మనం నూటికి నూరుశాతం అమలు చేసి, మన ఆలోచనలు, ప్రవర్తనను శాస్త్రాలు కోరిన దోషరహితస్థితికి తీసుకురాకపోతే, మన ఆత్మ కోరే దివ్యానందాన్ని మనం పొందజాలము. భగవద్గీత ఇలా చెబుతోంది: 'మాం ఏకం శరణం వ్రజ' (18.66). 'దివ్య కృప జోక్యం చేసుకుని, భౌతిక బంధాల నుండి మనల్ని విముక్తి చేయాలంటే, శరణాగతి పూర్తి చేయబడాలి.'

అందుకే, మనకు ఇలా చెప్పబడింది: ఆవృత్తి రస కృతుపదేశాత్. శాస్త్రముల ఉపదేశాలను మళ్ళీ వినండి. ఆ తర్వాత? ఉపదేశాన్ని మళ్ళోక సారి వినండి. తర్వాత? మరొక్క సారి వినండి.

కానీ ఎవరైనా ఇలా ఫిర్యాదు చేయవచ్చు: 'నాకు బోర్ కొడుతున్నది. ఈ జ్ఞానాన్ని ఇంతకు క్రితమే విన్నాను. దీనికి బదులుగా ఇంకేదైనా వినచ్చా?'

'కుదరదు, దాన్ని మళ్ళీ వినాల్సిందే'

'ఎందుకు? తప్పదా?'

'అవును, తప్పదు-మీ జీవాత్మకు అనివార్యం.'

ఈ విశయంలో, వేరే గత్యంతరం లేదు. భగవంతుని యొక్క అనంతమైన దివ్యానందాన్ని పొందేవరకూ, మన జీవాత్మ ఎన్నటికీ తృప్తి చెందదు. ఇంద్రియ-మనో-బుద్ధుల ద్వారా ఏ ఆనందాన్ని జీవాత్మకు అందించినా, అది 'ఇది నేను కోరుకున్న ఆనందం కాదు. నా ప్రభువు యొక్క దివ్య ఆనందాన్ని ఇవ్వండి', అంటుంది.

అందుకే, మాహాపురుషుల నుండి, గ్రంధాలనుండి, ఆధ్యాత్మిక ఉపదేశాలను పదే పదే వింటుండమని వైదిక శాస్త్రాలు మనకు చెప్తున్నాయి. శాస్త్రాల విజ్ఞానాన్ని మన దైనందిన జీవితంలో ఆచరణలో పెట్టడానికి ఇది మొదటి మెట్టు – శ్రవణం, అంటే వినటం లేదా చదవటం. తదుపరి వచ్చే దశ మననం.

మననం (చింతన చేయటం)

విన్న తరువాత, రెండవ మెట్టు, ఆ జ్ఞానాన్ని మనలో నిలుపుకోవటం. **మనకు అత్యంత అవసర సమయంలో, జ్ఞానాన్ని మర్చిపోతే, దాని ప్రయోజనాలు మనకు అందకుండా పోతాయి.** ఉదాహరణకి, కోపం మంచిది కాదు అని మనకు తెలిసి ఉండవచ్చు, కానీ, మాయ ఆవహించినప్పుడు, ఈ ముఖ్యమైన జ్ఞానాన్ని మర్చిపోయే తప్పిదం చేస్తాము. ఆ తర్వాత, ఇలా పశ్చాత్తాపపడుతాము, 'ఏం చేశాను నేను? నా తండ్రి వంటి వాడు, ముప్పై ఏళ్ళు పెద్దవాడు, ఆయనపై కోప పడ్డాను ఏమిటి? ఏమైంది నాకు?' నిజానికి అయింది ఏంటంటే: కోపం అనేది చెడ్డది, అన్న విషయం బుద్ధి నుండి వెళ్ళిపోయింది, అందుకే పొరపాటు జరిగి పోయింది.

ఓసారి, ఒక మహిళ నా దగ్గరకు వచ్చి ఇలా అన్నది, 'స్వామీజీ, అంతా బాగానే ఉంది కానీ, నాకో సీరియస్ సమస్య ఉంది. నాకు ఊరికే,

చిన్న దానికే కోపం వస్తుంది. నా కోపాన్ని జయించటానికి తోడ్పడటానికి, ఏదైనా జ్ఞాన విషయాలను బోధించరా?' అన్నది.

నేనన్నాను, 'దేవీజీ, ఒక సూది ఇచ్చి, నీ చేతిపై పొడుచుకో అంటే, అలా చేస్తారా?' అని.

'అస్సలే చేయను, సూదితో నన్ను నేనే ఎందుకు గాయపరుచుకుంటాను?' అన్నది.

'అదేవిధంగా, కోపం అనేది మీకే ఎక్కువ హానికరం. ఇతరులకు ఏదో బుద్ధి చేప్దామని మనం కోపం తెచ్చుకుంటాం, కానీ మన స్వంత మనస్సే ఆవేశపూరిత ఆలోచనలు చేస్తుంది. అది మనస్సుని మలినపరుస్తుంది, రక్తాన్ని విషమయం చేస్తుంది, మరియు గుండెను బలహీనపరుస్తుంది. కాబట్టి, అది చేసే హాని తెలిసికూడా, క్రోధాన్ని మనలో రానీయటం ఎందుకు?' అని చెప్పాను నేను.

'అద్భుతమైన జ్ఞాన విషయాన్ని బోధించారు నాకు', అన్నది ఆ మహిళ.

'అవును, కానీ అది నీకు ఏమాత్రం ఉపయోగపడదు,' అన్నాను నేను. 'ఎందుకంటే, కోపం ఒక్కసారి ఆవహించినప్పుడు, ఈ జ్ఞానం మనస్సు నుండి వెళ్లిపోతుంది మరియు మీరు నిగ్రహాన్ని కోల్పోతారు. ఆ తర్వాత అయినదానికి పశ్చాత్తాపపడుతారు.' అన్నాను

కాబట్టి, జ్ఞానం ఆచరణలో పెట్టబడాలంటే, అది ఎల్లప్పుడూ మనతోనే ఉండాలి. మరియు చింతన ద్వారా అంతర్గతీకరణం చేయబడాలి. **దీన్నే 'మననం' అంటారు, అంటే, పదే పదే మన మనస్సులో ఈ జ్ఞానాన్ని జ్ఞప్తికి తెచ్చుకోవటం'**. విద్యార్థులు, పరీక్షలకి ప్రిపేర్ అవుతున్నప్పుడు, తమ పాఠ్యాంశాలను గుర్తుండేవరకూ పదే పదే మననం చేస్తుంటారు. అంతగా ఎందుకు శ్రమిస్తారు? ఎందుకంటే, దాని ప్రాముఖ్యాన్ని అర్థం చేసుకున్నారు కాబట్టి-వాళ్ళ భవిష్యత్ జీవితాలకు ఒక్కొక్క మార్కు ముఖ్యమే.

ఆధ్యాత్మిక జ్ఞానానికి కూడా ఈ మానసిక పునరావృత్తి అవసరం. కానీ, ఆధ్యాత్మిక విషయాల పట్ల మనం నిర్లక్ష్యంగా ఉంటాము. 'నేను విన్నానులే,' అంటాము. నిజమే మనం వినే ఉన్నాము, కానీ అది సరిపోదు. మన మస్తిష్కంలో ఆ జ్ఞానం స్థిరంగా నిలిచేవరకూ మరియు

అవసరం పడ్డప్పుడు మనతోనే ఉండేవరకూ, మనం విన్నదానిపై పదే పదే చింతన చేయాలి.

జ్ఞానాన్ని జ్ఞప్తికి ఉంచుకోవటానికి మరియు మర్చిపోవటానికి మధ్య ఎంత భారీ తేడా ఉంటుందో చూపించటానికి ఒక చక్కటి కథ ఉంది.

మధ్యయుగ భారతదేశంలో, భోజ రాజు ఒక ప్రసిద్ధ రాజపుత్ర రాజు, ఇతను 11వ శతాబ్దంలో మాల్వా సామ్రాజ్యాన్ని పాలించాడు. అతని రాజ్యంలో చాలా శాస్త్రాలు చదువుకున్న పండితుడు ఉండేవాడు. యుక్తవయసులో వేద శాస్త్రాల్లో నిష్ణాతుడు అనే పేరుండేది. అయితే, ఆయన పెద్ద వయస్సు వచ్చాక, పేదవాడిగా అయిపోయాడు, ఆయన ఎదుర్కొన్న కష్టాలు అతని బుద్ధిని నాశనం చేశాయి. తన కుటుంబాన్ని, ఇంటిని నిర్వహించుకోవటానికి, తన కుమార్తెలకు పెళ్ళిళ్లు చేయటానికి డబ్బు అవసరమైంది. ఇప్పుడు తనకు దొంగతనం చేయటం తప్ప వేరే గతిలేదు అని నిర్ణయించుకున్నాడు. ఎక్కడ నుంచి దొంగతనం చేయాలి? భోజరాజు యొక్క రాజభవనమే ఉత్తమప్రదేశంగా ఉంటుందని అనుకున్నాడు.

ఆ ఉద్దేశముతో, రాజభవనం లోకి ప్రవేశించాడు. పగటి పూట కాబట్టి, ప్రధాన ద్వారం గుండా చాలా మంది వస్తూ పోతూ ఉన్నారు. వారిలో కలిసిపోయి అనుమానం రాకుండా రాజకొలువులోకి ప్రవేశించాడు. రాత్రి పూట, రాజభృత్యులు ఇక ఆ రోజుకి వెళ్లిపోతున్నప్పుడు, ఓ బీరువా వెనుక దాక్కున్నాడు.

కొద్ది సేపట్లో, కొలువు సభ ఖాళీ అయిపోయింది. 'ఇక దొంగిలించటం మొదలు పెడదాం' అనుకున్నాడు పండితుడు. కోశాగారం కోసం వెతుకుతుంటే అదృష్టవశాత్తు అది త్వరలోనే దొరికింది. బంగారు బిస్కట్లను చూసి, కొన్నింటిని తీస్కుందామనుకున్నాడు. కానీ పాపం! శాస్త్ర జ్ఞానం ఒక్కసారే వరదలా గుర్తుకొచ్చి, ఇలా అనుకున్నాడు, 'నేను గరుడపురాణంలో చదువుకున్నాను, బంగారం దొంగిలించటం అనేది పంచ మహాపాపాల్లో ఒకటి. అలా చేస్తే, కుంభీపాక నరకానికి (పురాణాల్లో చెప్పబడిన వివిధ నరకాల్లో ఒకటి), పోవాల్సి వస్తుంది, ఖచ్చితంగా అలాంటి పరిణామం నాకొద్దు.' అనుకున్నాడు.

'పోనీలే, నేను బంగారం దొంగిలించలేకపోతే, వజ్రాలు దొంగిలిస్తా.' అనుకున్నాడు. రాజవజ్రాభరణాలు ఎక్కడ ఉంచారో కనిపెట్టాడు. వాటిని తీస్కో వటానికి ముందుకు వంగాడు, కానీ శాస్త్ర పరిజ్ఞానం మళ్ళీ ప్రవాహంలా గుర్తుకు వచ్చింది. 'వజ్రాలను దొంగిలించడం ఒక భయంకరమైన నేరం అని, అలా చేసే వ్యక్తి రౌరవ నరకానికి పంపబడతారని కూడా చదివాను. అది చాలా బాధాకరమైన విషయం. నేను అలా చేయలేను.' అనుకున్నాడు.

శాస్త్రజ్ఞానాన్ని మరచి, ఆ పండితుడు దొంగతనం చేయడానికి బయలుదేరాడు. కానీ, అలా చేయడానికి ఆయన ప్రయత్నించిన ప్రతిసారీ ఆ జ్ఞానం అతనికి తిరిగి జ్ఞప్తికి వస్తూనే ఉంది. దేన్ని దొంగిలిద్దామనుకున్నా, శాస్త్రాలు ఆయనకు గుర్తుకొచ్చేవి మరియు అతణ్ని నిగ్రహించేవి. ఈ విధంగా, అతను కొంత సమయం పాటు వస్తువులను తీస్కో వడానికి ప్రయత్నించేవాడు, ముందుకు మరియు వెనక్కి కదిలించేవాడు, మళ్ళీ వెనక్కు పెట్టేసేవాడు. ఇక దొంగతనం తన వల్ల కాని పని అని నిర్ణయించుకుని, ఇక రాజభవనం నుండి బయటపడదామనుకున్నాడు. కానీ అతను తప్పించుకునే ప్రయత్నం చేయగా, గేటు వద్ద కాపలాగా ఒక బలమైన దళం ఉన్నట్టు గమనించాడు. భోజరాజు ఒక శక్తివంతమైన రాజు మరియు అతని భద్రతా ఏర్పాట్లు కూడా అంతే పటిష్టంగా ఉన్నాయి.

ఆ సమయంలో రాజభవనం నుండి బైటికి వెళ్ళటం అసంభవం అని పండితుడు నిర్ణయించుకున్నాడు. ఆ రాత్రికి లోపలే ఉండిపోదామనుకున్నాడు, తెల్లారినతర్వాత జనులు మళ్ళీ వస్తారు కాబట్టి, వాళ్ళల్లో కలిసిపోయి బయటికెళ్లిపోవచ్చు అనుకున్నాడు. కానీ అతను సైనికుల కంటబడకుండా, రాత్రి ఎక్కడ గడపగలడు? అన్నింటికన్నా సురక్షితమైన ప్రదేశం రాజు గారి పడకగది అనుకున్నాడు, ఎందుకంటే ఎవ్వరూ అక్కడికొచ్చి వెతకరు. అతను రాజు పడకగదిలోకి వెళ్ళి చూశాడు, రాజు సోయిలేకుండా తన మంచం మీద నిద్ర పోతున్నాడు. రాజుగారి మంచం కిందకెళ్ళి, ఆ పండితుడు, నేలపై నిద్రపోయాడు.

ఉదయం, రాజును మేల్కొలపడానికి ఒక తంతు జరుగుతుంది. బ్రాహ్మణులు వేద మంత్రాలను పఠిస్తారు, సంగీతకారులు వారి వాయిద్యాలను వాయిస్తారు, మహిళలు నృత్యం చేస్తారు, ఏనుగులు ఘీంకరించేవి. ఈ ప్రక్రియ ప్రారంభమైంది మరియు భోజరాజు స్వప్న స్థితి

నుండి మేల్కొనే స్థితికి మెల్లిగా రావటం ప్రారంభించాడు. అతను లేచి కూర్చుని, చేతులు చాచి, ఆవలించాడు. అకస్మాత్తుగా, అతనికి ఒక తలంపు వచ్చింది: 'నేను చాలా అదృష్టవంతుడిని; నా కోశాగారం నిండి ఉంది; నాకు చాలా ఏనుగులు మరియు గుర్రాలతో కూడిన చాలా పెద్ద సైన్యం ఉంది; ఈ మహిళలు నా ప్రీతి కోసం నాట్యం చేస్తున్నారు; నా కోసమే బ్రాహ్మణులు వేద మంత్రాలను పఠిస్తున్నారు.' అని.

భోజరాజు ఒక గొప్ప పండిత పోషకుడు. ప్రఖ్యాత సంస్కృత సాహిత్య పండితుడు, మహాకవి కాళిదాసు ఆయన ఆస్థానంలో కూర్చునేవారు. కాళిదాసుతో తన అనుబంధం ద్వారా, రాజే స్వయంగా పండితుడయ్యాడు. అతను ఒక పద్యం చెప్పడం ప్రారంభించాడు. తన ఐశ్వర్యాన్ని, భాగ్యాన్ని వివరించే ఒక పద్యం యొక్క మూడు పంక్తులను స్వరపరిచాడు మరియు పఠించాడు,

చేతో హరా యువతయః సుహృదోనుకూలః
సద్బాంధవాః ప్రణయగర్భ గిరిశ్చ భృత్యాః
వల్గంతి దంతి నివహాస్తరలాస్తురంగాః....

'హృదయాన్ని దొంగిలించే అందమైన స్త్రీలు, అనుకూలమైన స్నేహితులు, మంచి బంధువులు, విధేయతో సేవచేసే సేవకులు, శ్రేష్ఠమైన గుఱ్ఱాలు, బరువులను అనాయాసంగా మోసే ఏనుగులు...'

కానీ, నాలుగో లైను అతనికి రాలేదు. మొదటి మూడు లైన్లను మళ్ళీ మళ్ళీ చదివాడు కానీ, ప్రతిసారీ నాలుగో లైను దగ్గర ఆగిపోయాడు.

ఇప్పుడు బ్రాహ్మణుడు ఆ మంచం కిందనే ఉండి, ఆ రాజు చెప్పేది వింటున్నాడు. ఇవన్నీ తాత్కాలికమైన వస్తువిషయాల్లో మహారాజు వారు రంజిల్లుతున్నాడని, మరణం తర్వాత ఇవన్నీ పోయేవే అని మన్సులో అనుకున్నాడు. రాజు మళ్ళీ ఒకసారి తన పద్యాన్ని పూర్తి చేయాలని ప్రయత్నించాడు కానీ, తన వల్ల కాలేదు. ఈసారి, బ్రాహ్మణుడు ఆపుకోలేకపోయాడు. ఇలా అనేశాడు:

సమ్మీలనే నయనయోర్ నహి కించిదస్తి

'కళ్ళు మూత పడిన తర్వాత (మరణించినప్పుడు) ఇవేవీ ఉండిపోవు'

ఈ మాటలు విన్నవెంటనే, రాజు ఆశ్చర్యచకితుడయ్యాడు. 'ఈ మాటలు ఎక్కడి నుండి వచ్చాయి?' అని విస్మయానికి లోనయ్యాడు. 'గదిలో నేనొక్కడినే ఉన్నాను. వినపడ్డ మాటలు చాలా అర్థవంతంగా ఉన్నాయి. మరణం తర్వాత నాతో ఏమీ రావు.' ఇదేదో విషయం మరింత లోతుగా పరిశీలించాల్సిందే అనుకున్నాడు. తన సేవకులను పిలిచి, ఈ కంఠధ్వని ఎక్కడనుండి వచ్చిందో పరిశీలించమన్నాడు.

రాజభవనంలో ఈ ప్రదేశమే అత్యంత సురక్షితమనుకున్నాడు కానీ, ఇక ఇక్కడ దొరికిపోతాననుకున్నాడు ఆ పేద బ్రాహ్మణుడు. బలవంతంగా అమర్యాదకరంగా బయటకి లాగబడేకన్నా, తానే బయటకి వచ్చేద్దామనుకున్నాడు. మంచం కింది నుండి తల బయటకి పెట్టాడు. రాజు అతన్ని చూసి, "ఎవరునువ్వు? ఇక్కడేం చేస్తున్నావు?" అని ఆశ్చర్యంగా అడిగాడు.

ఆ పండితుడు ఇలా వివరించాడు, 'ఓ రాజా, మీ రాజ్యంలో నేనొక ప్రఖ్యాత పండితుణ్ణి. కానీ, పేదరికం నా బుద్ధిని నాశనం చేసింది, మరియు నేను మీ భవనంలో దొంగతనం చేయటానికి వచ్చాను. కానీ, ఏదో ఒకటి తీస్కుందామనుకున్నప్పుడల్లా, శాస్త్రముల జ్ఞానం వెల్లువలా జ్ఞప్తికి వచ్చేది, మరియు నేను ఏమీ దొంగిలించలేకపోయాను. అందుకే, తెల్లారాక జారుకుందామని, మీ మంచం కిందికొచ్చి దాక్కున్నాను.' అని అన్నాడు.

రాజు ఇలా బదులిచ్చాడు, 'మీలో చాలా నిజాయితీ ఉంది. మీరు చేసిన అపరాధాన్ని క్షమిస్తున్నాను. కానీ, మీరు చెప్పిన పద్యభాగం చాలా విలువైనది. "మరణ సమయంలో నాతో పాటు ఏదీ రాదు". ఈ పాదం నా కళ్ళు తెరిపించింది. జగత్తులోని తాత్కాలిక సంపదలపై ఈ మక్కువ ఎందుకు? నాకిక ప్రాపంచిక ఐశ్వర్యంపై వైరాగ్యం వచ్చేసింది. మీరు నా గురువు వంటి వారు.' అన్నాడు. ఆ రాజు పండితుడుని పెక్కు బహుమానాలతో సత్కరించి సాదరంగా పంపించాడు.

జ్ఞానం గుర్తుకు వచ్చినప్పుడు అది చూపే ప్రభావాన్ని ఈ కథ చాలా అద్భుతంగా తేటతెల్లంచేస్తున్నది. పండితుడు శాస్త్ర ఉపదేశాలను మరచిపోయినప్పుడు, అతను ఒక దొంగ స్థాయికి పడిపోయాడు. తరువాత, అతను అదే జ్ఞానాన్ని గుర్తుచేసుకున్నప్పుడు, అతను దొంగిలించలేకపోయాడు. కాబట్టి, మహాపురుషుల నుండి, గ్రంథాల నుండి

మనం నేర్చుకున్న వాటిని అమలు చేయడానికి, వారి బోధనలను అన్ని సమయాల్లో మనతో ఉంచుకోవడం చాలా ముఖ్యం. ఇది మననం ద్వారా సాధించబడుతుంది అంటే మన బుద్ధియందు జ్ఞానాన్ని పునరావృత్తి చేసుకోవటం.

మనం దేనిగూర్చయినా చింతన చేసినప్పుడు, దాని గురించి లోతుగా ఆలోచిస్తాము. నేటి సంస్కృతిలో, మనం ఎక్కడ నివసిస్తున్నా, విచారణాత్మక ఆలోచన తక్కువైపోతున్నది. వార్తాపత్రికలు మరియు టెలివిజన్ వార్తలు ఒక అంశం యొక్క లోతైన అన్వేషణ కంటే చిన్న చిన్న పైపై విషయాలనే అందిస్తాయి. బాగా అధ్యయనం చేయబడ్డవాటికంటే సంచలనాత్మకమైన అభిప్రాయాలే బాగా ప్రచారం చేయబడతాయి. రాజకీయ రంగంలో, ఆలోచనాత్మక చర్చ కంటే, దూషణ మరియు వాక్పటిమలే ఎక్కువ ఉంటాయి. ఇవన్నీ దీర్ఘచింతన యొక్క లేమిని ప్రతిబింబిస్తాయి.

మరైతే, ఈ చింతన ఎలా చేయాలి? ఆవులు గడ్డిని నెమరు వేయటం గూర్చి ఆలోచించండి. అవి గడ్డిని రోజులో ఓ పూట మేస్తాయి, మరియు తరువాత, కూర్చొని ఆ గడ్డిని చాలా గంటలు నెమరు వేస్తాయి. ఆవులకు కడుపులో నాలుగు కంపార్ట్మెంట్లు ఉంటాయి. అవి తమ ఆహారాన్ని ఒక కంపార్ట్మెంట్ నుండి బయటకు తీసి, చక్కగా నమిలి, తరువాత దానిని మరో దానిలో పెడతాయి. అదే విధంగా, మనం సత్సంగానికి హాజరైనప్పుడు, మహాపురుషుల నుండి ఒక గంటపాటు ఆధ్యాత్మిక ప్రవచనాలను వింటాము. అప్పుడు, ఆ జ్ఞానం నుండి మరింత ఎక్కువ ప్రయోజనం పొందడానికి, మనం విన్న దానిపై పదేపదే విచారణ/చింతన చేయాలి. మనం దానిపై ఎంత ఎక్కువ ఆలోచిస్తే అది అంత లోతుగా స్థిరపడుతుంది.

ఒక వ్యక్తి తన దృష్టిని కేంద్రీకరించి, దేనిగురించి ఆలోచిస్తాడో, అదే జీవితంలో వృద్ధినొందుతుంది. పజిల్స్‌ని పరిష్కరించడానికి మరియు విషయాలు ఏవిధంగా పనిచేస్తాయనే విషయాన్ని అన్వేషించడానికి ఇష్టపడే విద్యార్థి, ఇంజినీరింగ్, సైన్స్ లేదా గణితం వైపు ఆకర్షించబడుతాడు. వ్యాపారం, వాణిజ్యం, డబ్బు ఎలా సంపాదించాలో అని ఎప్పుడూ ఆలోచించే యువకుడు బ్యాంకరు లేదా స్టాక్ బ్రోకర్‌గా మారే అవకాశం ఉంది. అలాగే,

మనం ఏ విజ్ఞానానికి సంబంధించి పదేపదే ఆలోచిస్తామో, ఆ జ్ఞానం మనలో పెరుగుతుంది.

నకారాత్మక/ప్రతికూల చింతన నాశనం చేస్తుంది, అదేసమయంలో సకారాత్మక/అనుకూల చింతన ఉద్ధరిస్తుంది

ఆలోచించటాన్ని సంస్కృతంలో 'మననం' అంటారు. దీనికే మరో పదం చింతన, అంటే మనస్సులో మరియు బుద్ధిలో, ఏదేని జ్ఞాన విషయాన్ని పునరావృతం చేయడం. మనస్సు నిర్వహణకు ఇది చాలా శక్తివంతమైన టెక్నిక్, ఈ చింతన చేసే విధానం బట్టి, ఇది మనకు ప్రయోజనాన్ని లేదా నష్టాన్ని కలుగచేయవచ్చు. నకారాత్మక/ప్రతికూల చింతన చివరికి ఒక్కోసారి ఆత్మహత్యకు కూడా దారితీయవచ్చు.

ఒక విద్యార్థిని తన పాఠశాల ఫైనల్ పరీక్షలో ఫెయిల్ అయిందని అనుకోండి. ఆమె ఆలోచించడం ప్రారంభిస్తుంది: 'నేను ఫెయిల్ అయ్యాను. ఇప్పుడు నేను నా ముఖాన్ని నా తల్లిదండ్రులకు ఎలా చూపిస్తాను? వారు తమ స్నేహితులకు ఏమి చెబుతారు? నా స్నేహితులు ఏమంటారో ఏమో? నా తోటి వారంతా కాలేజీకి వెళ్లిపోతారు, నేను మాత్రం పాత తరగతిలోనే ఆగిపోతాను. జీవితం చాలా భయంకరమైనది. నేను ఇక బతకలేను'. ఇటువంటి ఆలోచనా పరంపరకు పరిణామం ఏమిటంటే, ఇక ఆ విద్యార్థిని తన జీవితాన్నే అంతం చేసుకోవటానికి నిర్ణయించుకుంటుంది. ఆమె తరగతిలోనే మరికొంత మంది తోటివారు కూడా ఫెయిల్ అయ్యారు, కానీ వారు ఆ విపత్కర పరిస్థితిని ధైర్యంగా ఎదుర్కొన్నారు. తమ స్నేహితురాలు ఆత్మహత్య ఎందుకు చేసుకుందో అని ఆశ్చర్యపడ్డారు.

అక్కడ సమస్య ఏమిటంటే, ఆమె నకారాత్మక/ప్రతికూల చింతన చేయటం ప్రారంభించటం వలన, అది అలా అలా దిగజారుతూ, నాడీ వ్యవస్థపై బలమైన ముద్ర వేసింది. త్వరలోనే, ఆమె చింతనకు అదుపులేకుండా పోయింది. ఆ ఆలోచనా సరళి ఎంత బలీయంగా అయ్యిందంటే, అదొక భూతంలా మారి, ఆమెనే నిస్సహాయురాలిగా చేసేసింది. నకారాత్మక చింతన యొక్క వినాశకర శక్తి ఇదే.

మరో పక్క, సకారాత్మక/అనుకూల చింతన మన హృదయంలోని మలినములని నిర్మూలించి, పవిత్ర సుగుణములను పెంపొందిస్తుంది. ఒకవేళ, ఆ ఆత్మహత్య చేసుకున్న విద్యార్థిని, ఇలా సకారాత్మకంగా ఆలోచించి ఉంటే ఎలా ఉండేదో చూడండి: 'నేనే నిర్లక్ష్యం, సోమరితనం చూపాను, దాని పర్యవసానమే ఇది. దీన్ని ఒక గుణపాఠంగా తీస్కుని, మళ్ళీ ఇంకోసారి ఇలా అవ్వకుండా చూసుకుంటాను. ఇంత చక్కటి తల్లిదండ్రులు దొరకటం, ఇంత మంచి స్కూల్లో చదువుకునే అవకాశం రావటం, నా అదృష్టం. నా వారిని ఎప్పుడూ నిరాశకు గురి చేయను. ఇక ఈ క్షణం నుండి, బాగా శ్రమిస్తాను, వచ్చే సంవత్సరం అందరూ గర్వపడేలా ఫలితాలు చూపిస్తాను.' అని.

ఇటువంటి చింతన చేయటం ఆ విద్యార్థిని పై ఎలాంటి ప్రభావం చూపిస్తుందనుకుంటారు? ఈ ఆలోచనా సరళి లోతుగా, తగినంత చేస్తే, ఆదే ఆ విద్యార్థినిని వైఫల్యం నుండి ఒక విజయంవైపు తీస్కెళ్తుంది. ఈ చింతన అనేది అంత శక్తివంతమైనది, అన్నమాట. **నకారాత్మక/ప్రతికూల చింతన మనల్ని నాశనం చేస్తుంది, అదే సమయంలో సకారాత్మక/అనుకూల చింతన మనల్ని సాఫల్యం దిశగా తీస్కెళ్తుంది.**

జనులు ఎప్పుడైనా తమ మనస్సుని ఉన్నతంగా లేదా నీచంగా చేసుకుని ఉంటే, వారు ఈ చింతన యొక్క శక్తిని ఉపయోగించుకునే అలా చేశారు. మంచి చింతన ఏదేని ఒక జీవాత్మను ప్రహ్లాదుని వంటి మహాపురుషునిగా చేస్తుంది, మరియు పాడు చింతన మరొక జీవాత్మను హిరణ్యకశిపుని (ప్రహ్లాదుని తండ్రి) వంటి రాక్షసుడిగా చేస్తుంది.

ఈ సైన్స్ ఆఫ్ మైండ్ మేనేజ్‌మెంట్ లో, ప్రయోజనకరమైన చింతనద్వారా మనల్ని మనం మార్చుకోవటం, ఒక ప్రధాన అంశం. ఈ పుస్తకంలోగాని, మరెక్కడైనా గాని, ఏదేని జ్ఞానరత్నం మనకు తారసపడితే, మనం మన ఆధ్యాత్మిక డైరీలో శాశ్వతంగా నమోదు చేసుకోవాలి. తదుపరి దాని గురించి లోతుగా, పదే పదే ఆలోచించుకోవాలి. **కేవలం ఒకే ఒక జ్ఞాన విషయమైనా కూడా, దానిపై తగినంత విచారణ చేయగలిగితే, దానికి మనల్ని శాశ్వతంగా మార్చే శక్తి ఉంది.**

చింతనకు ఉన్న అద్భుతమైన గుణం ఏమిటంటే, దానికి ఏవీ బాహ్య ఉపకరణాలు అవసరం లేదు. ఎంత మేర చింతన చేయాలన్నది పూర్తిగా మనిష్టమే.

బుద్ధిని బలోపేతం చేయటానికి మూడు మెట్లు

తరచుగా, ప్రాపంచిక విషయాల్లో, విపరీత చింతన చేస్తుంటాము. ఎవరైనా దగ్గరి బంధువు మనల్ని అవమానిస్తే, దాని గురించే పదే పదే ఆలోచిస్తుంటాము. అదే గనక, మహాపురుషుల నుండి దివ్య జ్ఞానాన్ని విన్నప్పుడు, దానిపై విచారణ/చింతన చేయటంలో నిర్లక్ష్యం చూపుతాము, ఎందుకంటే దానికంత ప్రాముఖ్యత ఇవ్వము. తద్ పరిణామంగా, ఆ జ్ఞానము మన బుద్ధి నుండి జారిపోయి, మనం విన్నది ఆచరణలో పెట్టకుండా పోతుంది.

ఈ విధంగా, భగవద్గీతలో, శ్రీ కృష్ణ పరమాత్మ అర్జునుడితో ఇలా అన్నాడు:

జన్మ-మృత్యు-జరా-వ్యాధి-దుఃఖ-దోషానుదర్శనమ్

(13.9)

'పుట్టుక, వ్యాధులు, ముసలితనము, మరియు మరణం – ఈ భౌతిక అస్థిత్వ దోషములపై పదే పదే విచారణ చేయుము'. ఈ చింతన, మనస్సుకు ప్రపంచం పట్ల వైరాగ్యాన్ని పెంచుతుంది.'

నిజమే, చింతన చేయవల్సిన అవసరం లేని కొద్దిమంది, బుద్ధుని వంటి మహోన్నత వ్యక్తిత్వాలు ఉన్నాయి. జ్ఞాన విషయం వారికి ఒక్కసారి తెలియగానే, వెంటనే దాన్ని ఆచరణలో పెట్టగలిగారు. ఉదాహరణకి, కేవలం ఒక్క వ్యాధిగ్రస్తుణ్ణి చూసినంతనే, ఒక వృద్ధుడిని చూసినంతనే, ఒక చనిపోయిన వ్యక్తిని చూసినంతనే – ఒక్కసారే చూసినంత మాత్రంచేతనే – బుద్ధునికి వైరాగ్యం వచ్చేసింది. అతను ప్రపంచాన్ని వదిలేశాడు.

కానీ, మనం బుద్ధుడి స్థాయిలో లేము. మన బుద్ధికి అంత వేగంగా విషయాల్ని గ్రహించే శక్తి లేదు, కాబట్టి మనం చింతన చేయాలి. అంటే, పదేపదే జ్ఞాన విషయంపై ఆలోచించాలి, నెమరువేయాలి. ఈ చింతన, అంటే మననం, మన బుద్ధిని దివ్య ఆధ్యాత్మిక జ్ఞానంచే తేజోవంతం చేయటంలో రెండవ మెట్టు.

మననం తర్వాత, వచ్చే మూడవ మెట్టు, నిధిధ్యాసనం – ఇది ఈ క్రింద వివరించబడినది.

నిధిధ్యాసనం (బుద్ధిచే ధృఢమైన నిర్ణయం తీసుకోవటం)

నిధిధ్యాసనం అనేది జ్ఞానాన్ని ఆకళింపు చేసుకోవటంలో మూడవ మరియు అంతిమ మెట్టు. అంటే, ఈ జ్ఞాన విషయంపై ఆధారంగా బుద్ధి యందు ధృఢమైన నిర్ణయం తీసుకోవటం. నిధిధ్యాసన మెట్టులో, జ్ఞానము నమ్మకంగా మారుతుంది. 'ఇదే సత్యము' అని బుద్ధి నిర్ణయించుకుంటుంది.

నమ్మకాలు అంటే ఏమిటి? ప్రతి రోజు, మనకు ప్రయోజనం కలిగించే లేదా హాని చేసే, వేల నిర్ణయాలు తీస్కుంటూ ఉంటాం. ప్రతి నిర్ణయాన్ని శాస్త్రీయంగా, ప్రామాణికంగా సరిచూడటం సాధ్యం కాదు. నమ్మకాలు అంటే, ఏవేనీ విషయాలు సత్యమా, అసత్యమా అని, ప్రామాణిక పరీక్ష అవసరం లేకుండానే, బుద్ధి యందు ఉన్న నిశ్చయాలు.

ఇతరుల పట్ల, వస్తువులు మరియు పరిస్థితుల పట్ల మన వైఖరిని ఈ నమ్మకాలు నిర్ణయిస్తాయి. ఉదాహరణకు, ప్రతి ఒక్కరూ అంతర్గతంగా మంచివారని మనం నమ్ముతామా లేదా ప్రజలు మనల్ని మోసం చేయటానికే ఉన్నారని మనం నమ్ముతామా; మన పరిస్థితి

నిరాశాజనకంగా ఉందని మనం నమ్ముతామా లేదా ప్రతి పరిస్థితిలో ఏదో ఒక మంచి ఉంటుంది అని నమ్ముతామా? అనే అటువంటివి.

ప్రపంచంలో ఎన్నెన్నో ప్రేరేపక వస్తు/విషయాలు ఉంటాయి. మన నమ్మకాలు కేవలం వాటిని అర్థం చేసుకోవటానికి తోడ్పడుతాయి. ఉదాహరణకి, అన్నీ మతాల్లో కొంత మంచే ఉంటుంది అని నమ్మవచ్చు, లేదా అన్నీ మతాలు నిరర్థకమైనవే అని నమ్మవచ్చు. ఈ ప్రకారంగానే, మనం భక్తులను మరియు ధార్మిక ఆచారాలను ఒక దృక్పథంతో చూస్తాము. **మనం ప్రపంచాన్ని చూసే దృక్పథాన్ని మన నమ్మకాలు నిర్ణయిస్తాయి. వాటి అద్దం గుండా చూసే, మనం ఈ జగత్తుని అర్థంచేసుకుంటాము.**

వస్తు-విషయాలకు మనం ఎంత ప్రాముఖ్యత ఇస్తామో అన్నది మన ఈ నమ్మకాలపై ఆధారపడి ఉంటుంది. ఈ విధంగా, వ్యక్తిగత విలువలని కూడా ఈ నమ్మకాలపైనే మనం ఏర్పరుచుకుంటాము. ఒక వ్యక్తి, కఠోర పరిశ్రమ, అంకిత భావం, మరియు నిజాయితీ అనేవి ఎల్లప్పుడూ మంచి ఫలితాలను ఇస్తాయి అని నమ్మినప్పుడు, ఆవిడ అప్పుడు తన వ్యక్తిగత విలువల్లో కూడా వీటికి చాలా ప్రాధాన్యత ఇస్తుంది. వేరొకరు, ఇతరులను మోసం చేసేవారు వృద్ధి చెందుతారు అని నమ్మితే, అతను మోసం చేయటం, దగా అనేవి, అందరూ మెచ్చుకునే వ్యవహార లక్షణాలు అని అనుకునే విలువలని కలిగి ఉంటాడు. **ఏదేమైనా, నమ్మకాలే మన జీవన దిశను నిర్దేశం చేస్తాయి.** బైబిల్ ఈ విషయాన్ని చక్కగా పేర్కొన్నది:

మేము నమ్మకంపై ముందుకెళ్తాము, కంటితో కనిపించే దాని ఆధారంగా కాదు. (2 కొరింథియన్స్ 5:7)

మహాత్మా గాంధీ గారు సత్యము-అహింసలు విజయం సాధిస్తాయి అని నమ్మారు. ఆయన నమ్మకం ఎంత బలీయంగా ఉండేది అంటే, సగం ప్రపంచాన్నే శాసించిన సామ్రాజ్యాన్నే ఎదుర్కొన్నప్పుడు కూడా ఆయన ఆ సిద్ధాంతాలను ఏమాత్రం విడిచిపెట్టలేదు. తదనుగుణంగా, వారు మానవ చరిత్రలో అద్వితీయమైన ఉద్యమాన్ని ప్రారంభించారు, మరియు హింసకు తావులేకుండా, మొత్తం దేశాన్ని స్వాతంత్ర్యం దిశగా నడిపించారు.

సత్యము మరియు అహింసలపై వారి యొక్క నిస్సంకోచమైన నమ్మకమే వారి ధృడమైన విలువల వెనుక ఉన్న కారణం. అదేవిధంగా, కఠినపరిశ్రమ, త్యాగము, క్రమశిక్షణ, విధేయత, సమత్వము, పర్యావరణ పరిరక్షణ మొదలైనవన్నీ కూడా, మన నమ్మకాల నుండే ఆరంభమౌతాయి.

కలవరపెట్టే వాస్తవం ఏమిటంటే, మనం ఏమి నమ్ముతున్నామో, ఎందుకు నమ్ముతున్నామో అని ఆత్మ-పరిశీలన చేసుకోము. మన ప్రమేయం లేకుండానే, నమ్మకాలు ఏర్పడుతాయి-అవి లోతైన ఆలోచన లేకుండానే, కుటుంబం, సమాజం, అంధవిశ్వాసం లేదా సంస్కృతి ద్వారా పొందబడతాయి. ఉదాహరణకు, మన పరిమిత అనుభవం ఆధారంగా, వరుసగా ఇద్దరు నిర్మాణ కాంట్రాక్టర్లచే మోసం చేయబడితే, కాంట్రాక్టర్లందరూ మోసగాళ్ళు అని మనం నిర్ణయించుకుంటాము. ఇది వాస్తవానికి చాలా దూరంగా ఉండవచ్చు, కానీ, మనం ఇప్పుడు కాంట్రాక్టర్ల పట్ల ఓ నమ్మకాన్ని పెంచుకున్నాము.

అదేవిధంగా, చిన్నప్పుడు, మన తోటి స్నేహితులు, సాంప్రదాయ విరుద్ధ చేష్టలు తెలివికి సంకేతం అని నమ్మితే, మనం కూడా అదే నమ్మకాన్ని పరిశీలించకుండానే పెంపొందించుకోవచ్చు. మన నమ్మకాలు

చాలామటుకు నిరర్థకమైనవి, మరికొన్ని వినాశకరమైనవి కూడా, ఉండవచ్చు, కానీ, మనం వాటి ఆధారంగానే, మన దృక్పథాన్ని మరియు విలువలను ఏర్పరుచుకుంటాము.

మనకు తెలీయకుండానే నమ్మకాలను ఏర్పరుచుకునే ప్రక్రియకు విరుద్ధమైనది, 'నిధిధ్యాసనం'. అంటే, ప్రయత్నపూర్వకంగా, వేదశాస్త్రముల దివ్య ఉపదేశాలకు అనుగుణంగా, నమ్మకాలను ఏర్పరుచుకోవటం. ఈ నిధిధ్యాసన ప్రక్రియ ద్వారా, మనం సార్థకమైన మరియు ప్రయోజనకరమైన నమ్మకాలను బుద్ధి యందు ప్రతిష్ఠాపించుకుంటాము. ఈ విధంగా చేయటం ద్వారా, స్వీయ-పరివర్తన కోసం ఒక శక్తివంతమైన సాధనను ఆవిష్కరిస్తాము. మన నమ్మకాలు ఉత్కృష్టమైనవిగా ఉన్నప్పుడు, మన విలువలు సముచితముగా ఉంటాయి, దృక్పథాలు ప్రయోజనకరంగా ఉంటాయి, నిర్ణయాలు సరైనవిగా ఉంటాయి, మరియు జీవితం సరైన దిశలో ముందుకెళ్తుంది.

మనం కేవలం భగవంతుని యొక్క నిర్వచనంపై పూర్తి నమ్మకం ఉంచితే, అది మన తలంపులను ఉన్నతంగా తీర్చిదిద్దుతుంది మరియు మనస్సుని ఎంత పరిశుద్ధ స్థాయికి చేరుస్తుందంటే, మనం భగవత్ ప్రాప్తి నొందుతాము.

అస్తీత్యేవోపలబ్ధస్య తత్త్వభావః ప్రసీదతి

(కఠోపనిషత్తు 2.3.13)

కృష్ణ యజుర్వేద ఉపనిషత్తుకు చెందిన ఈ మంత్రము ఏమంటున్నదంటే, మనకు అందరికీ సహజంగానే భగవంతుని యొక్క నిర్వచనం తెలిసినా – ఆయనే సృష్టికర్త అని, సర్వశక్తివంతుడు అని, సర్వవ్యాపి, ఇంకా మరెంతో అని తెలిసినా – మనం నిజంగా నమ్మము. ఒకవేళ మనం మనకు తెలిసినదాన్నే నిజంగా నమ్మితే, మనం భగవత్ప్రాప్తి పొందుతాము, మరేమీ చేయనక్కరలేదు. నమ్మకం యొక్క శక్తి గురించి ఇంకేమి చెప్పాలి!

ప్రహ్లాదుడు అనే మహా భక్తుని జీవితంలో ఈ సత్యం ఒక ఉదాహరణగా వెల్లడించబడింది. భగవంతుడు అన్నిచోట్లా ఉన్నాడు అని మనందరికీ తెలుసు. అయితే, తేడా ఏమిటంటే, ప్రహ్లాదునికి ఆ విషయం కేవలం తెలియటమే కాదు, అతను నిజంగా నమ్మాడు కూడా. అతని తండ్రి,

హిరణ్యకశిపుడు అనే రాజు, ప్రహ్లాదుడు, విష్ణుమూర్తిని ఆరాధిస్తున్నాడని, ప్రహ్లాదుడిని సంహరించమని తన సేవకులకు ఆజ్ఞాపించాడు. ఆ రాక్షసులు అతన్ని దూరంగా తీసుకెళ్లి అనేక పద్ధతుల ద్వారా చంపటానికి ప్రయత్నించారు. మొదట వారు ప్రహ్లాదునిపై ఆయుధాలతో దాడి చేశారు, కానీ అతడు ప్రశాంతంగానే ఉన్నాడు. వారి ఆయుధాలను చూసి ప్రహ్లాదుడు ఇలా అన్నాడు:

విష్ణుః శస్త్రేషు యుష్మాసు మయి చాసౌ వ్యవస్థితః
దైతేయాస్తేన సత్యేన మాక్రమంత్వాయుధాని మే

(విష్ణు పురాణం 1.17.33)

'నా స్వామి విష్ణుమూర్తి, ఈ రాక్షసులలో మరియు ఈ ఆయుధాలలో కూడా ఉన్నాడు; నాలో కూడా ఉన్నాడు, ఈ ఆయుధాలు నాకేమీ హాని చేయజాలవు.' ఆ పిమ్మట, అగ్నిహోత్రం వెలిగించబడింది, హిరణ్యకశిపుని సహోదరి, హోలిక, ప్రహ్లాదున్ని తన ఒడిలోకి తీస్కుని ఆ మంటల్లో కూర్చుంది. అగ్ని ఆమెని కాల్చలేదు అన్న ఒక వరం ఆవిడకు ఉంది. మంటల్లో కూర్చుని ప్రహ్లాదుడు ఇలా అన్నాడు:

తాతైష వహ్నిః పవనేరితోపి
న మాం దహత్యత్ర సామంతతోహమ్
పశ్యామి పద్మాస్తరణాస్తృతాని
శీతాని సర్వాణి దిశాన్ముఖాని

(విష్ణు పురాణం 1.17.47)

'విష్ణు మూర్తి సర్వవ్యాపి; ఆయన ఈ అగ్నిలోని ప్రతి పరమాణువులోనూ ఉన్నాడు. నాకైతే తామరపూలతో కప్పినట్టు ఉంది.' అన్నాడు. పర్యవసానం ఏమిటంటే, హోలిక కాలిపోయింది కానీ, ప్రహ్లాదుడు ఏమీ కాకుండానే తిరిగొచ్చాడు.

చివరగా, రాక్షసులు పురోహితులతో, ప్రహ్లాదుని చంపే ఒక భూతమును సృష్టించే ఒక యజ్ఞమును చేపించారు. అగ్ని నుండి జనించిన ఆ భూతము, ఆ యజ్ఞాన్ని జరిపించిన పురోహితులనే చంపేసింది. మృతినొందిన ఆ పురోహితులను చూసిన ప్రహ్లాదునికి చాలా దయ కలిగింది. అతను ఇలా అన్నాడు:

యథా సర్వేషు భూతేషు సర్వవ్యాపీ జగద్గురుః
విష్ణురేవ తథా సర్వే జీవంతవేనే పురోహితాః

(విష్ణు పురాణం)

'భగవంతుడు జగత్తులో అన్నిచోట్లా ఉన్నాడనే నా నమ్మకం యదార్థమైతే, ఈ చనిపోయిన పురోహితులు జీవింతురు గాక.' అని అన్నాడు. పురోహితులు మళ్ళీ జీవించారు. రాక్షసులు ప్రహ్లాదుడిని హిరణ్యకశిపుని వద్దకు తీసుకెళ్లి, 'ఈ పిల్లవాడు ఎలాంటి బాలుడో మాకు అర్థం కావటం లేదు; వీడిని సంహరిచటం మాకు సాధ్యం కావట్లేదు' అని చెప్పారు.

ఇక ఇప్పుడు, హిరణ్యకశిపుడు ప్రహ్లాదుడిని ఇలా అడిగాడు: క్వ సౌ? 'నీవు పూజించే విష్ణుమూర్తి ఎక్కడున్నాడు?' అని; ప్రహ్లాదుడు ఇలా జవాబిచ్చాడు: 'స సర్వత్ర', 'తండ్రిగారూ, స్వామి అన్నిచోట్లా ఉన్నాడు'. అయితే, ప్రహ్లాదుడు నాలుగు దిశల్లో చూపాడు: 'దేవుడు మీలో ఉన్నాడు (ఒక రాక్షసుడు); అతను నాలో ఉన్నాడు (పిల్లవాడు); అతను ఈ గడ్డి పోచలో ఉన్నాడు (ఒక జీవి); అతను ఈ రాతి స్తంభంలో (నిర్జీవమైన అస్థిత్వం) కూడా ఉన్నాడు.' అన్నాడు.

హిరణ్యకశిపుడు అవహేళనగా నవ్వి, 'భగవంతుడు రాతి స్తంభంలో ఉంటే, నేను అతన్ని ఎందుకు చూడలేను?' అని అన్నాడు. తన శక్తినంతా కూడగట్టి స్తంభాన్ని బలంగా కొట్టాడు. అంతే! మహాశ్చర్య అద్భుతం చూడండి! ప్రహ్లాదుని విశ్వాసాన్ని నిరూపించడానికి, భగవంతుడు స్తంభం నుండి నృసింహ భగవానుని రూపంలో వ్యక్తమయ్యాడు. శ్రీమద్ భాగవతంలో ప్రస్తావించబడిన భగవంతుడి ఇరవై నాలుగు అవతారాలలో ఒకటి, రాక్షస రాజు యొక్క రాతి స్తంభం నుండి ప్రత్యక్షమైన నృసింహ అవతారము. భగవంతుడు సర్వవ్యాపి అని మరియు సమస్త ప్రపంచమూ ఆయన మందిరమే అని నిరూపించాడు.

భగవంతుడు మరియు అతని భక్తుడి యొక్క ఈ లీల, నమ్మకాల శక్తిని అద్భుతంగా వివరిస్తున్నది. ప్రహ్లాదుడు కేవలం ఐదు సంవత్సరాల బాలుడు, అయినప్పటికీ, ప్రభువు అతని కోసమే అవతరించాడు. ఇది ఎలా సాధ్యమయింది? ప్రహ్లాదునికి కేవలం భగవత్ జ్ఞానం మాత్రమే లేదు, ఆయనపై నిజంగా శుద్ధమైన సంపూర్ణ విశ్వాసం ఉంది. అటువంటి

నమ్మకం ఏర్పడినప్పుడు, బుద్ధి విపరీతమైన శక్తితో బలోపేతమవుతుంది. ఆ నమ్మకాలకు అనుగుణంగా, శరీర-మనో-ఇంద్రియములను పరిపాలించటానికి శ్రమిస్తుంది.

మంచికో, చెడుకో, విశ్వాసం అనేది, బుద్ధిని అపారమైన శక్తితో ఎలా బలోపేతం చేయగలదో చూశాం. **విశ్వాసం లేదా నమ్మకాలను ప్రయత్నపూర్వకంగా ఏర్పరుచుకునే ప్రక్రియే నిదిధ్యాసనం. మన బుద్ధికి తెలియకుండానే అప్రయత్నంగా నమ్మకాలను/విశ్వాసాలను ఎంచుకునే బదులు, శాస్త్రముల నుంచి వచ్చే దోషరహిత సూత్రాల ఆధారంగా వాటిని బుద్ధి యందు ప్రతిష్ఠించుకోవటం దీని ఉద్దేశ్యం.**

దీనితో, దివ్య జ్ఞానంతో బుద్ధిని బలోపేతం చేయటానికి ఉన్న మూడంచెల ప్రక్రియ పూర్తవుతున్నది. మొదట శ్రవణం (జ్ఞానాన్ని వినటం లేదా చదవటం), తర్వాత మననం (దానిపై చింతన/ఆలోచన చేయటం), మరియు ఆ తదుపరి నిధిధ్యాసనం (దానిపై విశ్వాసం పెంచుకోవటం, ఆకళింపు చేసుకోవటం, వ్యక్తి సన్మార్గపు దిశానిర్దేశానికి దాన్ని వాడుకోవటం). ఇక తరువాత ఇంత కన్నా ఎక్కువ శక్తివంతమైన విధానం గూర్చి చర్చించుకుందాం. అదే, భగవత్ శరణాగతి.

ప్రధాన అంశాల సారాంశం

- దివ్య జ్ఞానాన్ని వినటం లేదా చదవటాన్ని శ్రవణం అంటారు. బుద్ధిని వివేకంచే బలోపేతం చేయటంలో మొదటి మెట్టు ఇది.
- కేవలం జ్ఞానం ఉంటే సరిపోదు, ఆచరించకపోతే అది మనకు ఎలాంటి ప్రయోజనాన్ని కలిగించదు. మహాపురుషుల మరియు శాస్త్రముల దివ్య జ్ఞానాన్ని మనం ఆచరణలో ఇంకా పెట్టటంలేదు కాబట్టి, అంతర్గతంగా స్థిరపడే వరకూ, దాన్ని మనం పదే పదే వినాలి.
- అవసరం వచ్చినప్పుడు జ్ఞప్తికి రాని జ్ఞానం వ్యర్థం. కాబట్టి, ఆచరణలో పెట్టబడాలంటే, అది ఎల్లప్పుడూ మనతోనే ఉండాలి. దీనికి మననం అవసరం, అంటే బుద్ధి యందు జ్ఞానాన్ని పదే పదే పునరావృత్తంగా గుర్తుచేసుకోవటం.
- పదే పదే విచారణ చేయటాన్ని సంస్కృతంలో చింతన అని కూడా అంటారు, అంటే ఆలోచనని మళ్ళీ మళ్ళీ జ్ఞప్తికి తెచ్చుకుని పునరావృత్తం చేసుకోవటం. మన అభివృద్ధికి లేదా నాశనానికి, ఉపయోగపడగలిగే శక్తివంతమైన ఉపకరణం ఇది. నకారాత్మక లేదా ప్రతికూల చింతన నాశనం చేస్తుంది అదే సమయంలో, సకారాత్మక లేదా అనుకూల చింతన ఉద్ధరిస్తుంది.
- నిధిధ్యాసన అనేది, జ్ఞానాన్ని పూర్తిగా ఆకళింపు చేసుకోవటంలో మూడవ మరియు అంతిమ మెట్టు. మన జ్ఞానానికి అనుగుణంగా, బుద్ధి యందు ధృఢ నిశ్చయం చేసుకోవటం.

6

భగవంతుని కృపను ఆలంబనగా పొందటం

గత అధ్యాయాలలో, అలవాట్ల యొక్క శక్తి, బలోపేతమైన బుద్ధి, చింతన, మరియు ఇంకా ఎన్నో విషయాల గూర్చి చర్చించుకున్నాం. ఇవన్నీ మన మనస్సును దుర్గుణముల సంకెళ్ళ నుంచి విముక్తి చేసి, దైవీ గుణ భూషణములతో మనల్ని అలంకరించే చాలా శక్తివంతమైన పద్ధతులు. అయితే, ఒక నిర్దిష్ట స్థాయి తరువాత, ఈ పద్ధతులు కూడా మనకు సహాయపడవు. అవి మనల్ని రాజభవనపు ద్వారము దాకా తీస్కువెళ్తాయి, కానీ లోపలికి ప్రవేశింపచేయలేవు. అవన్నీ ఫలించాలంటే ఒక ముఖ్యమైన అభ్యాసము యొక్క మద్దతు అవసరం, మరియు అది గనక లేకపోతే, 'ఒకటి' లేని సున్నాల సమితిగా అవి నిష్ఫలమైనవి. ఆ ఒక్క అనుష్ఠానము ఏమిటి?

మన స్వంత పరిశ్రమ ద్వారా మాయను జయించలేము

మనస్సు యొక్క సమస్యలతో పెనుగులాడుతున్నప్పుడు, రోజువారీ ప్రాపంచికత్వంలో ఎంతగా మునిగి పోతామంటే, భగవత్ సంకల్పమనే విషయం ఒకటుంటుందని మర్చిపోతాము. అంతిమంగా చూసుకుంటే, మనం చక్కగా నిర్వహించుకోవాలనుకునే మన మనస్సు, మాయచే తయారు చేయబడింది. అంటే, మనస్సుని జయించడం అంటే మాయను జయించడం. ఎవరైతే మాయను ఓడించగలరో వారే మనస్సుని జయించగలరు.

ఈ మాయ అంటే ఏమిటి? అది భగవంతుని పర్యవేక్షణలో పనిచేసే ఆయన యొక్క ఒక శక్తి. శ్వేతాశ్వతర ఉపనిషత్తు ఇలా పేర్కొంటుంది:

మాయాం తు ప్రకృతిం విద్యాన్మాయినమ్ తు మహేశ్వరం (4.10)
'మాయ అనేది శక్తి స్వరూపము (ప్రకృతి), మరియు భగవంతుడు ఆ శక్తిని కలిగిఉన్న శక్తిమంతుడు'

'మాయ' అనే పదం మా (కాదు) మరియు యా (ఉన్నది) అనే మూలాల నుండి వ్యుత్పత్తి చెందింది. ఈ విధంగా, మాయ అంటే 'మనకు కనిపించినట్టుగా ఉన్నది కాదు' ('that which is not what it appears to be.'). భగవంతుని శక్తిగా, మాయ చేసే సేవ ఏమిటంటే, భగవత్ విముఖంగా ఉన్న జీవాత్మలనుండి, పరమాత్మ యొక్క నిజమైన స్వభావాన్ని దాచిఉంచడం. ఇది భగవత్ శరణాగతి చేయని జీవులను మోహానికి గురి చేస్తుంది.

అదే సమయంలో, మాయ, వారిని మూడు రకాల భౌతిక దుఃఖాలతో[2] బాధిస్తుంది కూడా. ఈ విధంగా, మాయ, జీవాత్మలకు తాము భగవత్ సంకల్పానికి అనుగుణంగా ఉండేవరకు తాము ఎన్నటికీ సంతోషంగా ఉండలేమని గ్రహింపచేయటానికి ప్రయత్నిస్తుంది.

మాయ, భగవత్ శక్తిచేత చైతన్యవంతమై ఉంటుంది కాబట్టి, అది భగవంతుడంత శక్తిమంతమైనది. కాబట్టి, జీవుల స్వయం-కృషి ద్వారా అది జయించబడదు. అదే భౌతిక శక్తితో మనస్సు తయారవుతుంది కాబట్టి, అది కూడా లొంగదీసుకోవటానికి అసాధ్యంగా ఉంటుంది. ఎన్నో సంవత్సరాల పాటు తపస్సు చేసిన మహా యోగులు కూడా దాని బాధలను తప్పించుకోలేరు. ఈ విషయాన్ని సోదాహరణంగా వివరించడానికి ఒక సరళమైన కథ చెప్తాను.

హిమాలయాల్లో పన్నెండు సంవత్సరముల పాటు ఒక సాధువు సన్యాస తపశ్చర్యలు అభ్యాసం చేశాడు. అక్కడ నుండి, నదీస్నానం కోసం కుంభమేళాలో పాల్గొనటానికి గంగానది తీరంలో ఉన్న పుణ్యక్షేత్రం,

2 వేద శాస్త్రముల ప్రకారం, మన దుఃఖాలకు మూడు కారణాలు ఉన్నాయి. ఆదిఆత్మికములు (మన మనస్సు లేదా తలంపుల వల్ల ఏర్పడినవి), ఆదిభౌతికములు (ఇతర జీవుల వల్ల కలిగేవి), మరియు ఆదిదైవికములు (ప్రకృతి వైపరీత్యాలు)

హరిద్వారానికి దిగొచ్చాడు. నడిచేటప్పుడు, అతని పాదం పొరపాటుగా ఎవరో ఒకతని బూటు కింద పడి నలిగింది మరియు కాలివ్రేలి గోరు ఊడొచ్చింది.

కోపంతో ఊగిపోతూ, సాధువు ఇలా అరిచాడు, *'మూర్ఖుడా! కళ్ళు కనపడటం లేదా? పాదం రక్తం కారుతోంది చూడు!'* క్రోధాన్ని వ్యక్తపరిచిన తర్వాత, తను చేసిన తప్పుని గ్రహించాడు, *'ఓ! ఏం చేశాను నేను? హిమాలయాల్లో పన్నెండు సంవత్సరముల సాధన ఒక్క క్షణపు ఆవేశబుద్ధిహీనతలో పోయింది!'*, అని అనుకున్నాడు.

భౌతిక శక్తి యొక్క సామర్థ్యం అలాంటిది! కోపము, దురాశ, ద్వేషము, ఈర్ష్య, మరియు భ్రమ, ఇంకా మరికొన్ని ప్రతికూల/నకారాత్మక భావోద్వేగాలన్నీ మాయ యొక్క ఆయుధాలే. మన మనస్సు భౌతికమైనది కనుక ఈ దోషములు అన్నీ మనలో ఉంటాయి. కాబట్టి, భౌతిక శక్తి తానే తన పట్టుని మనపై నుండి విడిచిపెట్టే వరకూ, వీటిని పూర్తిగా మనలో నుండి మనం నిర్మూలించలేము.

ఈ భౌతిక శక్తి మనల్ని తన పట్టులో ఎందుకు ఉంచుకుంది? మాయ అంటే అంధకారం వంటిది మరియు భగవంతుడు అంటే వెలుగు. మనం వెలుతురు నుండి వెనక్కు తిరిగితే, సహజంగానే చీకటి మనల్ని ఆవరిస్తుంది. అదే విధంగా, మనం భగవత్ విముఖంగా ఉన్నాము కాబట్టి, మాయ మనల్ని కప్పేసింది.

ఈ మాయ నుండి విడుదల పొందటం ఎలా? భగవద్గీత ఇలా పేర్కొంటున్నది: మాం ఏవ యే ప్రపద్యంతే మాయాం ఏతాం తరంతి తే (7.14). శ్రీ కృష్ణ పరమాత్మ ఇలా అంటాడు, 'అర్జునా, నీవు గనక పరమోత్కృష్ట భగవంతుడనైన నాకు శరణాగతి చేస్తే, నా కృపచే భవ సాగరాన్ని దాటిస్తాను. ఇక మాయా దేవికి, ఈ జీవుడు నా వాడైపోయాడు, ఇక విడిచిపెట్టు, అని చెప్తాను.'

ఏదేని ఒక జీవాత్మను విడిచిపెట్టమని, ఎప్పుడైతే మాయకు భగవంతుని ఆదేశం అందుతుందో, అది ఇలా అంటుంది, 'నా ప్రభువు పాదాలని చేరుకునేవరకూ జీవాత్మను బాధించటమే నా పని. ఇక ఈ జీవాత్మ భగవంతునికి శరణాగతి చేసింది కాబట్టి, ఇక నా పని అయిపోయింది.' అని. రోజువారీ ఉదాహరణ ద్వారా దీన్ని అర్థం చేసుకుందాం.

మీరు మీ స్నేహితుడిని కలుద్దామనుకున్నారనుకోండి. అతని ఇంటికి వెళ్ళి మామూలుగా గేటు తెరవడానికి సిద్ధమవుతారు. గేటుపై 'కుక్క ఉన్నది జాగ్రత్త' అనే బోర్డు ఉందని గమనించలేదు.

మీ స్నేహితుని జర్మన్ షెపర్డ్ పెంపుడు కుక్క, బయటే ఉంది. దానికున్న శిక్షణ ప్రకారం, అది మీ వంక తీక్షణంగా చూస్తూ గుఱ్ఱుమంటున్నది. ఆ పెద్ద, క్రూరమైన కుక్కని చూసినా తర్వాత, ఇంటి వెనక్కు వెళ్ళి, పెరట్లో గేటు ద్వారా లోనికి వెళ్ళటానికి ప్రయత్నిద్దామనుకుంటారు. కానీ, ఆ జర్మన్ షెపర్డ్ అక్కడకు కూడా వచ్చి, 'ఇంట్లోకి రా, నీ సంగతి చూస్తా' అంటున్నట్టుగా, కోపంగా గుఱ్ఱుమంది.

ఇక వేరే ఏ ఉపాయం లేక, మీ స్నేహితుడిని పిలుస్తారు. తను ఇంట్లోంచి వచ్చి, తన కుక్క మిమ్మల్ని చికాకు పెడ్తునట్టు గమనిస్తాడు. ఇలా అరుస్తాడు 'వద్దు స్నో కీ! ఇక్కడకు వచ్చి కూర్చో.' అని. ఆ కుక్క వెంటనే శాంతిస్తుంది. అది పోయి తన యజమాని పక్కనే కూర్చుంటుంది. ఇక ఇప్పుడు మీరు గేటును ధైర్యంగా తెరిచి లోపలికెళ్తారు.

పై ఉదాహరణలో, మీరు మీ సొంత-ప్రయత్నం ద్వారా భయంకరమైన కుక్కను దాటలేకపోయారు. కానీ దాని యజమాని సహాయంతో, మీరు పరిస్థితిని సులభంగా ఎదుర్కొన్నారు. భౌతిక శక్తి, మాయ, ఈ శునకం లాంటిది, మరియు భగవంతుడు దాని యజమాని. మన స్వంత ప్రయత్నాల ద్వారా, మనం ఎప్పుడూ మాయను జయించలేము. దాన్ని అధిగమించడానికి ఏకైక మార్గం దాని యజమాని అయిన భగవంతుని సహాయం తీసుకోవడమే.

మన జీవాత్మ, పరమాత్మ యొక్క అణుఅంశ. భగవద్గీతలో శ్రీ కృష్ణ పరమాత్మ ఇలా పేర్కొంటాడు:

మమైవాంశో జీవ-లోకే జీవ-భూతః సనాతనః (15.7)

'జగత్తునందున్న అన్నీ జీవాత్మలు నా యొక్క నిత్యశాశ్వత అంశలు.' జీవాత్మ అత్యంత సూక్ష్మమైనది అదే సమయంలో భగవంతుడు అనంతుడు. దీన్ని మీరు సముద్రము మరియు సముద్ర-నీటి బిందువు ఉదాహరణతో పోల్చవచ్చు. నీటి బిందువుకి సముద్రమునకు ఉన్న లక్షణములు ఉన్నాయి – ఒకే రసాయన మేళనము మరియు సాంద్రత

ఉంటుంది. కానీ, పరిమాణములో, నీటి బిందువు అతిసూక్ష్మమైనది-ఓడ సముద్రంలో సునాయాసంగా వెళ్తుంది కానీ, బిందువులో కాదు.

అదే విధంగా, భగవంతుడు మరియు జీవాత్మ రెండూ గుణములో దివ్యమైనవి కానీ పరిమాణంలో భిన్నమైనవి. భగవంతుడు అనంతుడు అదే సమయంలో, జీవుడు పరిమితుడు, అందుకే జీవాత్మ చేసే పరిశ్రమ కూడా కొంతమేరే ఉంటుంది. **కాబట్టి, మనస్సుని నిర్వహించుకోవటంలో, సూక్ష్మమైన జీవాత్మకు భగవత్ కృప యొక్క ఆలంబనం అవసరం.** ఈ ఒక్క విషయం ఎంత ముఖ్యమైనదంటే, వ్యక్తిత్వ వికాస వర్క్షాపుల్లో మరియు సెల్ఫ్-హెల్ప్ పుస్తకాలల్లో ఇది ఎందుకు చెప్పబడదో అని ఆశ్చర్యంగా ఉంటుంది.

గొప్ప గొప్ప యోగులు కూడా, తమ స్వీయ-కృషి చేత ఈ కఠోరమైన మనస్సుని నియంత్రించలేరు. శ్రీ అరబిందో, 'ద మదర్' (The Mother) అనే తన పుస్తకంలో, ఈ విధంగా చక్కగా చెప్పారు.

> మన ప్రయత్నం యొక్క లక్ష్యం అయిన మహత్తర మరియు కష్టసాధ్య విషయాన్ని ప్రభావితం చేసేవి రెండే రెండు గొప్ప శక్తులు ఉన్నాయి - ఇక్కడ నుండి పిలిచే ఒక బలమైన ఆకాంక్ష మరియు, ఆ పై నుండి సమాధానం ఇచ్చే భగవత్ కృప.

వేదములు కూడా ఇదే విషయాన్ని చెప్పాయి: తపః ప్రభావాద్ దేవప్రసాదాచ్చ (శ్వేతాశ్వతర ఉపనిషత్తు 6.21). 'మీ పరిశ్రమ మరియు భగవత్ కృప, ఇవి రెండూ విజయానికి ఆవశ్యకమే.' కేవలం మన స్వయం-కృషి ఎప్పుడూ సరిపోదు. ఎప్పుడైతే భగవంతుడు తన కృపను మనపై ప్రసాదిస్తాడో, అప్పుడు మనం ఆయన అనంతమైన జ్ఞానాన్ని, శక్తిని, సామర్థ్యాన్ని, మరియు పరిశుద్ధతను పొందుతాము.

భగవత్ కృపను ఆకర్షించటం ఎలా?

భగవత్ కృప జనులపై ఏదో కాకతాళీయంగా ఊడిపడదు. ఇది సంపూర్ణ హేతుబద్ధమైన నియమాలను అనుసరిస్తుంది. ఒక ప్రాపంచిక తండ్రికూడా, పిల్లవాడు వాటిని సరిగ్గా ఉపయోగించుకునే బాధ్యత నేర్చుకునేవారకూ, తన విలువైన ఆస్తులన్నింటినీ తన బిడ్డకు అప్పగించడు. భగవంతుడు

(దివ్య తంత్రి) కూడా ఇలాగే. కృపను ప్రసాదించేటప్పుడు భగవంతుడు నియమాలను పాటించకపోతే, జనులకు దేవుడు న్యాయప్రకారంగా ఫలితాలను ఇస్తాడు అన్న నమ్మకం చెదిరిపోతుంది.

ఉదాహరణకు, వరి సాగుచేసే ఒక తండ్రికి ఇద్దరు కుమారులు ఉన్నారని అనుకుందాం. కోతల కాలంలో వరి పొలంలో కష్టపడి పనిచేయాలని ఇద్దరికీ ఆదేశాలు జారీ చేశాడు. ఒక కుమారుడు రోజంతా ఎండలో శ్రమిస్తూ చెమటోడ్చి పని చేస్తాడు. రాత్రి తిరిగి వచ్చేసరికి తండ్రి 'బాగా పనిచేశావు బాబూ! నీవు విధేయుడివి, కష్టపడి పనిచేసావు, మరియు నీకు విశ్వసనీయత ఉంది. ఇదిగో నీ పారితోషికం. రూ.5,000 తీసుకుని, నీకు నచ్చినట్టు వాడుకో' అన్నాడు.

రెండవ కొడుకు ఏమీ చేయడు - అతను ఉదయం నుండి రాత్రి వరకు మంచం మీద పడుకుని, నిద్రపోవడం, మద్యపానం, ధూమపానం మరియు తండ్రిని వేధించడం చేశాడు. ఇప్పుడు తండ్రి అతనితో ఇలా అన్నాడనుకుందాం, 'ఫర్వాలేదు, ఏదేమైనా, నీవు కూడా నా కొడుకువే. నీ కోసం కూడా ఇవిగో 5,000 రూపాయలు, వెళ్లి ఖర్చుపెట్టుకో' అని.

ఇది చూసినప్పుడు, కష్టపడి పనిచేయాలనే మొదటి కొడుకు యొక్క ప్రేరణ నాశనమవుతుంది. అతను ఇలా అంటాడు, 'నా తండ్రి పారితోషకం ఇచ్చే పద్ధతి ఇదైతే, నేనెందుకు ఎక్కువ శ్రమించాలి? నేను కూడా ఏమీ చేయను, ఎందుకంటే నేను పని చేసినా చేయకపోయినా రూ.5,000 వస్తాయి.' అని.

అదేవిధంగా, మనం అర్హత సాధించకుండానే భగవంతుడు తన కృపను ప్రసాదిస్తే, గతంలో మోక్షాన్ని /కృపను పొందిన వారందరూ ఫిర్యాదు చేస్తారు, 'భగవంతుడా, ఏమిటి ఇది? మా అంతఃకరణ శుద్ధి చేసుకోవడానికి మేము ఎన్నో జన్మలు కష్టపడ్డాము, ఆపై మేము మీ కృపకు పాత్రులమైనాము, కానీ ఈ వ్యక్తి అర్హతను సాధించకుండానే దాన్ని అందుకున్నాడు. స్వీయ-అభివృద్ధి కోసం మా పరిశ్రమకు ఇక అర్థం ఏముంది?' అని.

అందుకే, భగవంతుడు అంటాడు, 'నేను అసంబద్ధంగా, ఇష్టంవచ్చినట్టు ప్రవర్తించను. నాకొక సనాతన నిత్యశాశ్వత నియమం ఉంది, దాని ఆధారంగానే నా కృపను ప్రసాదిస్తాను. ఆ చట్టాన్ని అన్ని వేద శాస్త్రాలలో ప్రకటించాను.' అని. శ్వేతాశ్వతర ఉపనిషత్తు ఇలా పేర్కొన్నది:

యో బ్రహ్మాణం విదధాతి పూర్వం
యో వై వేదాంశ్చ ప్రహిణోతి తస్మై
తంహదేవమ్ ఆత్మ బుద్ధిప్రకాశం
ముముక్షుర్వై శరణమహం ప్రపద్యే (6.18)

'బ్రహ్మ దేవుడిని మరియు ఇతరులను సృష్టించిన ఆ సర్వోత్కృష్ట భగవంతుడిని శరణు వేడుతున్నాము. ఆయన కృప చేతనే జీవాత్మ మరియు బుద్ధి, ప్రకాశితమవుతున్నాయి.' శ్రీమద్ భాగవతం ఇలా పేర్కొంటున్నది:

మాం ఏకం ఏవ శరణం ఆత్మానం సర్వ-దేహినామ్
యాహి సర్వాత్మ భావేన మయా స్యా హి అకుతో-భయః
(11.12.15)

'ఓ ఉద్ధవా! అన్ని రకాల ప్రాపంచిక, సామాజిక మరియు మతపర ఆచారాలను పక్కకు పెట్టి, కేవలం, సమస్త ఆత్మలకు పరమాత్మనైన నాకు శరణాగతి చేయుము. అప్పుడే నీవు ఈ భవసాగరాన్ని దాటి, నిర్భయుడవౌతావు. భగవద్గీత ఇలా పేర్కొంటున్నది:

తమేవ శరణం గచ్ఛ సర్వభావేన భారత।
తత్ప్రసాదాత్పరాం శాంతిం స్థానం ప్రాప్స్యసి శాశ్వతమ్
(18.62)

'సంపూర్ణ హృదయ పూర్వకముగా కేవలం ఆయనకే అనన్య శరణాగతి చేయుము, ఓ భరత వంశజుడా. ఆయన కృపచే, నీవు పరమ శాంతిని మరియు నిత్యశాశ్వత ధామమును పొందెదవు.' రామచరితమానస్ ఇలా పేర్కొంటున్నది:

సనముఖ హోఇ జీవ మోహి జబహీఁ,
జన్మ కోటి అఘ నాసహీఁ తబహీఁ

'ఒక జీవాత్మ భగవంతునికి శరణాగతి చేసిన మరుక్షణం, అనంత గత జన్మల పాప రాశి, ఆయన అనుగ్రహం చేత నాశనం అవుతుంది.'

అన్ని గ్రంథాలు భగవత్ శరణాగతి ప్రక్రియను సిఫారసు చేస్తున్నందున, దానిని మరింత లోతుగా పరిశీలిద్దాం.

శరణాగతి యొక్క ఆరు అంగములు

భగవంతునికి సాష్టాంగ నమస్కారం చేయటం, ఆయన నామములను జపించడం, ఆయన విగ్రహాన్ని ఆరాధించడం, ఆయనను ధ్యానించడం - ఇవన్నీ ప్రయోజనకరమైనవే అయినా, వీటిని 'శరణాగతి' అని చెప్పలేము. ఓ వ్యక్తి ఇవన్నీ చేయవచ్చు కానీ అంతర్గతంగా భగవంతునికి శరణాగతి చేసి ఉండకపోవచ్చు. భగవత్ శరణాగతి బాహ్యంగా చేసే పని కాదు. ఇది ఒక మానసిక స్థితి; మనస్సు, బుద్ధి, మరియు అహంకారముల యొక్క అంతర్గత దశ.

శరణాగతి అంటే ఏమిటో, హరి భక్తి విలాస్, భక్తి రసామృత సింధు, వాయు పురాణం, అహిర్ బుధ్న సంహితా లాంటి అనేక వేద గ్రంథాలలో పునరావృతం అయిన ఒక శ్లోకంలో వివరించబడింది:

ఆనుకూల్యస్య సంకల్పః ప్రతికూల్యస్య వర్జనం
రక్షిష్యతీతి విశ్వాసో గోప్తృత్వే వరణం తథా
ఆత్మ నిక్షేప కార్పణ్యే షడ్విధా శరణాగతిః

(హరి భక్తి విలాస్ 11.676)

ఈ శ్లోకం శరణాగతి యొక్క ఆరు అంగములను వివరిస్తున్నది:

1) భగవంతుని సంకల్పమునకు అనుగుణముగానే కాంక్షించుట

సహజ సిద్ధంగానే, మనం ఆ భగవంతుని సేవకులము, మరియు తన స్వామి కోరికని తీర్చటమే, సేవకుని కర్తవ్యము. కాబట్టి, శరణాగతి చేసిన భగవత్ భక్తుల వలె, మన సంకల్పాలని, భగవంతుని సంకల్పముతో ఏకం చేయాలి.

పదహారవ శతాబ్దానికి చెందిన ఒక గొప్ప భక్తురాలు మీరాబాయి, ఈ భావుకతను ఇలా అత్యద్భుతంగా వ్యక్తపరిచింది: *'నేను నవ్వాలని శ్రీ కృష్ణుడు కోరుకుంటే, నవ్వుతాను; నేను ఏడ్వాలని శ్రీ కృష్ణుడు*

కోరుకుంటే ఏడుస్తాను; నన్ను ఆలింగనం చేసుకుని నాపై తన ప్రేమను వర్షించాలనుకుంటే, అలాగే కానీ; తన సుదర్శన చక్రంచే, ఒకవేళ తను నన్ను సంహరింపదలిస్తే, నేనేమీ అడ్డుచెప్పను; లేదా నేనెవరో తెలియనట్టు ఒకవేళ నన్ను నిర్లక్ష్యం చేయదలిస్తే, నేనేమీ ఫిర్యాదు చేయను. నా పట్ల ఎలా ప్రవర్తించినా సరే, శ్రీ కృష్ణ పరమాత్మ మాత్రమే నా ఆత్మ-సఖునిగా ఉండిపోతాడు; ఈ విషయంలో ఎన్నటికీ మార్పు ఉండదు.'

ఒక ఎండుటాకు, వీచేగాలికి లొంగిపోతుంది (శరణాగతి) చేస్తుంది. ఆ వీచేగాలి, దానిని పైకిలేపినా, ముందుకు లేదా వెనుకకు పడవేసినా, లేదా నేలపై పడవేసినా – అదేమీ ఫిర్యాదు చేయదు. అదేవిధంగా, మనం కూడా భగవంతుని ఆనందమే మన ఆనందముగా ఉండటాన్ని నేర్చుకోవాలి.

2) భగవంతుని ఇష్టానికి (సంకల్పమునకు) వ్యతిరేకంగా కోరుకోకుండా ఉండుట

దీనర్థం, భగవంతుడు మనకు ఏమి ఇచ్చినా దాని గూర్చి ఫిర్యాదు చేయకపోవటం. సాధారణంగా ప్రజలు సంపద, కీర్తి, సంతోషం, మరియు విలాసాలు పొందినప్పుడు, వారు సృష్టికర్తకు ధన్యవాదాలు చెప్పడాన్ని మర్చిపోతారు. అయితే, వారికి కష్టాలు వచ్చినప్పుడు మాత్రం, వారు ఆయన్నే నిందిస్తూ, 'దేవుడు నాకెందుకు అన్యాయం చేశాడు?' అని వాపోతారు.

మనకు జీవితంలో ఏది లభించినా అది మన గత మరియు ప్రస్తుత కర్మల ఫలితమే. కానీ కర్మల ఫలాలు స్వయంగా వాటికవే ప్రాప్తించవు. భగవంతుడు వాటిని గమనించి తగిన సమయంలో ఫలితాలను ఇస్తాడు. ఫలితాలను పరమాత్మయే స్వయంగా ఇస్తాడు కాబట్టి, ఈ క్రింది కథ వివరించినట్లుగా, మనం వాటిని స్థిమితముగా అంగీకరించడం నేర్చుకోవాలి.

ఒక నావికుడు ఒక పడవలో పదిహేను మందిని ఒక కల్లోలంగా ఉన్న నది మీదుగా తీసుకెళ్తూ ఉన్నాడు. మధ్యలో అతను ఇలా అరిచాడు, 'ముందు సుడిగుండం ఉంది, నా శాయశక్తులా ప్రయత్నించినా పడవ దానిలోకి గుంజుకోపోతోంది. భగవంతుడు మాత్రమే ఇప్పుడు మనల్ని కాపాడగలడు. మీరంతా ఆయన్ని ప్రార్థించండి.' అని.

పడవలో ఒక్కసారిగా కోలాహలం మొదలైంది. ఒకరు 'జై సియా రామ్' అని ప్రార్థించడం ప్రారంభించారు, మరొకరు 'జై మాతా దీ' అని జపించడం ప్రారంభించారు, మూడవ వ్యక్తి 'హరే కృష్ణ' అని ప్రార్థించగా, మరొకరు 'ఓం నమః శివాయ' అని పఠించారు.

పడవలో, ఒక బాబాజీ (సన్యాసి) కూడా కూర్చునున్నాడు. అతను తన కమండలాన్ని తీసుకుని, పడవలోకి నది నీటిని పోయడం ప్రారంభించాడు. 'మీరు ఏమి చేస్తున్నారు, బాబాజీ?' అని అందరూ అయోమయంగా అడిగారు. కానీ బాబాజీ వాళ్ళ మాటలు పట్టించుకోకుండా పడవను నీటితో నింపడం కొనసాగించాడు.

కొద్ది నిముషాల తర్వాత, పడవవాడు, మళ్ళీ ఇలా ప్రకటించాడు, 'సుడిగుండం పక్కకు వెళ్లిపోయింది, ప్రమాదం తొలిగిపోయింది. మీరందరూ సేదతీరండి.' అన్నాడు. అందరూ అమ్మయ్య అనుకుంటూ నిట్టూర్పులు విడిచారు.

బాబాజీ ఇక ఇప్పుడు పడవలోని నీటిని సేకరించి తిరిగి నదిలోకి పారబోయటం ప్రారంభించాడు. ప్రజలు అతనిని చూసి, 'మీకేమైనా పిచ్చా, బాబాజీ? మొదట మీరు పడవలో నది నీటిని నింపారు, ఇప్పుడు మీరు విరుద్ధంగా చేస్తున్నారు.'

'దయచేసి కోపం తెచ్చుకోకండి' అని సన్యాసి స్పందించాడు. 'నేను భగవంతునికి శరణాగతి చేయటానికి మాత్రమే ప్రయత్నిస్తున్నాను. ఇక ఆశలు వదులుకోండి, అని పడవవాడు చెప్పినప్పుడు, మనం సుడిగుండంలోకి గుంజుకోబోతున్నాము కాబట్టి, మనం చనిపోవాలని పరమాత్మ కోరుకుంటున్నాడని నేను అనుకున్నాను. కాబట్టి నేను ఆయనకు సహాయం చేద్దామని అనుకున్నాను. అందుకే నేను పడవలోకి, నది నీటిని పోసాను. తరువాత, సుడిగుండం దూరమైందని పడవవాడు ప్రకటించినప్పుడు, భగవంతుడు తన మనసు మార్చుకున్నాడని నేను అనుకున్నాను, లేదా బహుశా నేను ఆయన సంకల్పాన్ని తప్పుగా అర్థం చేసుకున్నానని అనుకున్నాను. మనమందరం రక్షింపబడాలని ఆయన నిజంగా కోరుకుంటున్నాడు, కాబట్టి నేను ఆయనకు మళ్ళీ సహాయం చేద్దాం అనుకున్నాను. అందుకే పడవలోని నీటిని మళ్ళీ నదిలోకి పారబోయటం ప్రారంభించాను.' అన్నాడు.

ఇది ఒక హాస్యాస్పదమైన కథ, అయితే ఇది శరణాగతి భావనను బాగా అర్థమయ్యేలా చేస్తుంది. శరణాగత జీవాత్మ భగవత్ చిత్తానికి వ్యతిరేకంగా ఏమీ కోరుకోదు.

3) భగవంతుడు మనల్ని రక్షిస్తున్నాడని దృఢమైన విశ్వాసం కలిగి ఉండటం

సాధారణంగా, ఒక ప్రాపంచిక తండ్రి తన పిల్లల బాగోగులు చూసుకుంటూ, మరియు వారికి కావాల్సినవన్నీ సమకూరుస్తూ ఉంటాడు. భగవంతుడు మన నిత్య శాశ్వత తండ్రి. మరి ఆయన మనలను చూసుకుంటాడా లేదా అనే సందేహం మనకు ఎందుకు కలుగుతుంది? సృష్టిలో సకల ప్రాణులకు ఆయనే అన్నీ సమకూరుస్తాడు. భూమి మీద లక్షల కోట్ల సంఖ్యలో చీమలు ఉన్నాయి మరియు అవన్నీ క్రమం తప్పకుండా ఆహారం తీస్కుంటూనే ఉంటాయి. మీ తోటలోని కొన్ని వేల చీమలు ఆకలితో మరణించాయని ఎప్పుడైనా గమనించారా? వాటికి కావాల్సిన ఆహారం సమకూరేలా ప్రకృతి చూసుకుంటుంది.

మరోపక్క, ఏనుగులు ప్రతిరోజు గుట్టలుగా తింటాయి. జగత్తు వాటికి కూడా ఆహారం సమకూరుస్తుంది. భగవత్ రక్షణపై దృఢమైన విశ్వాసం కలిగి ఉండటం శరణాగతి యొక్క మూడవ అంశం. ఈ విశ్వాసం యొక్క స్ఫూర్తి మహాభారతంలో ఉన్న కథలో ఇలా వక్కాణించబడింది.

యుద్ధ సమయంలో, కౌరవ సేనాధిపతి అయిన భీష్ముడిని దుర్యోధనుడు నిందించాడు; అతను పాండవుల పట్ల సానుభూతితో ఉన్నాడని, ఆయన అనుకుంటే వారిని సులభంగా చంపగలడని అన్నాడు. భీష్ముడు దీన్ని అవమానంగా భావించి, మరుసటి రోజు సూర్యాస్తమయం నాటికి, అతను పాండవ అగ్రశ్రేణి యోధుడు అర్జునుడిని చంపేస్తానని లేదా అతనిని రక్షించడానికి, శ్రీ కృష్ణుడు తన ప్రతిజ్ఞను భగ్నం చేసి ఆయుధాలను ఎత్తవలసి ఉంటుందని ప్రతిజ్ఞ చేశాడు.

ఆరోజు యుద్ధం ముగిసినప్పుడు, ఈ వార్త పాండవ శిబిరంలో తెలిసిపోయింది. భీష్ముడు తన శపథాల్ని పాటించడంలో ప్రసిద్ధి కావున అందరూ దీనిని విని బాధ పడ్డారు. ఏం చేయాలనే ఆలోచనలలో శ్రీ కృష్ణుడు

తనమునకలై పోయాడు. అతను యుద్ధ సమయంలో ఆయుధాలను ఎత్తనని శపథం చేసాడు, కానీ ఇప్పుడు విషయం అర్జునుని ప్రాణాల మీదకు వచ్చింది.

సమస్య గురించి ఆలోచిస్తూ, శ్రీ కృష్ణుడు అర్ధరాత్రి అయిపోయిందని గ్రహించాడు. 'నేను ఇంతలా ఆందోళన చెందుతుంటే, అర్జునుడు ఎంత ఆందోళన చెందుతూఉండాలి? ఎందుకంటే అతని మరణం గురించే భీష్మపితామహుడు ప్రకటించింది.' అని అనుకున్నాడు. అర్జునుడిని ఓదార్చడానికి అతని గుడారానికి వెళ్ళాడు. కానీ, అర్జునుడు గాఢంగా నిద్రపోతూ గురక పెడుతున్న శబ్దాలు గుడారం నుండి వస్తున్నట్టు కనుగొన్నాడు.

శ్రీకృష్ణుడు అతన్ని కదిలిస్తూ నిద్రలేపాడు, 'ప్రియ మిత్రమా, భీష్ముడు చేసిన ప్రతిజ్ఞ నీకు తెలీదా?' అన్నాడు.

'తెలుసు, ప్రభూ.'

'మరైతే నీకు బెంగ లేదా?'

'మీరే నా రక్షణ గురించి, తెల్లారేవరకూ నిద్రపోకుండా అంతలా ఆలోచిస్తుంటే, నేను నా గురించి ఎందుకు కలవరపడాలి?' అన్నాడు అర్జునుడు.

భగవత్ రక్షణ మీద నమ్మకమే శరణాగతి యొక్క మూడవ అంశము. శరణాగతి పెరిగిన కొద్దీ అది ధృఢపడుతూ ఉంటుంది.

4) ఎల్లప్పుడూ కృతజ్ఞతా వైఖరిని ఉంచుకోవటం

మనము భగవంతుని నుండి ఎన్నెన్నో అమూల్యమైన బహుమతులు అందుకున్నాము. మనం నడిచే భూమి, మనం చూసే సూర్యకాంతి, మనం పీల్చే గాలి, త్రాగే నీరు, ఇవన్నీ దేవుడు మనకు ఇచ్చిన బహుమతులు. నిజానికి, మన ఉనికికి ఆయనే ఆధారం. ఆయన మనకు జీవితాన్ని ఇచ్చాడు, మరియు మన ఆత్మకు చైతన్యాన్ని ఇచ్చింది కూడా ఆయనే. ప్రతిఫలంగా మనం ఆయనకు ఎటువంటి పన్ను చెల్లించము, కానీ కనీసం ఆయన మనకు ఇచ్చిన అన్నిటికీ మనం ఎంతో ఋణపడి ఉండాలి. ఇది కృతజ్ఞతా భావం.

దీనికి విరుద్ధమైనది కృతఘ్నత. ఉదాహరణకి, ఒక తండ్రి తన బిడ్డ కోసం ఎంతో చేస్తాడు. ఆ బిడ్డకి తండ్రి పట్ల కృతజ్ఞతతో ఉండమని చెప్తారు. బదులుగా ఆ బిడ్డ ఇలా అంటే, 'ఆయన తండ్రి ఆయన్ను చూసుకున్నాడు, ఆయన నన్ను చూసుకుంటున్నాడు. నాకెందుకు కృతజ్ఞత ఉండాలి?' అని, అది భౌతిక తండ్రి పట్ల కృతఘ్నత అవుతుంది. కృతజ్ఞతా భావం మనస్సుపై చాలా మంచి ప్రభావం చూపుతుంది. నిజంగా చెప్పాలంటే, నిస్వార్థ ప్రేమ తర్వాత ఇదే రెండవ అత్యంత సానుకూల మనోభావం.

అందుకే, మనకు అన్నీ ఇచ్చిన ఆ మన నిత్య శాశ్వత తండ్రిపట్ల కృతజ్ఞతా భావమే, శరణాగతి యొక్క నాలుగవ అంగము.

5) మనకున్నదంతా ఆయన సొత్తుగా పరిగణించుట

భగవంతుడు ఈ సమస్త జగత్తుని సృష్టించాడు. అది మనం పుట్టకముందు నుండీ ఉన్నది, మరియు మన తరువాత కూడా ఉంటుంది. కాబట్టి, ఈ సృష్టిలో సమస్తానికి ఆ సర్వోత్కృష్ట భగవానుడే నిజమైన యజమాని. మనం ఏదైనా వస్తువు మనకే చెందినది అని అనుకుంటే భగవంతుని యొక్క యజమానిత్వమును మర్చిపోయినట్టే.

మీరు ఇంట్లో లేనప్పుడు మీ ఇంటికి ఎవరైనా వచ్చారు అనుకోండి. ఆ వచ్చిన ఆయన మీ బట్టలు వేసుకున్నాడు, రెఫ్రిజిరేటర్ నుండి పదార్థాలు తీసుకున్నాడు, వాటిని తిని, మరియు మీ పరుపుపై పడుకున్నాడు అనుకోండి. తిరిగి వచ్చాక, మీరు ఆగ్రహంతో అంటారు, *'మా ఇంట్లో ఏం చేస్తున్నావు?'* అని.

ఆయన అంటాడు, *'నేను ఏమి పాడు చేయలేదు. నేను కేవలం అన్నింటిని సరిగా వాడుకున్నాను అంతే. దానికే ఎందుకింత చికాకు పడుతున్నావ్?'* అని.

మీరు అంటారు, *'నీవు ఏమీ పాడు చేయకపోయి ఉండవచ్చు, కానీ ఇదంతా నాకు చెందినది. నా అనుమతి లేకుండా వాడుకుంటే, నీవు దొంగవే అవుతావు.'* అని.

అదే విధంగా, ఈ జగత్తు మరియు దానిలో ఉన్నదంతా భగవంతునికే చెందినది. ఈ విషయం గుర్తుంచుకుని, మన యజమానిత్వమును విడిచి పెట్టటం, శరణాగతి యొక్క ఐదవ అంగము.

6) శరణాగతి చేసాను అన్న అహంకారమును కూడా విడిచిపెట్టుట

ఒకవేళ మనం, చేసిన మంచి పనుల పట్ల గర్వపడితే/అహంకరిస్తే, ఆ గర్వమే మన అంతఃకరణని మలినం చేస్తుంది మరియు మనం చేసిన మంచి పని యొక్క ఫలితాన్ని నిర్మూలిస్తుంది. అందుకే నమ్రత మరియు విధేయత కలిగి ఉండటం అనేది చాలా ముఖ్యమైనది, 'నేను ఏదైనా మంచి పని చేయగలిగాను అంటే, అది కేవలం భగవంతుడు నా బుద్ధిని సరియైన దిశలో ప్రేరేపించాడు కాబట్టే. నామటుకు నేనే అయితే నేను ఎప్పటికీ ఇది సాధించేవాడిని కాదు.' అని సర్వదా భావించాలి.

ఈ క్రింది ఉదాహరణను పరిశీలించండి.

ఒకసారి, ఓ సాధువు హిమాలయాల్లో, ఒక బండరాయిపై కూర్చుని తపశ్చర్యలు అభ్యాసం చేశాడు. పన్నెండు సంవత్సరాల తర్వాత, ఆయనకి ఒక దివ్య అనుభవం కలిగింది. దివ్య ఆనందంతో ఆయన హృదయం ఉప్పొంగి పోయింది మరియు అతను భగవంతుడి వాణి విన్నాడు. 'ఓ సాధు పురుషా! నీ అంకితభావానికి సంతసించాను. చాలా చిత్తశుద్ధితో పరిశ్రమించావు. ఏదేని ఒక వరం కోరుకో.' అని అన్నాడు భగవంతుడు.

'తప్పకుండా వరం అడుగుతాను. నేను చాలా శ్రమించాను; ఎందుకు అడగకూడదు?' అని అన్నాడు సాధువు.

భగవంతుడు ఏమీ మాట్లాడలేదు. ఇటువంటి అహంకారపు సమాధానాన్ని స్వామి ఊహించలేదు. కొద్ది నిమిషాల తర్వాత, భగవంతుడు మళ్ళీ ఆకాశం నుండి పలికాడు, 'ఓ సాధు పురుషా, నా నిర్హేతుకమైన కృపని అడుగుతున్నావా లేదా నీ పరిశ్రమ యొక్క ఫలాన్ని అడుగుతున్నావా?' అని.

సాధువు ఇలా ఠక్కున ప్రత్యుత్తరమిచ్చాడు. 'మీ కృపను ఎవడు అడుక్కుంటున్నాడు, స్వామీ? నా పరిశ్రమ యొక్క ఫలం పైనే నా ఆశ అంతా, దయచేసి దాన్ని నాకు ప్రసాదించండి.'

భగవంతుడు మళ్ళీ ఏం మాట్లాడలేదు. కాసేపటి తర్వాత, సాధువు కూర్చున్న బండరాయి మాట్లాడటం మొదలెట్టింది, 'భగవంతుడా, ఈ సాధువు మీతో లెక్కలు సెటిల్ చేయమని గట్టిగా కోరుతున్నాడు కాబట్టి, నా లెక్క కూడా ఆయనతో సెటిల్ చేయండి. అతను నా మీద

గత పన్నెండేళ్లుగా కూర్చున్నాడు. ఇక వచ్చే పన్నెండేళ్ళ పాటు అతనిపై, నేను కూర్చునేటట్టు చేయండి.' అని.

ఆ సాధువు తన తప్పు వెంటనే తెల్సుకున్నాడు.

మనమెప్పుడూ భగవంతునితో లెక్కలు సెటిల్ చేయలేము. ఆయన తన కృపను ప్రసాదించినప్పుడల్లా, అది ఎప్పుడూ నిర్హేతుకమే, మరియు మనమేదో అర్హత సాధించామని మనమెన్నడూ గర్వపడరాదు. ఈ విధంగా, నమ్రత/వినయము అనే దృక్పథం ఉంచుకోవటం శరణాగతి యొక్క ఆరవ అంగము.

మనం ఈ ఆరు దృక్పథాలని అంతర్గతంగా పరిపూర్ణంగా పెంపొందించుకున్నప్పుడు, భగవంతుని శరణాగతి షరతుని నెరవేర్చినట్టే మరియు మనం ఆ భగవత్ కృపకు పాత్రులమౌతాము.

అన్నీ ప్రక్రియలనూ, శరణాగతి దృక్పథంలో ఉపయోగించటం

మనం గనుక భగవత్ సంకల్పానికి సంపూర్ణ అనుగుణంగా నడుచుకుని ఉంటే, మనకు భగవత్ కృప అందిఉండేది మరియు మనం సంపూర్ణ దోషరహితంగా అయిఉండేవాళ్ళము. మనస్సుని నిర్వహించుకోవటానికి ఇతర సాధనములు ఏవీ అవసరం ఉండేవి కావు. కానీ, మనం సంపూర్ణ శరణాగతి నుండి చాలా దూరంలో ఉన్నాము కాబట్టి మనం ఇతర పద్ధతులను కూడా అవలంబించాలి. అవన్నీ కలిసి, మనం సంపూర్ణ శరణాగతి స్థితి చేరుకోవటానికి దోహద పడుతాయి.

ఇక ఉపాయం ఏమిటంటే మనస్సు నిర్వహణ సాధనలను బాహ్యంగా అభ్యాసం చేస్తూనే, అంతర్గతంగా భగవంతుని కృపపై ఆధారపడి ఉండాలి. శ్రీ రామచంద్రునికి మహర్షి వశిష్ఠుడు ఇచ్చిన సలహా ఇదే: *కర్తా బహిర్ అకర్తాంతరలోకే విహర రాఘవ (యోగ వాశిష్ఠ).* 'రామా, సాధనలో బాహ్యంగా పరిశ్రమించుము. విజయం కోసం అంతర్గతంగా భగవత్ కృప కోసం ప్రార్థించుము.' అని.

ఈ ప్రకారంగా, ఈ పుస్తకంలో చెప్పబడిన, శరణాగతి మరియు ఇతర సాధనలను కలిపి ఆచరణలో పెట్టాలి. మనో-నిర్వహణకు ఉన్న ఉపకరణములు, మన శరణాగతిని సంపూర్ణంగా ఆచరించటానికి

దోహదపడుతాయి, మరియు శరణాగత ప్రక్రియ ఇతర సాధనలను వేగవంతం చేస్తుంది. అవి ఒకదానికొకటి సహాయకారిగా ఉంటాయి.

ఈ దశలో మనస్సులో రాగల ప్రశ్న ఏమిటంటే, సాధారణ కుటుంబ జీవితాన్ని కొనసాగిస్తూనే, భగవత్ శరణాగతి చేయటం సాధ్యమేనా? శరణాగతి అనేది మన దైనందిన జీవితాన్ని ఎలా ప్రభావితం చేస్తుంది? ఈ ప్రశ్నలు మనల్ని కర్మయోగ సూత్రాల వద్దకు తెస్తాయి. తదుపరి అధ్యాయంలో దీనిని పరిశీలిద్దాం.

ప్రధాన అంశాల సారాంశం

» మనస్సు మాయచే తయారుచేయబడింది, కాబట్టి, మాయను జయించినవాడే మనస్సుని నియంత్రణలో పెట్టగలడు.

» మాయ అనేది భగవంతుని శక్తి, భగవత్ శక్తి దాని వెనుక ఉంది. అది గొప్ప గొప్ప యోగులు, మునులకు కూడా జయింపశక్యము కానిది.

» మనస్సుని జయించాలంటే భగవత్ కృప అవసరం. కేవలం సంకల్పశక్తి సరిపోదు.

» మనం శరణాగతి చేసినప్పుడే భగవంతుడు తన కృపని ప్రసాదిస్తాడు. ఇది ఆయన యొక్క సనాతన చట్టం, దీన్ని ప్రపంచంలోని అన్నీ ధార్మిక సంప్రదాయాల్లోనూ పేర్కొన్నాడు.

» శరణాగతి అంటే ఆరు షరతులని పూర్తి చేయవలసి ఉంటుంది.

 1. భగవంతుని సంకల్పమునకు అనుగుణముగానే కాంక్షించుట.

 2. భగవంతుని ఇష్టానికి (సంకల్పమునకు) వ్యతిరేకంగా కోరుకోకుండా ఉండుట.

3. భగవంతుడు మనలను రక్షిస్తున్నాడు అన్న ధృఢ విశ్వాసం కలిగి ఉండుట.
4. భగవంతుని పట్ల కృతజ్ఞతా భావమును కలిగి ఉండుట.
5. మనకున్నదంతా ఆయన సొత్తుగా పరిగణించుట.
6. శరణాగతి చేసాను అన్న అహంకారమును కూడా విడిచిపెట్టుట.

» మనం సంపూర్ణ శరణాగతి చేసి ఉంటే, మనకు వేరే ఇతర ప్రక్రియల అవసరం ఏమీ ఉండదు. కానీ, మనం శరణాగతి నుండి చాలా దూరంలో ఉన్నాము కాబట్టి, ఇతర సాధనలను కూడా మనం అభ్యాసం చేయాలి. సంపూర్ణ శరణాగతి స్థితికి చేరటానికి అవి దోహద పడుతాయి.

7

రోజువారీ జీవనంలో కర్మయోగము

మునుపటి అధ్యాయంలో, భౌతిక శక్తి అయిన మాయను మరియు దాని నుండే జనించిన మనస్సును, జయించటానికి, శరణాగతియే ఉపాయంగా చర్చించాము. సర్వోన్నతుడిని పొందటానికి ఈ శరణాగతి ఒక అద్భుతమైన ఆలోచన అనిపిస్తుంది. కానీ దీనికి నిజంగా మన దైనందిన జీవితంతో ఏదైనా సంబంధం ఉందా?

మానవ జీవితం బహుముఖమైనది, మరియు ప్రపంచంలో జీవించేటప్పుడు, మనం చాలా పాత్రధారణలు చేయాలి. మనకు కుటుంబ, వృత్తిపర, సామాజిక, ఆధ్యాత్మిక మొదలగు విధులు ఉన్నాయి. వీటన్నింటినీ సమన్వయం చేసుకుంటూ వెళ్ళే ప్రక్రియలో, ఒత్తిడి, ఆందోళన మరియు భయం వంటి ఎన్నెన్నో విభిన్న సమస్యలను ఎదుర్కొంటాము. ఈ కష్టాలన్నిటి మధ్య మన మనస్సును ఎలా ప్రశాంతంగా ఉంచుకోగలము?

ఇక్కడే కర్మయోగ శాస్త్రం అమూల్యమైనదని రుజువు అవుతుంది, ఎందుకంటే ఇది ప్రజలకు, గృహస్థ జీవితంలో ఆందోళన మరియు ఒత్తిడి లేకుండా, ప్రశాంతమైన మరియు నిర్మలమైన మనస్సుతో తమ విధులను ఎలా నిర్వహించాలో స్పష్టమైన మార్గదర్శకత్వం ఇస్తుంది.

ఒత్తిడి - ఆధునిక జీవితం యొక్క శాపము

తన కాలంలో ప్రపంచంలోనే అత్యంత ధనవంతుడైన జాన్ రాక్‌ఫెల్లర్ వ్యాపారంలో ఒక నిర్ణయం తీస్కోవలసి వచ్చింది. స్టాండర్డ్ ఆయిల్

కార్పొరేషన్‌కు, హ్యూస్టన్ నుండి చికాగోకు రైలులో సరుకు రవాణా చేయవలసిన అవసరం ఏర్పడింది. సరుకు యొక్క భీమాకు 150 డాలర్లు ఖర్చు అయ్యేది. రాక్‌ఫెల్లర్, సరుకులను భీమా చేయాలా వద్దా అనే సందిగ్ధంలో పడ్డాడు. కాస్త ధైర్యం చేసి ఆ భీమా ఖర్చుని ఆదా చేద్దామనుకున్నాడు. దురదృష్టవశాత్తూ, ఆ మార్గంలో మంచు తుఫాను రావటం మొదలైంది. ఆ విషయం తెలుసుకున్నప్పుడు, రాక్ఫెల్లర్ తీవ్ర ఆందోళనకి గురయ్యాడు. అతను తన నిర్ణయానికి బాధపడి మరియు చివరి నిమిషంలో భీమా కవరేజీని ఇవ్వడానికి భీమా సంస్థను ఒత్తిడి చేయడానికి తన పలుకుబడిని ఉపయోగించాలని నిర్ణయించుకున్నాడు. అప్పటికే రాత్రయిపోయింది; ఆ రోజుకి ఆ భీమా సంస్థ తన కార్యాలయాన్ని మూసివేసింది. రాక్‌ఫెల్లర్, ఇంటికి వెళ్ళిపోయిన మేనేజర్‌ను సంప్రదించి, కార్యాలయాన్ని తెరవమని బలవంతం చేశాడు. రాత్రి పది గంటలకు అతను భీమాపత్రాన్ని పొందగలిగాడు.

మరుసటి రోజు ఉదయం, రైలు సురక్షితంగా చికాగోకు చేరుకుందని, మరియు సామాన్లకు ఎటువంటి నష్టం జరగలేదని అతనికి సమాచారం అందింది. అనవసరంగా 150 డాలర్లు ఖర్చు పెట్టినందుకు రాక్‌ఫెల్లర్ చాలా బాధ పడి, మధ్యాహ్నం రెండు గంటల వరకు పనిలోకి వెళ్లలేకపోయాడు.

వ్యాపార ఒత్తిడి రాక్‌ఫెల్లర్ ఆరోగ్యంపై తీవ్ర ప్రభావాన్ని చూపింది. అతని శారీరక పరిస్థితి విషమంగా ఉందని, అదే పద్ధతిలో కొనసాగితే అతడు బ్రతకడని వైద్యులు హెచ్చరించారు. అది అతన్ని కుదిపేసింది. అతను తన ప్రాధాన్యతలను మార్చుకున్నాడు మరియు డబ్బు సంపాదించడంతో పాటు ఇతర పనులపై ఆసక్తిని పెంచుకున్నాడు. అతను రాక్‌ఫెల్లర్ ఫౌండేషన్‌ను స్థాపించాడు, ఇది ప్రపంచవ్యాప్తంగా విశేషమైన సమాజసేవా కార్యక్రమాలు చేసింది. పని పట్ల అతని వైఖరిలో మార్పు అతని ఆరోగ్యంపై ఆహ్లాదకరమైన ప్రభావాన్ని చూపింది మరియు అతను మరో ఇరవై ఐదు సంవత్సరాలు జీవించాడు.

ఈ వృత్తాంతము పంతొమ్మిదవ శతాబ్దానికి చెందినది. నేడు, ఇరవై ఒకటవ శతాబ్దంలో, పని-ఒత్తిడి అనేది విస్తృతంగా వ్యాపించిన జబ్బు. ఎప్పటికప్పుడు కొత్త సాంకేతిక పరిజ్ఞానాలతో భౌతిక ప్రకృతిని ఉపయోగించుకోవడంలో మనము ధైర్యంగా అభివృద్ధి పథంలో ముందుకు

రోజువారీ జీవనంలో కర్మయోగము

సాగుతున్న తరుణంలో, మనస్సును జయించే విషయానికి వచ్చేటప్పటికి, మానవజాతి నిశ్చలంగా ఒక్కచోటే ఆగిపోయినట్లు అనిపిస్తున్నది. ఇన్‌స్టాగ్రామ్, వాట్సాప్, ట్విట్టర్, ఫేస్‌బుక్ మరియు స్మార్ట్‌ఫోన్‌లతో ప్రపంచం వేగవంతం కావడంతో, ఎక్కువ మంది ప్రజలు ఒత్తిడికి లోనవుతున్నట్టు ఫిర్యాదు చేస్తున్నారు. ప్రముఖంగా ఇది, ఉన్నత స్థాయిలో ఉన్న సంస్థ కార్య-నిర్వాహకులలో చాలా సాధారణంగా కనిపిస్తుంది మరియు దీనిని కొన్ని సార్లు 'ఎగ్జిక్యూటివ్స్ డిసీజ్' (ఉన్నతాధికారుల వ్యాధి) అని పిలుస్తారు. ఆందోళన, భయం, దుఃఖము, భయము మరియు వ్యాకులత వంటి ప్రతికూల భావోద్వేగాల యొక్క పరంపరను ఈ ఒత్తిడి సృష్టిస్తుంది. శారీరక స్థాయిలో, ఇది తలనొప్పి, ఆమ్లత్వం, పుండ్లు, అధిక రక్తపోటు, స్థూలకాయం మరియు గుండె జబ్బులు వంటి ఆరోగ్య సమస్యలను కలిగిస్తుంది.

ఈ ఒత్తిడికి నిర్వచనం ఏమిటి? ఒక ఇంజనీర్‌కి, ఒత్తిడి అంటే, ఒక దూలం లేదా యంత్ర భాగంలో ఉన్న శక్తి, అది ఆ వస్తువును విరూపంచేయటానికి, ముక్కలు చేయటానికి, వంచటానికి లేదా విచ్ఛిన్నం చేయటానికి ప్రయత్నిస్తుంది. మనం మనుష్యులము కూడా ఇంట్లో, వృత్తిపనిలో, మరియు సాధారణంగా ప్రపంచపు వ్యవహారాల్లో ఒత్తిడికి గురౌతాము. నిరంతరం మారుతున్న పరిస్థితులకు మనల్ని మనం అన్వయించుకుంటూ ముందుకెళ్తున్న తరుణంలో, మనలోని భావోద్వేగ ఉద్రిక్తత మరియు ఆందోళనను మనం 'ఒత్తిడి' అని పిలుస్తాము. ఒత్తిడిని కలిగించే పరిస్థితులు అసంఖ్యాకంగా ఉంటాయి. చంటిబిడ్డలుగా ఉన్నప్పుడు ఆకలివేసి ఒత్తిడిని అనుభవించాము మరియు మన అమ్మ కోసం బిగ్గరగా ఏడ్చాము. పెద్దయ్యాక, మన పనితీరు సంతృప్తికరంగా లేదని మన అధికారి సూచించినప్పుడు, త్వరలో మన ఉద్యోగాన్ని కోల్పోతామన్న సంభావ్యతతో, ఒత్తిడిని అనుభవించాము. తల్లిదండ్రులుగా, మన పిల్లలు పాఠశాలలో మంచి మార్కులు పొందనప్పుడు లేదా మనకు నచ్చిన పాఠశాలలో చేర్చుకోబడనప్పుడు మనము దానిని అనుభూతి చెందుతాము.

మనము ఒత్తిడిని ఎలా అదుపులో ఉంచుకోవాలనే పద్ధతుల్లోకి వెళ్ళే ముందు, మనలోనే ఉన్న భావావేశపూరిత ఒత్తిడికి మరియు ఒత్తిడితో కూడిన బాహ్య పరిస్థితులకు మధ్య వ్యత్యాసాన్ని అర్థం చేసుకోవాలి. ఒత్తిడితో కూడిన పరిస్థితులు వాటంతట అవే హానికరం కాదు; అవి పురోగతికి ఉత్ప్రేరకాలు. వాటిని ఎదుర్కొనే ప్రయత్నంలో, మన సామర్థ్యాలను పెంపొందించుకోవడానికి అవి మనల్ని ప్రేరేపిస్తాయి. ఒత్తిడితో కూడిన పరిస్థితులు లేని ప్రపంచం పరీక్షలు లేని తరగతి వలె చప్పగా ఉంటుంది. మంచి ఉపాధ్యాయులు రెండవదానిని ఎప్పుడూ అనుమతించరు మరియు భగవంతుడు ఎప్పుడూ మొదటిదానికి అనుజ్ఞ ఇవ్వడు. సృష్టికర్త ఈ ప్రపంచాన్ని, మన మార్గంలో నిరంతరం సవాళ్లు మరియు అడ్డంకులను విసిరే విధంగా రూపొందించాడు. స్వామీ వివేకానంద ఇలా అన్నారు: 'జీవితం అంటే, సవాళ్ళు విసురుతూ, క్రిందికి పడత్రోసే పరిస్థితుల మధ్య కూడా, నిరంతరం వికసిస్తూ ఉండే జీవస్థితియే.' ('Life is the continuous unfoldment of a being under circumstances tending to press it downwards.')

అందువల్ల, ఒత్తిడితో కూడిన పరిస్థితులను నిర్మూలించటం మన లక్ష్యం కాదు. బదులుగా, ఈ పరిస్థితులకు ప్రతిస్పందించే తరుణంలో మనలోపల జనించే భావోద్వేగ ఒత్తిడిని తొలగించుకోవాలని కోరుకుంటున్నాము. ఈ ఒత్తిడి వ్యక్తికి వ్యక్తికి మారుతుంది. ఒక దేశాన్ని పరిపాలించే వ్యక్తి అయిఉండి కూడా, సంపూర్ణ ప్రశాంతతతో మరియు సమతుల్యతతో ఉండవచ్చు. మరొక వ్యక్తి, తన స్వంత కుటుంబాన్ని నిర్వహించేటప్పుడు కూడా, తీవ్ర ఉద్వేగానికి లోనవ్వచ్చు. ఈ విధంగా, మనం అనుభవించే ఒత్తిడి మన అంతరంగ మనస్తత్వంపై ఆధారపడి ఉంటుంది అంతేకానీ బాహ్య పరిస్థితులపై కాదు.

ఒత్తిడి ఎందుకు కలుగుతుంది?

మనం ఒత్తిడిని ఎలా తగ్గించవచ్చు లేదా నిర్మూలించవచ్చు? ఒత్తిడిని తగ్గించడం కొరకు ఒత్తిడి నిర్వహణ సలహానిపుణులు ఎన్నెన్నో పరిష్కారాలను అందిస్తున్నారు. వారు ఒత్తిడిని ఎదుర్కోవడానికి, సమయ నిర్వహణ, పరిస్థితి నిర్వహణ, ధ్యానం, యోగా, తాయ్‌చి మరియు ఎన్నో ఇతర చిట్కాలని సూచిస్తారు. అయితే, ఈ పద్ధతులు, మూలాన్ని పరిష్కరించకుండా ఒత్తిడి యొక్క బాహ్య లక్షణాలకే పరిష్కారం సూచించటం వల్ల, అవి అసమర్థంగా ఉంటాయి. ఇదెలా అంటే, మూల కారణమైన టైఫాయిడ్‌ను నయం చేయకుండా, కేవలం దానిచే వచ్చిన జ్వరాన్ని అణచివేయటం లాగా. మనం ఒత్తిడి లేకుండా ఉండాలని కోరుకుంటే, దాని మూల కారణాన్ని నిర్మూలించాలి – అంటే దానికి దారితీసే లోపభూయిష్ట మానసిక ఆలోచన. అందువల్ల, ఒత్తిడి నిర్వహణలో మొదటి దశ, ఒత్తిడి యొక్క మూలాన్ని అర్థం చేసుకోవడానికి ప్రయత్నించడం.

ఒక నిర్దిష్టమైన ఫలితంపై తీవ్ర మమకారాసక్తి ఉన్నప్పుడు, మనం అనుకున్నట్లే జరగకపోవచ్చనే ఆందోళనతో ఒత్తిడి వస్తుంది. ఒక వ్యాపారవేత్త లాభాలు ఆర్జించాలని అనుకున్నప్పటికీ, నష్టాల్లోకి వెళ్లిపోతే, అతడు ఒత్తిడిని అనుభవిస్తాడు. ఒక సేల్స్ రిప్రజెంటివ్ ఒక నిర్దిష్ట సేల్స్ టార్గెట్‌ని చేరుకోవాలనుకుని కూడా, ఆ విధంగా చేయడంలో విఫలమైతే, ఒత్తిడి కలుగుతుంది. అందువల్ల, ఒక నిర్దిష్ట ఫలితం పట్ల మన స్వంత

మమకారాసక్తి మరియు వేరే విధమైన ఫలితాలను అంగీకరించడానికి అయిష్టత వల్ల ఒత్తిడి కలుగుతుందని స్పష్టమవుతుంది.

మూలకారణాన్ని అర్థం చేసుకున్న తర్వాత, ఒత్తిడి నివారణ చాలా సరళం — మన ప్రయత్నాల యొక్క ఫలితం ఈ విధంగానే ఉండాలి అన్న ఆసక్తిని విడిచిపెట్టాలి. **ఫలితాలతో అనుబంధం/సంబంధం లేకుండా మీ అత్యుత్తమ ప్రయత్నాలను చేపట్టండి.** భగవద్గీత ఈ విధంగా బోధిస్తున్నది: *కర్మణ్యేవాధికారస్తే మా ఫలేషు కదాచన* (2.47). 'మీ పనిని నిర్వర్తించటానికి మీకు హక్కు ఉంది, కానీ మీ కర్మల యొక్క ఫలాలపై మీకు అధికారం లేదు.' మీ పనిని ఆస్వాదించండి మరియు మీ ప్రయత్నాల ఫలాన్ని దేవునికి అర్పించండి.

మన ప్రయత్నాల ఫలితం ఎలాగైనా మన చేతుల్లో ఉండదు. అది మరెన్నో అంశాలపై ఆధారపడి ఉంటుంది - పరిస్థితులు, ఇతరుల సహకారం, పోటీదారుల ప్రయత్నాలు, అదృష్టం, యాదృచ్ఛికం, భగవత్ సంకల్పం, మరియు ఇతర కారణాలు, ఇవి మన నియంత్రణలో లేనివి. ఈ విధంగా, మనం అత్యుత్తమ ప్రయత్నాలను చెయ్యాలి మరియు మనకు ఏ ఫలితాలు వచ్చినా తృప్తితో ఉండాలి, వివేకవంతమైన దృక్పథం అంటే ఇదే.

మమకారాసక్తి లేకుండా పని చేయటం యొక్క ఉదాహరణలు

సాధారణ రోజువారీ జీవితంలో ఇది ఏదో కొత్తగా అనిపించినప్పటికీ, ఫలితాల పట్ల మమకారాసక్తి లేకుండా పని చేసే విధానం మనం ఎప్పుడూ వినని కొత్త రకమైన కార్యాచరణ ఏమీ కాదు. ఒక నర్సు యొక్క ఈ క్రింది ఉదాహరణను పరిశీలించండి.

ఆసుపత్రిలో ఒక నర్సు ఎంతో జాగ్రత్తగా రోగులను పదిలముగా మరియు సావధానతతో చూసుకుంటుంది. రోగి చనిపోతే, నర్సు విలపించదు; రోగి కోలుకున్నా, ఆమె వేడుక చేసుకోదు. ఆమె కేవలం తన కర్తవ్యాన్ని మాత్రమే నిర్వర్తిస్తుంది. కానీ, రోగులలో ఒకరు ఆమెకు దగ్గరి బంధువులుంటే ఉంటే, ఆమె తన విధిని నిర్వర్తించేటప్పుడు తీవ్రమైన ఉద్వేగానికి గురౌతుంది. ఈ సందర్భంలో, ఆమె మమకారాసక్తి

కలిగివుంది, మిగిలిన రోగుల పట్ల, ఆమె కేవలం తన విధిని మాత్రమే నిర్వర్తిస్తోంది.

ఇటువంటి, మమకారాసక్తి లేకుండా పనిచేయటం అనేదానికి అసంఖ్యాక ఉదాహరణలు ఉన్నాయి.

ఒక బ్యాంకులోని క్యాషియర్ లక్షల రూపాయలను అందుకుంటాడు మరియు పంపిణీ చేస్తాడు. అలా చేస్తున్నప్పుడు, అతడు ఎంతో శ్రద్ధతో మరియు చురుకుగా పనిచేసినప్పటికీ, అతడు ఆందోళనను కానీ, ఆనందాన్ని కానీ అనుభవించడు. అతను తన సొంత జీతం తీస్కుని, ఇంటికి వెళ్ళేటప్పుడు అనుకోకుండా దాని నుండి ఓ 2000 రూపాయల నోటును పోగొట్టుకుంటే, అతను తన తప్పును తెలుసుకున్నప్పుడు తీవ్రంగా కలత చెందుతాడు. అతనికి తన డబ్బుపట్ల మమకారాసక్తి ఉంది, బ్యాంకులో ఉన్నప్పుడు, అతను కేవలం తన డ్యూటీ మాత్రమే చేస్తాడు.

మమకారాసక్తి లేకుండా ప్రపంచంలో అనేక పనులు మనం ఎలా చేస్తామో పై దృష్టాంతాలు స్పష్టంగా వివరిస్తున్నాయి. ఇప్పుడు, అన్ని వేళలా, అన్ని సందర్భాల్లోనూ ఇలా పని చేయడం నేర్చుకోగలిగితే, మనకు ఒత్తిడికి శాశ్వత పరిష్కారం ఉంటుంది మరియు ఆనందకరమైన ప్రశాంతతను కనుగొనవచ్చు. భగవద్గీత ఇలా చెబుతోంది:

విహాయ కామాన్యః సర్వాన్ పుమాంశ్చరతి నిఃస్పృహః
నిర్మమో నిరహంకారః స శాంతిమధిగచ్ఛతి (2.71)

'ఎవరైతే అన్ని ప్రాపంచిక కోరికలను త్యజించి, అత్యాశ లేకుండా, నేను/నాది అన్న భావన లేకుండా, అహంకార రహితముగా ఉంటాడో, ఆ వ్యక్తికి పరిపూర్ణమైన ప్రశాంతత లభిస్తుంది.'

నేను ఆంగ్లంలో NATO (ఎన్.ఏ.టి.ఓ) అనే సంక్షిప్త పదంతో అటువంటి వైఖరిని సూచిస్తున్నాను, అందరికీ తెలిసిన 'నార్త్ అట్లాంటిక్ ట్రీటీ ఆర్గనైజేషన్' కాదు, ఇక్కడ దీని అర్థం 'Not Attached to Outcome', ('ఫలితాలపై మమకారాసక్తి రహితంగా ఉండుట') అని. గోల్ఫ్ ఆట వంటి ఒక సాధారణ కార్యకలాపానికి దానిని మొదట అన్వయించడం ద్వారా NATO ఎంత సమర్థవంతమైనదో మనం చూద్దాం.

ప్రజలు గోల్ఫ్ ఆడుతున్నప్పుడు, వారు ఎల్లప్పుడూ ఆట ఫలితంపైనే దృష్టి పెడతారు, బోర్డుపై వారి స్కోర్ ఎంత అని. బోర్డుపై వారి స్కోర్ మారుతున్నకొద్దీ ఉద్విగ్నతకు లోనవుతూ, వారు ఆడే షాట్‌లను ఆస్వాదించడాన్ని కోల్పోతారు. వారికి, ఆట అనేది అంతా, వారి ప్రయత్నాల ఫలితమైన స్కోరు గురించి. ఇక అప్పుడు ఆనందానికి ప్రాథమికం ఆ స్కోరు అవుతుంది, మరియు ఆడే ఆటలో ఉండే ఆనందం ద్వితీయ ప్రాధాన్యం అవుతుంది. స్కోరు బాగా ఉంటే, వారు సంతోషంగా ఉంటారు, మరియు స్కోర్ మంచిగా లేకపోతే, వారు విచారంగా ఉంటారు. బదులుగా, వారు కొంతసేపు స్కోరు గురించి ఆలోచించడం మానేసి, వారి షాట్లను ఏకాగ్రతతో ఇష్టంగా ఆడితే, వారు ఆడే ప్రతి షాట్‌లో వారు గొప్ప ఆనందాన్ని పొందుతారు. వారు తమ జీవితంలో అత్యుత్తమ గోల్ఫ్‌ను కూడా ఆడతారు, ఎందుకంటే వారు గతంలోని ఆందోళనలతో లేదా భవిష్యత్తు గురించి చింతలతో పరధ్యానం చెందకుండా ఉంటారు. ఈ విధంగా, వారు ప్రస్తుత క్షణంలో పూర్తిగా నిమగ్నమవుతారు.

అదేవిధంగా, ఈ NATO (ఎన్.ఏ.టి.ఓ) పద్ధతి వృత్తిపరమైన సంస్థల్లో పనిచేయడం వంటి మరింత క్లిష్టమైన కార్యకలాపాలకు వర్తిస్తుంది. ఫలితం గురించి ఆందోళన లేకుండా మీ ప్రయత్నాలపైనే దృష్టి పెట్టండి.

ఈ ప్రకటనతో మనకో సందేహం రావచ్చు: 'మనము ఫలితాలపట్ల ఉన్న అనుబంధాన్ని వదులుకుంటే, అది పనిలో మన సామర్థ్యాన్ని మరియు కార్యసాధనను తగ్గించదా?' అని.

ఈ ప్రశ్న సహజమైనదే, లేదు, మన పని సామర్థ్యం ఖచ్చితంగా తగ్గదు. నిజంగా చెప్పాలంటే, ఆందోళన, ఆదుర్దా, భయం, మరియు వ్యాకులత వంటి ప్రతికూల భావోద్వేగాల నుండి మనం విముక్తి పొందినప్పుడు, మన కార్యసాధన మెరుగ్గా ఉంటుంది. ఉదాహరణకు, వ్యాపారవేత్తలు మరియు క్రీడాకారులు - ఇంటర్వ్యూ సమయంలో, వ్యాపార చర్చలు లేదా ఆటపోటీ మధ్యలో - ఆందోళన లేదా కంగారు పడితే, వారు తప్పులు చేసే ఆస్కారం ఉందని గ్రహిస్తారు. అందుకే జనులు తరచూ 'ప్రశాతంగా ఉండండి' అని మీకు చెప్తుంటారు, అంటే ఫలితం పట్ల నిర్లిప్తంగా ఉండటాన్ని ఇది సూచిస్తుంది.

అదేవిధంగా, సమర్థులైన సర్జన్లు (శస్త్రచికిత్సా నిపుణులు) ఇతరులపై వందలాది శస్త్రచికిత్సలు చేస్తారు, కానీ వారు తమ సొంత బిడ్డపై ఆపరేషన్ చేయడానికి ఎప్పుడూ ఇష్టపడరు. మమకారాసక్తి వల్ల తప్పులు చేసే అవకాశం ఉందని వారికి తెలుసు.

డాక్టర్ ముఖర్జీ ఒక యాభై-ఐదు సంవత్సరాల వయసున్న ఓ సర్జన్. అతను తన జీవితంలో 5,000కి పైగా శస్త్రచికిత్సలు చేసాడు. కానీ నేడు, డాక్టర్ ముఖర్జీ గారి భార్య అనారోగ్యంతో ఉంది. అతను ఆమెకు శస్త్రచికిత్స చేస్తాడా? 'నేను చాలా అనురాగము కలిగిఉన్నాను, నేను తప్పులు చేయవచ్చు. నేను నా స్నేహితుడిని పిలుస్తాను. నేను చేయలేను' అని అతను చెప్పే అవకాశాలు ఉన్నాయి. అతను తన భార్యకు శస్త్రచికిత్స చేయటానికి చాలా ఆందోళన చెందాడు. ఎందుకు? ఎందుకంటే ఫలితానితో అతనికి ఉన్న అనుబంధం - అతని భార్య యొక్క శ్రేయస్సు - అతని ధైర్యాన్ని మరియు సామర్థ్యాన్ని బలహీనపరుస్తుంది.

ఈ విధంగా, ఫలితాల పట్ల అనాసక్తి/వైరాగ్యం ఎల్లప్పుడూ మంచి పనితీరును కనబరచడానికి మనకు సహాయపడుతుంది. మనస్సు పూర్తిగా మన కృషిపై దృష్టి కేంద్రీకరించడంతో, మనం మరింత ప్రశాంతంగా, సమతౌల్యంతో మరియు సమత్వంతో పనిచేస్తాం. పశ్చిమ దేశాలలో ఇటీవలి పరిశోధనలు మరియు పరిశీలనలు ఈ సూత్రానికి మద్దతు ఇస్తున్నాయి.

ఆధునిక రచయితల దృక్పథం

లక్ష్యాలను నిర్దేశించడం మరియు వాటిని సాధించడంపై ఉన్న ఈ తరం దృష్టి, గత కొన్ని దశాబ్దాలుగా, లెక్కలేనన్ని పుస్తకాలను సృష్టించింది. పిల్లల కోసం కూడా లక్ష్యాల్ని నిర్దేశించే పుస్తకాలు ఉన్నాయి! ఈ సందర్భంలో, లక్ష్యాలంటే ఫలితాలే. నిర్దిష్టంగా కొలవగల ఫలితాలను సాధించడం ద్వారా కార్పొరేట్ వాతావరణంలో విజయాన్ని అంచనావేస్తారు. ఒకప్పుడు, 'మేనేజ్మెంట్ బై రిజల్ట్స్' (MBR, ఎంబీఆర్), అంటే, ఫలితాల పరంగానే వ్యాపార విజయాన్ని కొలిచే విధానం, వ్యాపారరంగంలో చాలా ప్రాచుర్యం పొందింది. సంవత్సరాలుగా ఈ పదజాలం మారినప్పటికీ, కావలసిన తుది ఫలితం ఒక్కటే: లక్ష్యాలు, విజయాలు, ఫలితాలు, లాభాల స్థితి, ప్రగతి.

క్రమబద్ధమైన ప్రణాళికతో ప్రజలకు సహాయపడటానికి ఎం.బీ. ఆర్. (MBR) విధానం ఖచ్చితంగా ఉపయోగపడుతుంది. ఇది ఆలోచన యొక్క స్పష్టతను సాధించడానికి మరియు లక్ష్యాల మీద దృష్టి పెట్టడానికి సహాయపడుతుంది. కానీ 'ఫలితాలే-సర్వస్వం' అన్న విధానంలో పెద్ద ప్రమాదం ఏమిటంటే, గమ్యస్థానంలో మాత్రమే ఆనందం ఉందని ప్రజలు నమ్మటం మొదలుపెడుతారు. వారు తమ ప్రయత్నాల్లోని ఆనందాన్ని పోగొట్టుకొంటారు. పర్యవసానంగా, కొంతమంది సమకాలీన ఆలోచనాపరులు ఈ యొక్క 'ఫలితంలో మాత్రమే ఆనందం ఉంటుంది' అన్న వైఖరిని ప్రశ్నించడం ప్రారంభించారు.

థామస్ సి. కోర్లే, 'రిచ్ హాబిట్స్ – ది డైలీ సక్సెస్ హ్యాబిట్స్ ఆఫ్ వెల్థీ ఇండివిడ్యుయల్స్', ('ఐశ్వర్యవంతుల రోజువారీ అలవాట్లు') అనే పుస్తక రచయిత, తన ఐదేళ్ల పరిశోధనలో రెండు వందల కోటీశ్వరులను ఇంటర్వ్యూ చేసి అధ్యయనం చేశారు. అతను తన బ్లాగులో వ్రాస్తూ - వారు ప్రతిరోజు చాలా కష్టపడి పనిచేసారని, కానీ ఏదేనీ ఒక నిర్దిష్ట పెద్ద ప్రతిఫలం కోసం ఆశించలేదని, కేవలం తమకు ఇష్టమైన పనిని చేస్తూ, కష్టపడి పనిచేస్తూఉంటే, ప్రతిఫలం దానికదే వస్తుంది అని నమ్మారు – అని తెలుసుకోవడం చాలా ఆశ్చర్యానికి గురిచేసిందని వ్రాసారు. 'మీ యొక్క అత్యున్నత కృషిని ప్రతిరోజు ప్రదర్శించండి' అనేది వారందరూ ఒక్క గళంతో చెప్పిన సందేశం. కొందరైతే, ఇలాంటి/అలాంటి ఫలితమే రావాలి అనే ఆపేక్ష లేదని కూడా చెప్పారు! వారు ప్రముఖంగా తెలుసుకున్నదేమిటంటే, వారు తమ ప్రయత్నాలను మాత్రమే నియంత్రించగలరు, ఫలితాలను కాదు, అని. తత్ఫలితంగా, వారు నిర్దిష్ట లక్ష్యాలను సాధించడం గురించి అంచనాలు మరియు చింతలపై మానసిక శక్తిని వృథా చేయలేదు. వారి మానసిక వనరులన్నీ, పనిపై దృష్టి పెట్టడానికి మరియు వారి ఉత్తమ ప్రయత్నంలో దోహదపడటానికి అందుబాటులో ఉన్నాయి.

మరొక రచయిత, జాషువా బెకర్, తన పుస్తకం, 'సింప్లిఫై: 7 గైడింగ్ ప్రిన్సిపుల్స్ టు హెల్ప్ ఎనీవన్ డీక్లట్టర్ థేయిర్ హోమ్ & లైఫ్' (*Simplify: 7 Guiding Principles to Help Anyone Declutter Their Home & Life*) ద్వారా, 'ది వాల్ స్ట్రీట్ జర్నల్' చేత అత్యుత్తమ రచయితగా పేరొందిన వారుగా, తన బ్లాగు 'నాట్ జస్ట్ ద ఔట్ కం, బట్ ద ప్రాసెస్' (*Not Just The*

Outcome, But The Process) లో ఇలా వ్రాసారు, మన ప్రయత్నాల ద్వారా కేవలం ఏదో ఫలితం వచ్చిన తరువాతే, ఆనందాన్ని అనుభవిస్తాము అనుకుంటే, అది మన ప్రయాణంలో ఎన్నో మధుర క్షణాలను కోల్పోయేలా చేస్తుంది. కేవలం ఫలితాల మీదనే దృష్టి పెట్టడం వల్ల, జీవితంలో చాలా భాగం వెట్టి చాకిరీ చేసినట్లు ఉంటుంది; విజయం సాధించే వరకూ ఏదో కష్టభారాన్ని మోస్తున్నట్లు ఉంటుంది. ఉదాహరణకు, మనము చక్కటి పచ్చికబయలు మరియు పూలతోటను చూసి అబ్బురపడతాము. కానీ, దాన్ని అలా ఉంచటానికి కావల్సిన పరిశ్రమను గొడ్డుచాకిరీలా చూస్తాము. ఆ తోటపనిని ఆహ్లాదకరమైనదిగా అనుభవిస్తే, ఈ పచ్చికబయలుని మరియు తోటను మనం మరింత ఉల్లాసంగా ఆస్వాదించవచ్చు.

మనం కేవలం ప్రస్తుత సమయం మీదే దృష్టి పెడితే, మన శ్రమని ఆనందించటంలో దృష్టి పెడితే, మన బుద్ధి వికసిస్తుంది, మరియు మన పనిలో సృజనాత్మకతను అనుభవిస్తాం. అప్పుడు మనము మన ఉత్తమ ప్రయత్నాలను చేస్తాము మరియు వచ్చే ఫలితాలను ఆహ్వానిస్తాము.

ఫలితాల మీద మాత్రమే దృష్టి అనేది అల్పమైనది మరియు మన చేతిలో ఉన్నదానిపై, మన స్వంత పరిశ్రమపై ఏకాగ్రతను భంగం చేస్తుంది; అంటే మన సమయం మరియు శక్తిని తప్పుదారి పట్టిస్తుందని, బెకర్ ముగిస్తాడు. ఇది మన జీవితంలో పని మరియు కృషి యొక్క పాత్రను తగ్గించి చేస్తుంది. ఇది మన రోజువారీ దినచర్యలో క్రమశిక్షణను పాటించే విలువను విస్మరిస్తుంది. ఇంతేకాకుండా, ఫలితాన్ని సాధించే మార్గంలో, మన సంతృప్తి భావనను హరిస్తుంది. భవిష్యత్తులో మాత్రమే ఆనందాన్ని అనుభవించగలం అని నమ్మినప్పుడు, గమ్యం చేరిన పిదప, ప్రస్తుతం ఉన్న, దాని వైపు చేసిన ప్రయాణాన్ని ఆస్వాదించడం మనం కోల్పోతాము.

తరువాత, టామ్ ముర్కో, తన 'ఫోకస్ ఆన్ ద ప్రాసెస్, నాట్ *ఔట్‌కమ్*' (*Focus on Process, Not outcome*)' అనే తన బ్లాగులో ఒక విషయాన్ని, 'మీరు చేసే పనిపై దృష్టి ఉంచండి, అంతేకానీ, అనిశ్చితమైన ఫలితాలపై కాదు' అని నొక్కి చెప్పాడు. ఆయన అంటాడు: 'ఆశించిన ఫలితాన్ని చేరుకోవటానికి ఉత్తమమైన మార్గం, ఆ ఫలితంపై దృష్టి పెట్టడం, దాని వైపు వెళ్ళడానికి ప్రయత్నించడం మరియు ప్రతి ప్రయత్నము ఇంచుమించు ఫలితానికి ఎంత దగ్గరగా తీస్కెళ్ళిందో అని

చూడటం, అని మనకు అనిపించవచ్చు. కానీ నిజానికి, ఆ విధానము అంత ప్రయోజనకరమైనదే కాదు. మీరు ఆశిస్తున్న ఫలితాలపై కాకుండా, మీరు అనుసరించే విధానంపై ఎక్కువగా మీ దృష్టిని పెడితే, మీరు త్వరగా నేర్చుకుంటారు మరియు వచ్చే ఫలితంతో సంతోషంగా ఉంటారు' అని.

ఫలితంపై కంటే, చేసే విధానంపై దృష్టి పెట్టడం చాలా మెరుగైన వ్యూహమని టామ్ ముర్కో వివరించాడు. ఇది క్రింది ప్రయోజనాలను కలిగి ఉంటుంది:

- ఇది వివిధ రకాల ప్రయోగాల్ని ప్రోత్సహిస్తుంది, అనుకోకుండా కొన్ని ముఖ్యమైన సిద్ధాంత సత్యాలను కనుగొనడానికి ఎక్కువ అవకాశాన్ని కల్పిస్తుంది మరియు మనం మొదట్లో లక్ష్యంగా పెట్టుకున్న దానికన్నా మరుగైన ఫలితాన్ని పొందేందుకు అవకాశాల్ని ఇస్తుంది.
- ఇది మనం అనుసరించే ప్రక్రియను ఆస్వాదించడానికి మరియు వర్తమాన విషయాల్లో మరింత లోతుగా నిమగ్నం కావడానికి దోహదపడుతుంది.
- ఇది పగ్గాల్ని మీ చేతిలో ఉంచుతుంది. మనం అత్యుత్తమ ప్రయత్నాలు చేయాలనుకోవటం పూర్తిగా మన చేతుల్లోనే ఉంది.
- ఏదేని ఒక నిర్దిష్ట ఫలితంపై మన సంతోషం/ఆనందం ఆధారపడకుండా చేస్తుంది. మన వందశాతం పూర్తి పరిశ్రమను పెట్టినట్లు తెలుసుకోవడం వల్ల సంతోషం/ఆనందం కలుగుతుంది.

ఫలితాల గురించి అతిగా చింతించటం ప్రతికూల ప్రభావాన్ని చూపిస్తుంది అన్న నిర్ణయానికి ఆధునిక తత్త్వవేత్తలు కూడా ఎలా వచ్చారో మనం చూశాం. బదులుగా, మన కృషిపై దృష్టి పెట్టడం అనేది మెరుగైన శైలి మరియు అది ఒత్తిడిని తొలగిస్తుంది.

ఈ ముగింపు భగవద్గీత యొక్క సనాతన జ్ఞానాన్ని పునరుద్ఘాటిస్తుంది:

కాయేన మనసా బుద్ధ్యా కేవలైరింద్రియైరపి
యోగినః కర్మ కుర్వంతి సంగం త్యక్త్వాత్మ శుద్ధయే

(5.11)

'యోగులు, మమకారాసక్తిని విడిచిపెట్టి, కేవలం ఆత్మ-శుద్ధి కోసం మాత్రమే, శరీరము, మనస్సు, ఇంద్రియములు, మనస్సులతో కర్మలను ఆచరిస్తూ ఉంటారు.' కర్మయోగ సూత్రం ద్వారా జీవితంలో సమగ్రంగా ఎలా ఈ తత్త్వాన్ని అన్వయించుకోవాలో మనం ఇప్పుడు చూద్దాం.

కర్మ యోగం – భగవత్ స్మృతిలో పనిచేసే కళ

మమకారాసక్తియే, ఒత్తిడికి మూలకారణం అయితే, దాన్ని ఎలా వదిలించుకోవచ్చు? భగవద్గీత ఒక సరళమైన సమాధానం ఇస్తుంది. మమకారాసక్తిని వదులుకోవద్దని, దానిని సర్వోత్కృష్ట దివ్య వ్యక్తిత్వానికి బదిలీ చేయమని చెబుతుంది. ఇదే కర్మయోగ సిద్ధాంతం. కర్మయోగి అయిన వ్యక్తి ప్రాపంచిక పనుల అల్లకల్లోలంలో నిమగ్నమై ఉండి కూడా, మనస్సును సమతౌల్యంతో ఉంచుకుంటాడు.

అది ఎలా చేయబడుతుంది? కర్మ-యోగం అంటే 'కర్మ' (వృత్తిపరమైన విధులు) మరియు 'యోగము' (భగవంతునితో కలయిక) రెండింటి మేళనము. 'శరీరం జగత్తులో, మనస్సు భగవంతునిలో' అన్నమాట. కర్మయోగి, శరీరంతో ప్రాపంచిక విధులను నిర్వర్తిస్తూ మనస్సుని భగవంతునితో ఏకం చేస్తాడు.

భారత చరిత్రలో ధ్రువుడు, ప్రహ్లాదుడు, అంబరీషుడు, పృథువు, యుధిష్ఠిరుడు వంటి అనేకమంది కర్మయోగులు ఉన్నారు. వారందరూ గొప్ప చక్రవర్తులు, నిరంతరం ఎంతోమందితో వ్యవహారం చేయాల్సి ఉండేది, మరియు వారి రాజ్య పరిపాలన కోసం చాలా క్లిష్టమైన పనులను పూర్తి చేయాల్సి వచ్చేది, అయినాసరే, అంతర్గతంగా వారి మనస్సు ఎల్లప్పుడూ భగవంతునితో కలిసే ఉండేది.

కర్మయోగ సాధనే భగవద్గీత యొక్క ప్రధాన ఉపదేశము. భారంగా ఉందని భావించి, కృత్రిమంగా పనిని పరిత్యజించకూడదని బోధిస్తుంది; బదులుగా, సంక్లిష్టమైన పనులు చేసేటప్పుడు కూడా అంతర్గత సమతౌల్యంతో ఉండాలి.

భగవద్గీత విన్న అర్జునుడు, 'నేను నా వృత్తిపరమైన విధిని వదిలేద్దామనుకుంటున్నాను. ఇది చాలా క్షోభకారకంగా మరియు గందరగోళంగా ఉంది.' అని ప్రారంభంలో అన్నాడు.

శ్రీకృష్ణుడు ఈ విధంగా సమాధానమిచ్చాడు, 'లేదు అర్జునా! కుటుంబం, సమాజం, ధర్మమార్గం పట్ల నీ బాధ్యత ఉంది. దాన్ని విస్మరించవద్దు, కర్మయోగిగా ఉండుము' అని.

సర్వేషు కాలేషు మామనుస్మర యుధ్య చ

(భగవద్గీత 8.7)

'అన్ని వేళలా నన్ను స్మరిస్తూ ఉండుము, మరియు పని చేసుకుంటూ ఉండుము'.

జగద్గురు కృపాలుజీ మహరాజ్ కూడా కర్మయోగాన్ని తన బోధనలలో నొక్కి చెప్పారు.

మన హరి మేఁ తన జగత్ మేఁ కర్మయోగ్ యహి జాన
తన హరి మే మన జగత్ మేఁ, యహ మహాన అజ్ఞాన

(భక్తి శతకము, 84వ శ్లోకం)

'శరీరం ఈ ప్రపంచంలో నిమగ్నమై ఉండి, మనస్సు భగవంతుడిలో ఉంటే, అది కర్మయోగం. దీనికి విరుద్ధమైనదే ఘోర అజ్ఞానం.'

సంత్ కబీర్ అదే సూత్రాన్ని సరళమైన భాషలో బోధించాడు:

సుమిరన్ కీ సుధీ యోఁ కరో, జ్యోఁ సురభి సుత మాహిఁ
కహే కబీర చరో చరత బిసరత కబాహుఁక నాహిఁ

'ఒక ఆవు తన దూడను గుర్తుచేసుకున్నట్లు భగవంతుడిని గుర్తుంచుకోండి. ఆవు రోజంతా పొలంలో గడ్డి మేస్తుంది కానీ, దూడయందే తన మనస్సును ఉంచుతుంది.'

మనస్సు పరమాత్మయందు ఉన్నప్పుడు, మన ప్రయత్నాల ఫలితాలను ఆయనకు సమర్పిస్తూ, మనం సహజంగానే ఆయన ప్రీతి కోసమే పనిచేస్తాము. మళ్ళీ, భగవద్గీత ఇలా చెబుతోంది:

యత్కరోషి యదశ్నాసి యజ్జుహోషి దదాసి యత్।
యత్తపస్యసి కౌంతేయ తత్కురుష్వ మదర్పణమ్ (9.27)

'నీవు ఏ పని చేసినా, నీవు ఏది తిన్నా, నీవు యజ్ఞములో అగ్నికి ఏది సమర్పించినా, నీవు ఏది బహుమతిగా దానం ఇచ్చినా, మరియు ఏ నిష్ఠలను ఆచరించినా, ఓ కుంతీ పుత్రుడా, వాటిని నాకు సమర్పించినట్టుగా చేయుము.'

కర్మయోగ సాధన వల్ల కలిగే ప్రయోజనాలు

మన రోజువారీ పనులు చేసుకుంటూ ఉన్నప్పుడు కూడా, మనస్సును యోగస్థితిలో ఉంచుకుని, భగవంతునితో అనుసంధానం చేసిఉంచటం అనేది చాలా శక్తివంతమైన ప్రక్రియ. మనస్సు దివ్యక్షేత్రంలో ఉంటుంది కాబట్టి, మన దృక్పథం ప్రతి దానిపట్ల దివ్యమైనదిగా మారుతుంది - ప్రజలు, పని, మనమీద, ఫలితాలు, మరియు వైఫల్యాలు, వీటన్ని పట్ల. కర్మయోగ సాధన అనేక ప్రయోజనాలను ప్రసాదిస్తుంది.

ప్రధమంగా, మనల్ని మనం దివ్య భగవంతుని అంశలుగా చూస్తాం. ఇటువంటి పైఖరి ఆరోగ్యకరమైన స్వీయ-గుర్తింపును పెంపొందించుకోవటానికి దోహదపడుతుంది, అహంకారం ఆధారంగా లేదా మన గురించి వేరేవాళ్లు అనుకునే దానిపరంగా కాదు. మన జీవాత్మ యొక్క వాస్తవికత ఆధారంగా అన్నమాట. మనం ఆత్మ-న్యూనతకు గురికాకుండా వినయాన్ని ప్రదర్శించగలుగుతాం.

రెండవది, మన పనిని భగవత్ సేవగా చూస్తాము. ఇక, పని కష్టమైనదిగా/భారమైనదిగా ఉండదు; సంతోషముతో చేస్తాము. తత్ఫలితంగా, మనము సానుకూల దృక్పథంతో, మన సామర్థ్యం మేరకు, భగవత్ ప్రీతి కోసం ప్రయత్నిస్తాము.

మూడవది, మన కృషియొక్క ఫలితాలు ఆ పరమాత్ముని ఆనందం కోసం కాబట్టి, మనం వాటిపై మమకారాసక్తితో ఉండము. మనం ఉత్తమ కృషి చేసినప్పటికీ, మనకు ఆశించిన ఫలితాలు రాకపోతే, మనము ఇలా అనుకుంటాము 'బహుశా, అది భగవంతుని సంకల్పం కాదు. ఆయన కోరికకు అనుగుణంగానే నేను లోబడి సంతోషంగా ఉంటాను.' ఈ వైరాగ్య ధోరణి మనల్ని ఒత్తిడి, ఆందోళన, ఉద్రిక్తత మరియు భయం నుండి విముక్తి చేస్తుంది.

నాల్గవది, మనము ఎవరెవరితో వ్యవహరిస్తామో, వారందరినీ దివ్య భగవత్ అంశలుగా చూస్తాము మరియు తత్ఫలితంగా వారి పట్ల సకారాత్మక వైఖరిని కొనసాగిస్తాము. మన వ్యవహారాలన్నీ సకారాత్మకంగా మరియు సేవా దృక్పథంతో ఉంటాయి.

ఐదవది, మన మనస్సులో భగవంతుడిని ఉంచినప్పుడు, ఆయన కృపయే అన్నిటినీ సాధ్యం చేస్తుందని మనము గ్రహిస్తాము తద్వారా, చేసేది మనమే అన్న అహంకారం నుండి విముక్తి పొందుతాము.

ఆరవది, మానవ జీవిత లక్ష్యం భగవత్ ప్రాప్తి. కర్మయోగంలో మనం ప్రాపంచిక విధులను నిర్వర్తిస్తూ కూడా ఈ లక్ష్యం వైపు పయనిస్తాం.

కర్మయోగం యొక్క సమర్థత మరియు ప్రయోజనాలను మనము చూశాము. **ఈ విధంగా, కర్మ యోగులు సంసారంలో నివసిస్తారు కానీ సంసారాన్ని వారిలో నివసించనివ్వరు.** అయితే, ఈ అభ్యాసం యొక్క అత్యంత ముఖ్యమైన భావనను అర్థంచేసుకోవటం ముఖ్యం, అదే ఎల్లప్పుడూ మనస్సును భగవంతునితో ఏకం చేసి ఉంచటం.

నిరంతర భగవత్ స్మరణ

తాము కర్మయోగులమని తరచూ ప్రజలు చెప్పుకుంటారు. వివరించమని అడిగినప్పుడు, వారు ఈ విధంగా చెపుతారు, 'నేను ప్రతి ఉదయం అరగంట సేపు 'యోగ' చేస్తాను, ఆపై, నేను రోజంతా కర్మపై దృష్టి పెడతాను. నేను "కర్మ" మరియు "యోగ" రెండింటినీ చేస్తున్నాను కాబట్టి, నేను కూడా ఒక కర్మయోగిని.' అంటారు. అయితే, ఇది ఒక తప్పుడు నిర్వచనము.

కర్మయోగం అంటే, ప్రాపంచిక కర్తవ్యాలను చేయడంతో పాటుగా, మనసులో నిరంతరం భగవంతునితో ఐక్యము కావడము.

మన మనస్సు భగవత్ క్షేత్రంలో ఉన్నంత కాలం అది కోపం, ద్వేషం, ఆగ్రహం, భయం, దురాశ, మరియు ఆందోళన అనే భౌతిక భావాలకు దూరంగా ఉంటుంది. మరియు భగవత్ స్మరణ నిరంతరాయంగా మారినప్పుడు, పని ద్వారా భగవత్ ఐక్యత యొక్క స్థితి సాధించబడుతుంది.

అందువల్ల, కర్మయోగం యొక్క నియమం - ఎల్లప్పుడూ మీ మనస్సును భగవంతుని యందు ఉంచుకోండి – అనే ఉపదేశం భగవద్గీతలోని అనేక శ్లోకాలలో పదేపదే నొక్కి చెప్పబడింది:

సర్వేషు కాలేషు మామ్ అనుస్మర యుధ్య చ (8.7)

'అన్ని వేళలా నన్ను స్మరిస్తూనే, మీ కర్తవ్య పాలన చేయండి'

అనన్య చేతాః సతతం యో మాం స్మరతి నిత్యశః (8.14)

'అనన్య భక్తి ద్వారా మీ మనస్సు నాలో నిమగ్నం చేసి ఉంచండి. ఎల్లప్పుడూ నన్ను తలుచుకోండి.'

సతతం కీర్తయంతో మాం యతంతశ్చ దృఢవ్రతాః (9.14)

'ఎల్లప్పుడూ నన్ను స్తుతించండి మరియు గొప్ప దృఢసంకల్పంతో పరిశ్రమించండి'

తేషాం నిత్యాభియుక్తానాం యోగ-క్షేమం వహామ్యహమ్ (9.22)

'మీ మనస్సు ఎల్లప్పుడూ నాలో నిమగ్నమై ఉంటే, నేను మిమ్మల్ని అన్ని విధాలుగా రక్షిస్తాను.' మన దైనందిక విధులను నిర్వర్తిస్తూ కూడా, నిరంతరం మన మనస్సును పరమాత్మలో స్థిరంగా ఉంచుకోమని ఈ శ్లోకాలన్నీ మనకు తెలియజేస్తున్నాయి.

ఈ కర్మయోగ సూత్రాన్ని విన్నప్పుడు ప్రజలు తరచుగా ఇలా అడుగుతారు, 'మనం నిరంతరం భగవంతుడి గురించి ఆలోచిస్తే, మన రోజువారీ పనులను ఎలా చేయగలుగుతాం?'. ఈ ప్రశ్న సహజమైనది ఎందుకంటే మనస్సు యొక్క ప్రమేయం లేకుండా ఏ పనీ చేయలేము.

నిజానికి, సమాధానం చాలా సరళమైనది. **కర్మయోగం, భగవంతుడిపై మనం దృష్టి కేంద్రీకరించాలని కోరుకోదు, కానీ మన మనస్సును ఆయన పట్ల మమకారాసక్తితో ఉండేట్లు చేయమంటుంది**. దీనికోసం మనం ఏదో కొత్తవిషయాన్ని నేర్చుకోవాల్సిన అవసరం లేదు. మరెక్కడో **మమకారాసక్తితో** ఎలా పని చేయాలో మనకు ఇప్పటికే తెలుసు. క్రింద ఉన్న మూడు ఉదాహరణలను పరిశీలించండి:

1) ఒక వ్యక్తి కార్యాలయములో పొద్దున ఎనిమిది నుంచి సాయంత్రం ఐదు వరకు గోల్ఫ్ ఆటపై ఆసక్తికలిగిన మనసుతో పనిచేస్తాడు. అతను, 'సాయంత్రం ఆరు గంటలు ఎప్పుడు అవుతుందో, మరియు నేను ఆఫీసు నుండి బయటపడి గోల్ఫ్ కోర్సుకు వెళ్తానో?' అని అనుకుంటూ ఉంటాడు.

2) మరొక వ్యక్తి మద్యంపై మమకారాసక్తితో ఉంటాడు. 'నా పని ఎప్పుడు అయిపోతుందో మరియు నేను నా స్నేహితులతో ఒక మార్గరీటను ఎప్పుడు తాగుతానో?' అనుకుంటూ ఉంటాడు.

3) ఇంకా, మరో వ్యక్తి ఫార్ఛ్యూన్ 500 కంపెనీ సీ.ఈ.వో. ఆమె తన పనిలో అత్యంత నైపుణ్యం కలిగినదని అందరూ అంటుంటారు. కానీ వాస్తవం ఏమిటంటే, ఆమెకు సంస్థపై ఎలాంటి మమకారం లేదు, కేవలం డబ్బు కోసమే పనిచేస్తోంది. మరో సంస్థ ఒకటిన్నర రెట్లు జీతం ఇస్తే, ఆమె ప్రస్తుత కంపనీకి సంతోషంగా వీడ్కోలు పలుకుతుంది. ఆమె మమకారాసక్తి పని పట్ల కాదు, కానీ ఆమె కుటుంబం, హోదా మరియు ఆస్తుల పట్ల ఉంది. వీటిని నెరవేర్చడానికి, ఉద్యోగం ఒక సాధనం మాత్రమే.

ఒక చోట పని చేస్తూ, మరొక చోట అనురక్తిని కలిగి ఉండటానికి, ఇవి ఉదాహరణలు. ఈ పద్ధతిలో ఎలా పని చేయాలో మనందరికీ తెలుసు. ఇందులో ఒక చిన్న మార్పు మనలను కర్మయోగులుగా చేయగలుగుతుంది. **కర్మయోగ సూత్రం ఇలా చెబుతోంది: మీ మనస్సును భగవంతునితో మాత్రమే అనుసంధానం చేసిఉంచండి- జగత్తులో మరెక్కడా కాదు - మరియు మీ రోజువారీ కర్తవ్య పనులను కొనసాగించండి.**

ఇది తరువాత ప్రశ్నకు దారితీస్తుంది: భగవంతునిలో స్థిరమైన ఐక్యత స్థితిని మనం ఎలా సాధించగలం? దీనికై ఒక శక్తివంతమైన ప్రక్రియ ఈ క్రింది విభాగంలో వివరించబడింది.

భగవంతుడు ఎప్పుడూ మన చెంతనే ఉన్నాడనే భావన యొక్క అభ్యాసం

అనునిత్యం భగవంతుడు మన సమక్షంలోనే ఉన్నాడని ఎలా భావించగలం?
మేల్కొని ఉన్న స్థితిలో ఎల్లప్పుడూ, మన ఉనికిని మనం గ్రహిస్తాము: 'నేను తింటున్నాను', 'నేను నడుస్తున్నాను', 'నేను ఆలోచిస్తున్నాను', 'నేను మాట్లాడుతున్నాను', మరియు పరిపరి విధాలుగా. కానీ, మన హృదయంలోనే ఎల్లప్పుడూ నివసించే భగవంతుని గుర్తుంచుకోవడంలో మనం విఫలం అవుతాము. మనకు 'నేనున్నాను' అనే స్పృహ ఉంది కానీ 'భగవంతుడు కూడా నాతో ఉన్నాడు' అని గ్రహించడం మర్చిపోతాము.

ఈ అవగాహనను మనం మన స్పృహలో ఎల్లప్పుడూ ఉండేలా చూసుకోవాలి. 'నేను ఒంటరిగా లేను. భగవంతుడు ఎల్లప్పుడూ నాతో పాటే ఉంటాడు. అతను నా సాక్షి మరియు నా రక్షకుడు.' అని. వాస్తవానికి, భగవంతుడు సర్వవ్యాపి మరియు అంతటా నిండినిబిడీకృతమై ఉన్నాడు. కానీ, ఆయన ఉన్నట్టుగా ఉనికిని గ్రహించడం మనం మరచిపోయాము. ఇప్పుడు మన అంతఃకరణలో ఆయనకు స్థానం కల్పించి, మనతో ఆయన నిరంతర సన్నిధిని గ్రహించడం సాధన చేయాలి.

గుడి, చర్చి, మసీదు, గురుద్వార లేదా ఏదేని ప్రార్థనామందిరం వంటి ప్రదేశాల్ని సందర్శించినప్పుడు మనలో చాలామంది భగవత్ సన్నిధిని అంగీకరిస్తారు. అయితే, బయటకు వెళ్లగానే మనం ఆయన్ని మర్చిపోతాం. భగవంతుడు ఆలయంలో మాత్రమే ఉన్నాడు అన్న పాక్షిక భావన మన వైఖరిని ప్రభావితం చేస్తుంది. ఇది ద్వంద్వ ప్రమాణాలతో మనలను కపటవాదులను చేస్తుంది-ఆలయంలో నైతికంగా మరియు భక్తితో ఉండండి-కానీ బయట ఉన్నప్పుడు, మీకిష్టమొచ్చినట్టు చేయండి, అన్న విధంగా.

భగవంతుడు గుడిలో మాత్రమే ఉన్నాడని అనుకుంటాము కాబట్టి, మన నైతిక ప్రవర్తన స్థాయిని తగ్గించుకుంటాము. బదులుగా, జగత్తు అంతా ఆయన ఆలయం అని, ఆయన మనలను సర్వత్రా గమనిస్తున్నారని మనం గుర్తుంచుకుంటే, మనం ఎప్పుడూ పాపపు పనులు చేయము.

మనము ఎల్లప్పుడూ ఉన్నతమైన నైతిక మరియు నీతి ప్రమాణాలను కలిగివుంటాము.

పారిస్‌లోని కార్మెలైట్ ఆశ్రమంలో, లే బ్రదర్‌గా పనిచేసిన బ్రదర్ లారెన్స్ ఆఫ్ ది రెసురెక్షన్, అనే క్రైస్తవ సన్యాసి కూడా తన డైరీలో ఇదే పద్ధతిని వివరించారు. ఆయన ఇలా రాశాడు: 'నేను ఒక మతబోధకునిగా ఉంటే, నేను భగవంతుడి సాన్నిధ్యాన్ని సాధన చేయటం తప్ప మరేమీ బోధించను.' అని. అతని రచనలు తన మరణం తరువాత కనుగొనబడ్డాయి మరియు తరువాత 'ద ప్రాక్టీస్ ఆఫ్ ద ప్రెసెన్స్ ఆఫ్ గాడ్' ('భగవంతుడు ఎల్లప్పుడూ మన చెంతనే ఉన్నాడన్న భావనను అభ్యాసం చేయటం') అనే ఒక పుస్తకంగా ప్రచురించబడ్డాయి.

ఈ పద్ధతిని మన రోజువారీ దినచర్యలో ఎలా అమలు చేయవచ్చు? మీరు మీ ఆఫీసుకి వెళ్లి ఉదయం కుర్చీలో కూర్చున్నారనుకోండి. మీరు పని ప్రారంభించడానికి ముందు ఒక్క నిమిషం ఆగండి. మొదట, గదిలో ఓ మూల ఖాళీ కుర్చీలో భగవంతుడిని కూర్చోబెట్టండి. ఇక, 'శ్రీ కృష్ణుడు నన్ను చూస్తున్నాడు. నేను చేస్తున్నదల్లా ఆయన ప్రీతికోసం, ఆయన సేవకోసమే.' అని భావన చేయండి. ఇప్పుడు, మీ పనిని ప్రారంభించండి.

మనం ఇంకా కర్మయోగులుగా పరిపక్వత చెందలేదు కాబట్టి, మన పనిలో మునిగిపోయినప్పుడు, భగవంతుడు మన మనస్సు నుండి జారిపోవటం సహజం. నిరాశ పడవద్దు. ఒక గంట తర్వాత పని ఆపి, మళ్ళీ ఇలా స్మరించండి, 'దేవుడు నన్ను గమనిస్తున్నాడు. అతను అంటున్నాడు, "ఏయ్... నీవు నీ మనస్సును నాయందు ఉంచాలి. కానీ ఏమి ఆలోచించడం ప్రారంభించావు?" అని. ఈ విధంగా జారిపోయిన మన జాగరూకత మళ్ళీ ఉద్ధరించబడుతుంది. మన మనస్సులో ప్రవహించటం ప్రారంభించిన పేలవమైన ఆలోచనల పరంపర ఆగిపోతుంది.

ప్రతి గంటకీ మనం ఈ పద్ధతిలో సాధన చేస్తూఉండాలి. ఒక గంట వ్యవధితో మనం సాధన ఇలా స్థిరమైన తరువాత, ప్రతి అర్ధగంటకు ఆవృత్తిని పెంచాలి. అది సాధించినప్పుడు, ఆవృత్తిని ప్రతి పదిహేను నిమిషాలకు పెంచండి. నిరంతర సాధనతో, మనతో అనునిత్యం భగవంతుడి సాన్నిధ్యాన్ని అనుభూతి చెందే దశకు చేరుకుంటాము.

అభ్యాసం పరిపూర్ణతకు దారితీస్తుంది

కర్మయోగ సాధన పద్ధతి మునుపటి విభాగంలో సవివరంగా విశదీకరించబడింది. కానీ, నిరంతరం భగవంతుడిని స్మరించే స్థితి, పరిశ్రమ లేకుండా సాధించబడదని గుర్తుంచుకోండి. ప్రపంచంలో మనం నేర్చుకునే అన్ని ఇతర విద్యల మాదిరిగానే దీనికి కూడా చాలా అభ్యాసం అవసరం.

మనము చిన్న పిల్లలుగా ఉన్నప్పుడు మరియు మొదటిసారి సైకిల్‌పై కూర్చున్నప్పుడు, బహుముఖ పనులు చేయడం మనకు కష్టంగా అనిపించింది - పాదాలతో పెడల్, చేతులతో హ్యాండిల్ పట్టుకోవటం, సమతౌల్యం (బ్యాలెన్స్) ఉంచుకోవటం, మరియు ముందున్న రోడ్డుని చూడటం. మనం ఎంత ఏకాగ్రతతో ప్రయత్నించినప్పటికీ, పడిపోతాము. తగిన సాధన చేసిన తర్వాత సైకిల్ తొక్కడం ఒక సహజమైన పనిగా మారిపోతుంది. ఇప్పుడు, మనము సైకిల్ తొక్కేటప్పుడు, పాదాలు వాటికవే పెడల్ తొక్కుతూనే ఉంటాయి మరియు మనం అదే సమయంలో ఇతరులతో కూడా మాట్లాడగలుగుతాము. ఈ నైపుణ్యం అభ్యాసం ద్వారా వచ్చింది. అదేవిధంగా, కర్మయోగం యొక్క అభ్యాసం పదేపదే ప్రయత్నం చేత సహజంగా అయిపోతుంది.

ఈ 'భగవత్ సాన్నిధ్యాన్ని సాధన చేయటం' అనే పద్ధతి యొక్క అద్భుత లక్షణం ఏమిటంటే అది ఇతరులకు తెలియదు, రహస్యంగా చేసుకోవచ్చు. జపమాల పూసలు లేదా ఏ రకమైన ఆడంబరము అవసరం లేకుండా, దాన్ని సహజంగా మన దైనందిన జీవితంలో చేర్చవచ్చు. ఇలా కాకుండా, భగవంతుడిని స్మరించడానికి మనం జపమాలను ఆఫీసుకు తీసుకువెళితే, దాన్ని ఇతరులు ఆక్షేపించవచ్చు. మనం దానికి సమాధానాలు మరియు వివరణలు ఇచ్చుకోవాల్సి ఉంటుంది. అందరూ మనల్ని చూస్తుంటే, భగవత్ స్మరణ నుండి మనస్సు మరలిపోతుంది. అందుచేత, మన ఆధ్యాత్మిక అభ్యాసాన్ని జనుల దృష్టి నుండి దాచమని శాస్త్రాలు ఉపదేశిస్తున్నాయి:

గోపనీయం గోపనీయం గోపనీయం ప్రయత్నతః

'మీ సాధనను గోప్యంగా ఉంచండి.' **అహంకారానికి, కపటానికి బలి కాకుండా ఉండాలంటే మీ సాధనను ప్రపంచం నుంచి దాచండి**. భగవంతుడి

సాన్నిధ్యాన్ని భావించటం అనేది, ఆయన్ని స్మరించడానికి, ఇతరులకు విస్మయం/అనుమానం కలిగించకుండా ఉండే, ఒక అద్భుతమైన మార్గం.

కర్మయోగంలో విజయము సాధించటానికి, మన అంతఃకరణను శుద్ధిచేసుకుని మరియు దాన్ని భగవత్ స్మరణలో నిమగ్నం చేయటం అవసరం. అందువల్ల, మనస్సు యొక్క లోతైన ప్రక్షాళన మరియు భగవత్ స్మరణలో ప్రేమపూర్వక శోషణ కోసం ఇక ఇంకొక పద్ధతిని చర్చిద్దాం. అదే, ధృవీకరణ లేదా సానుకూల స్వీయ-సంభాషణ అనే అద్భుతమైన పద్ధతి.

ప్రధాన అంశాల సారాంశం

» మన చుట్టూ నిరంతరం మారుతున్న పరిస్థితులకు సర్దుబాటు అవుతున్నకొద్దీ, మన భావోద్వేగంలో అనుభవించే ఉద్రిక్తత మరియు ఆందోళనను మనం 'ఒత్తిడి' అని పిలుస్తాము.

» ఒత్తిడితో కూడిన పరిస్థితులు వాటంతట అవే హాని కలిగించవు; అవి ప్రగతికి ఉత్ప్రేరకంగా ఉంటాయి.

» మనము మన కర్మల యొక్క ఫలితాల పట్ల అనాసక్తితో ఉండి, కేవలం మన ప్రయత్నంపై దృష్టి సారించినప్పుడు ఒత్తిడి తొలగిపోతుంది.

» మనం కర్మ ఫలముల పట్ల అనాసక్తితో ఉంటే (Not Attached To Outcome (NATO), మన పనిని మరింత మెరుగ్గా మరియు మరింత ఆనందకరమైన మానసిక స్థితిలో చేయగలుగుతాము.

» కర్మ యోగి అంటే శరీరంతో ప్రాపంచిక కర్తవ్యాలను నిర్వర్తిస్తూ, మనస్సు భగవంతునితో ఐక్యం చేసి ఉండేవారు. 'శరీరం జగత్తులో, మనస్సు భగవంతుడిలో' అన్న మాట.

» కర్మయోగం యొక్క అభ్యాసం అంటే, ఏదేనీ మరియు అన్నీ పనులను చేస్తున్నప్పుడు భగవంతుడిని నిరంతరం జ్ఞాపకం

చేసుకోవాలి. మనస్సును ఆయనతో ప్రేమతో జతచేయడం ద్వారా ఇది సాధించబడుతుంది.

» కర్మయోగం అమలుచేయడానికి, భగవంతుని సాన్నిధ్యాన్ని సాధన చేయటం ఒక అద్భుతమైన పద్ధతి. తరచుగా ఆయన మీ దగ్గరే ఉన్నాడని గ్రహించండి. నెమ్మదిగా, ఆయన మనతోనే ఉన్నాడన్న అనుభూతి నిత్యస్థితిగా మారిపోతుంది.

8

సకారాత్మక స్వీయ-సంభాషణ మరియు ధృవీకరణ

మన అస్థిత్వం మన మనస్సుతో ముడిపడి ఉంది కాబట్టి, మనము అంటే మన మనస్సే అని, తెలుసుకున్నాము. అందుచేత, మన మనస్సు యొక్క పైపొరలను మాత్రమే కాకుండా దాని లోలోతులను కూడా మనం శుద్ధి చేసుకోవలసిన అవసరం ఉంది. మనం ఆ లోపలి పొరలను శుభ్రపరచడానికి పూనుకున్నప్పుడు, అది మనం ఊహించిన దానికంటే చాలా లోతుగా ఉందని గ్రహించవచ్చు. సముద్రం చాలా లోతుగా ఉండి, దాని ఉపరితలంపై చిన్న చిన్న అలలు ఉన్నట్లే, మనస్సు కూడా దాని చేతన మరియు ఉపచేతన అంశాలను కలిగి ఉంటుంది.

మన చేతన మనస్సు గురించి మనకు తెలుసు, ఎందుకంటే దానిలోని ప్రతికూలత/నకారాత్మకత, హెచ్చుతగ్గులు మరియు మానసిక స్థితిగతుల మార్పులను మనం గమనిస్తూనే ఉంటాము. కానీ, మనకు తెలియని/అర్థంకాని విషయం ఏమిటంటే, మనలో కలిగే ఈ అలజడి, తొంబై శాతం, మన ఎఱుకలో లేని ఉపచేతన మనస్సు నుండి ప్రేరణ పొందినవే అని.

మన దృక్పథాల యొక్క ఉపచేతన మూలం

గతించిన కాలంలోని చిత్రాలు, అనుభవాలు, ద్వేషాలు, భయాలు మరియు అంతులేని ఇతర సంఘటనలు మరియు భావోద్వేగాలు, ఉపచేతన

మనస్సులో నిక్షిప్తమై ఉంటాయి. ఇది ఒక అడుగులేని బావి లాంటిది; ఇది ఎంత నిల్వ చేయగలదో దానికి పరిమితులు లేవు. పూర్వకాలాల నుండీ అంతరాలలో దాగి ఉన్న ఈ జ్ఞాపకాలు, మన చేతన ఆలోచనలను మరియు మన వైఖరిని ప్రభావితం చేస్తాయి. ఉదాహరణకి:

ఒక నాలుగేళ్ల బాలిక లిఫ్టులో చిక్కుకుంది. ఆమె ఒంటరిగా ఉంది మరియు సహాయానికి ఎవరూ లేరు. ఆ అమ్మాయి దాని నుండి బయటకు వచ్చే వరకు తీవ్ర భయం, ఒంటరితనం మరియు అనిశ్చితిని అనుభవిస్తుంది. బాధ కలిగించే సంఘటన చేతన-మనస్సు ద్వారా అనుభవించబడింది. నెలలు గడుస్తున్న కొద్దీ అమ్మాయి ఆ సంఘటన గురించి మరచిపోయింది. కానీ, దాని జ్ఞాపకాలు ఉపచేతనంలో ఉండి, ఆమె పెద్దయ్యాక కూడా కొనసాగాయి. ఇప్పుడు కూడా, ఆమె కారు ఎక్కినప్పుడు, ఆమెకు మూసివేసినట్టు ఉన్న ప్రదేశాల పట్ల భయం (క్లాస్ట్రోఫోబిక్) అనిపిస్తుంది. ఆమెకు ఈ క్లాస్ట్రోఫోబిక్ భయం ఎందుకు ఉందో ఆమె గుర్తించలేకపోతుంది మరియు అందువల్ల దాన్ని వదిలించుకోలేక పోతోంది.

మరొక ఉదాహరణను పరిశీలించండి.

బాల్యంలోనే, భయంకరమైన కుక్క చేత, ఓ బాలుడు దారుణంగా బెదిరిపోయాడు. కొన్ని నెలల్లో, ఈ సంఘటనని, అతని చేతన జ్ఞాపకశక్తి మరిచిపోయింది. కానీ ఈ సంఘటన ఉపచేతన మనస్సులో నిక్షిప్తమై ఉండిపోయింది మరియు అతను పెద్దయ్యాక కూడా కుక్కలంటే భయాన్ని అనుభవిస్తూనే ఉన్నాడు. చేతన మనస్సు ఏదో అర్థంకాని/వివరించలేని భయంతో విచలితమైపోతుంటుంది. అటువంటి భయం నిరర్థకమైనది మరియు నిరాధారమైనదని, బుద్ధి మనస్సుకు నచ్చచెప్పటానికి ప్రయత్నిస్తుంది, అయినప్పటికీ తన మనస్సుపై దాని పట్టును విచ్ఛిన్నం చేయలేకపోతున్నాడు. ఉపచేతనంలో లోతుగా నిక్షిప్తమైన రూపాలు మరియు భయాలు, చేతన మనస్సుపై తీవ్ర ప్రభావం చూపే ఉదాహరణ ఇది.

ఈ ప్రక్రియ భయాలకు మాత్రమే వర్తించదు. ఇది మన ఇతర దృక్పథాలు, ఇష్టాలు, మరియు అయిష్టాలకు కూడా వర్తిస్తుంది. ఉపచేతన మనస్సు చిన్నపిల్లలాంటిది-ఇది జ్ఞాపకాలను కలిగి ఉంటుంది

మరియు మనోభావాలను సృష్టిస్తుంది, కానీ అవి ప్రయోజనకరమైనవా లేదా హానికరమైనవా అని తర్కబద్ధంగా చెప్పలేదు. ఈ భావాలు మరియు సెంటిమెంట్లు ఏవో లోతైన మూలాల్లోంచి తనను ప్రభావితం చేస్తున్నాయని, చేతన మనస్సుకి తెలుస్తుంది, కానీ ఇవి ఎక్కడ నుండి ఉత్పన్నమవుతాయో, ఆ మూలం అవగతం కాదు.

సిగ్మండ్ ఫ్రాయిడ్, ఉపచేతన మనస్సును, 'అపస్మారక మనస్సు' (unconscious mind) అని పేర్కొన్నారు. అపస్మారక మనసుకు దాని స్వంత సంకల్పం మరియు ఉద్దేశ్యం ఉన్నాయని, ఇది చేతన మనసుకు తెలియదు, అని కూడా సిద్ధాంతీకరించాడు. అందుకే దీనిని 'అపస్మారకము' అని పిలిచాడు. మానసిక నిర్బంధం/అణచివేత వల్ల, చేతన మనస్సుచే సృజింపబడ్డ, సామాజికంగా ఆమోదయోగ్యం కాని ఆలోచనలు, కోరికలు, బాధాకరమైన జ్ఞాపకాలు మరియు దుఃఖపూరిత భావోద్వేగాల యొక్క భాండాగారమే ఈ 'అపస్మారక మనస్సు' అని భావించాడు.

ఆధునిక మనోరోగచికిత్సా విధానం, రోగులను 'హిప్నాసిస్ స్పెల్' కింద వారి జీవితంలో ప్రారంభ దశలకు తిరిగి తీసుకురావడానికి, హిప్నో థెరపీ వాడకాన్ని అనుమతిస్తుంది. అనుభవజ్ఞులైన హిప్నో థెరపిస్టుల సహాయంతో, రోగుల యొక్క ఇటువంటి గైడెడ్ రిగ్రెషన్, రోగులకు వారి సమస్యాత్మకమైన ప్రవర్తన యొక్క మూలాన్ని గత అనుభవాలలో కనుగొనటానికి వీలు కల్పిస్తుంది. చేతన మనస్సులో అవగాహన వచ్చిన తర్వాత, వారియొక్క సమస్యాత్మక ప్రవర్తనను చాలా సునాయాసంగా ఆపగలుగుతారు.

అయినప్పటికీ, మన ఉపచేతన మనస్సు కేవలం ఒక జీవితకాలానిదే కాదని, అసంఖ్యాక గత జీవితకాల నుండీ ఇది ఆత్మతో పాటుగా కొనసాగుతోంది అని విన్నప్పుడు సిగ్మండ్ ఫ్రాయిడ్ ఆశ్చర్యపోయి ఉండేవారు!

పునర్జన్మ సిద్ధాంతం

భగవద్గీత పునర్జన్మ సిద్ధాంతాన్ని వివరిస్తుంది:

దేహినోఽస్మిన్ యథా దేహే కౌమారం యౌవనం జరా।
తథా దేహాంతరప్రాప్తిః ధీరస్తత్ర న ముహ్యతి (2.13)

'ఏ విధంగానయితే దేహంలో ఉన్న జీవాత్మ వరుసగా బాల్యము, యౌవ్వనం, ముసలితనముల గుండా సాగిపోతుందో, అదేవిధముగా మరణ సమయంలో, జీవాత్మ మరియొక దేహము (శరీరము) లోనికి ప్రవేశిస్తుంది. వివేకవంతులు ఈ విషయమున ఆందోళనపడరు.'

ఈ శ్లోకంలో, శ్రేష్ఠమైన తర్కముతో, శ్రీ కృష్ణ పరమాత్మ, ఒక జన్మ నుండి ఇంకొక జన్మకు, ఆత్మ (ఒక శరీరం నుంచి మరొక శరీరంలోకి) తరలివెళ్లే సిద్ధాంతాన్ని నిరూపిస్తున్నాడు. ఒక జన్మలోనే మనము బాల్యము, యౌవనము, యుక్తవయసు, వృద్ధాప్య దశలలో శరీరాలు మారుస్తూ ఉంటాము అని వివరిస్తున్నాడు.

వాస్తవానికి, ఆధునిక శాస్త్రము ప్రకారం శరీరంలోని జీవకణాలు నిరంతరంగా పునరుత్పత్తి చెందుతుంటాయి - పాత కణాలు మృతినొందుతూ, వాటి స్థానంలో కొత్త కణాలు చేరుతుంటాయి. ఒక అంచనా ప్రకారం, ఏడు సంవత్సరాల లోపు, అన్నీ జీవ కణాలు మారిపోతాయి. అయినా సరే, నిరంతరం శరీరం మారిపోతున్నా, మనకు అదే వ్యక్తిని అన్న భావన ఉంటుంది. ఎందుకంటే మనము ఈ భౌతిక శరీరము కాదు, మనము లోపల వసించి ఉన్న ఈశ్వర-సంబంధియైన జీవాత్మలము.

భౌతిక శరీరం నిరంతరం మారుతున్నందున, ఆత్మ ఒక జీవితకాలంలోనే అనేక శరీరాల గుండా వెళుతుంది. అదేవిధంగా, మరణ సమయంలో, అది మరొక శరీరంలోకి వెళుతుంది. వాస్తవానికి, ప్రాపంచిక పరిభాషలో మనం 'మరణం' అని అంటే, ఆత్మ దాని పనిచేయని పాత శరీరాన్ని త్యజించటమే, మరియు మనం 'పుట్టుక' అని పిలవబడేది, ఆత్మ మరియొక చోట కొత్త శరీరాన్ని ధరించటమే.

'న్యాయ-దర్శనము' పునర్జన్మ నిజమే అని నిరూపించటానికి ఇలా పేర్కొంటోంది.

స్తన్యాభిలాషాత్ (3.1.21)

అప్పుడే పుట్టిన శిశువుకి ఎలాంటి భాష తెలియదు. మరి అలాంటప్పుడు, తల్లి తన బిడ్డకి చనుబాలు తాగించటం ఎలా నేర్పాలి? కానీ, అప్పుడే పుట్టిన శిశువు కూడా ఎన్నో పూర్వ జన్మలలో, జంతు జన్మలలో అసంఖ్యాకమైన తల్లుల స్తనాలు, పొదుగుల నుండి కూడా చనుబాలు త్రాగివుంది. కాబట్టి

తల్లి తన స్తనాన్ని శిశువు నోట్లో పెట్టినప్పుడు ఆ శిశువు స్వతస్సిద్ధంగా గత అనుభవంతో చనుబాలు తాగటం మొదలుపెడుతుంది.

పునర్జన్మ సిద్ధాంతానికి మద్దతునిస్తూ న్యాయ దర్శనం ఇంకా ఇలా పేర్కొంటున్నది:

జాతస్య హర్షభయశోక సంప్రతిపత్తేః (3.1.18)

మీరు చిన్న శిశువుని గమనిస్తే, ఏ పత్యేకమైన కారణం లేకుండానే, ఒక్కోసారి ఆనందంగా ఉంటుంది, ఒక్కోసారి విషాదంగా ఉంటుంది, ఒక్కోసారి భయపడుతూ ఉంటుంది. 'న్యాయ దర్శనం' ప్రకారం, ఆ శిశువు తన పూర్వ జన్మను గుర్తు చేసుకొంటోంది కాబట్టి ఈ భావోద్వేగాలను అనుభవిస్తోంది. కానీ, అ శిశువు పెరిగే కొద్దీ ప్రస్తుత జన్మ గుర్తులు మనసులో బలంగా ముద్రింపబడటం వలన అవి గత జన్మ స్మృతులను తుడిచివేస్తాయి. అంతకు పూర్వమే, జనన, మరణ ప్రక్రియలు ఆత్మకి చాలా బాధాకరమైనవి కనుక అవి పూర్వ జన్మ స్మృతులను చాలా మటుకు తుడిచివేస్తాయి.

మరణించిన పిదప ఆత్మ ఒక శరీరం నుండి మరొక శరీరానికి వెళ్ళటాన్ని, పునర్జన్మ సిద్ధాంతం అంటారు. చాలామటుకు తూర్పుదేశ తత్వశాస్త్రములు పునర్జన్మ సిద్ధాంతాన్ని అంగీకరిస్తాయి. హిందూ, జైన, సిక్కు మతాలలో ఇది అంతర్భాగం. బౌద్ధమతంలో, బుద్ధుడు తన గత జన్మలను చాలా సార్లు ప్రస్తావించాడు.

పాశ్చాత్య తత్వశాస్త్ర సిద్ధాంతంలో కూడా పునర్జన్మ సిద్ధాంతం ఎంత ప్రబలంగా ఉండేదో చాలా మందికి తెలియదు. పురాతన పాశ్చాత్య మతాలు, తత్వశాస్త్ర వర్గాల్లో, ప్రసిద్ధ ఆలోచనాపరులైన పైథాగరస్, ప్లేటో, మరియు సోక్రటీస్ వంటి వారు పునర్జన్మ నిజమని అంగీకరించారు మరియు వారి అభిప్రాయాలు కూడా ఆర్ఫిజం, హెర్మెటిసిజం, నియోప్లాటోనిజం, మానిశియనిజం మరియు గ్నోస్టిసిజంలో (Orphism, Hermeticism, Neoplatonism, Manicheanism, and Gnosticism) లలో ప్రతిబింబిస్తున్నాయి.

పునర్జన్మ సిద్ధాంతాన్ని అంగీకరించకుండా, ప్రపంచంలోని కష్టాలు, గందరగోళాలు మరియు అసంపూర్ణతలను అర్థం చేసుకోలేము. అందుకే,

అనేక ప్రసిద్ధ పాశ్చాత్య తత్వవేత్తలు ఈ సిద్ధాంతాన్ని విశ్వసించారు. పునర్జన్మ సిద్ధాంతాన్ని ఒప్పుకోకుండా, ఈ ప్రస్తుత జీవితమే మన జీవ-అస్థిత్వానికి మొదటి ప్రవేశం మరియు మరణించిన పిదప ఇక జీవితం లేదు అనుకుంటే, మనుష్యుల మధ్య ఉన్న అసమానత అనేది, కారణం చెప్పడానికి వీలు కాకుండా, అసంబద్ధంగా ఉంటుంది.

ఉదాహరణకి ఒక వ్యక్తి పుట్టుకతోనే గుడ్డివాడు అనుకోండి. ఆ వ్యక్తి తను ఎందుకు ఇలా శిక్షించబడ్డాను అని అడిగితే, తర్కబద్ధమైన సమాధానం ఎలా చెప్పాలి? ఒకవేళ మనము అతని కర్మ వలన ఇలా జరిగింది అంటే, అతను ఈ ప్రస్తుత జన్మయే తన ఏకైక జన్మ అని, కాబట్టి పుట్టినప్పటికే పీడించే పాత కర్మలు ఏమీ లేవని వాదించవచ్చు. ఒకవేళ అది దేవుని సంకల్పము అంటే, అది కూడా నమ్మశక్యంగానిదే, ఎందుకంటే భగవంతుడు పరమ దయ కలవాడు, నిష్కారణముగా ఎవ్వరూ గుడ్డి వారిగా ఉండాలని కోరుకోడు. కాబట్టి తర్కబద్ధ వివరణ ఏమిటంటే అతను తన పూర్వ జన్మ కర్మల ఫలితంగా గుడ్డి వాడిగా పుట్టాడు. అందువలన, సహజవివేకము మరియు వైదిక గ్రంథముల ప్రమాణం ఆధారంగా మనము పునర్జన్మ సిద్ధాంతాన్ని నమ్మవలసినదే.

ఇటీవలి కాలంలో, పాశ్చాత్య ప్రపంచంలో పునర్జన్మ సిద్ధాంతాన్ని ప్రాచుర్యం చేయటంలో డాక్టర్ బ్రియాన్ వీస్ అద్భుతమైన కృషి చేశారు. అతని పుస్తకం, 'మెనీ లైవ్స్, మెనీ మాస్టర్స్, చాలా సంవత్సరాలు అత్యధికంగా అమ్ముడయ్యే పుస్తకాల్లో ఒకటిగా ఉండినది, మరియు గత-జీవిత ప్రత్యావర్తనములపై అతని వర్క్‌షాపులకు లక్షల మంది హాజరయ్యేవారు.

ఒక శరీరం నుండి ఇంకొక శరీరంలోనికి ఆత్మ యొక్క గమనం

మునుపటి జన్మల నుండీ ఆత్మ కొనసాగుతుంటే, దాని శరీరబదిలీ ఎలా జరుగుతుంది? భగవద్గీత ఇలా వివరిస్తున్నది:

వాసాంసి జీర్ణాని యథా విహాయ, నవాని గృహ్ణాతి నరోఽపరాణి।

తథా శరీరాణి విహాయ జీర్ణా, న్యన్యాని సంయాతి నవాని దేహీ

(2.22)

'ఎలాగైతే మానవుడు, జీర్ణమైపోయిన పాత బట్టలను త్యజించి కొత్త బట్టలను ధరించునో అదే విధముగా జీవాత్మ, మరణ సమయములో పాత శరీరమును వీడి కొత్త శరీరమును స్వీకరించును.'

ప్రతి యొక్క జీవాత్మ మూడు శరీరాలచే కట్టుబడి ఉంటుంది - స్థూల శరీరం, సూక్ష్మ శరీరం, మరియు కారణ శరీరం – అని కూడా వేద శాస్త్రాలు వివరిస్తున్నాయి.

1) **స్థూల శరీరం**: ప్రకృతి యొక్క పంచ భూతములతో తయారు చేయబడినది — భూమి, నీరు, అగ్ని, గాలి, మరియు ఆకాశము.

2) **సూక్ష్మ శరీరం**: మనస్సు, బుద్ధి, మరియు అహంకారములను కలిగి ఉంటుంది (సరళంగా చెప్పాలంటే)

3) **కారణ శరీరం**: అంతులేని గత జన్మల కర్మల ఖాతా కలిగి, మునుపటి జీవితాల నుండీవున్న సంస్కారములతో కూడి ఉన్నది.

మరణ సమయంలో, ఆత్మ, తన స్థూల శరీరాన్ని మాత్రమే విడిచి పెడుతుంది, సూక్ష్మ, కారణ శరీరములు ఆత్మతో పాటుగా కొనసాగుతాయి. తరువాతి జన్మలో, ఆత్మ దాని సూక్ష్మ మరియు కారణ శరీరాలకు అనుగుణంగా మరొక స్థూల శరీరాన్ని పొందుతుంది. **ఈ విధంగా, సూక్ష్మ మరియు కారణ శరీరాలు పూర్వజన్మలనుండీ ఆత్మతో కొనసాగుతాయి.** పుట్టుగ్రుడ్డి వారు కూడా కలలను ఎందుకు చూస్తారో ఇది వివరిస్తుంది.

ఈ స్వప్న స్థితి ఏమిటి? స్వప్న స్థితిలో, బుద్ధి నిద్రపోతుంది, కానీ మనస్సు ఇంకా చురుకుగానే ఉంటుంది. ఈ స్థితిలో, మనస్సు బుద్ధిచే నియంత్రించబడదు కాబట్టి, అది అస్తవ్యస్త మరియు గందరగోళ మనోభావాలను సృజిస్తుంది.

ఉదాహరణకు, మేల్కొనున్న స్థితిలో, మీరు ఒక పక్షిని చూసి, 'నేను పక్షిగా ఉండి, గాలిలో ఎగరగలిగితే ఎంత అద్భుతంగా ఉంటుంది!' అని అనుకున్నారనుకోండి. స్వప్న స్థితిలో, మీరు పక్షిగా మారలేదు, కానీ మానవ శరీరంతోనే ఎగరడం ప్రారంభించారు. మీకు ఎగిరే కల ఎందుకు వచ్చిందా అని మీరు ఆశ్చర్యపోవచ్చు? కారణం ఏమిటంటే, మేల్కొని

ఉన్నప్పటి స్థితిలోని మీ ఆలోచనలు మరియు సంకల్పాలు, అస్తవ్యస్త దిశలో పునర్నిర్మించబడ్డాయి.

ఈ విధంగా, కలలు అంటే, మనం మేల్కొనే స్థితిలో చూసే వాటి యొక్క అస్తవ్యస్త పునర్నిర్మాణం. అయితే, ఆశ్చర్యకరమైన విషయం ఏమిటంటే, పుట్టుకతోనే అంధులైన వ్యక్తులు కూడా కలలను చూస్తారు. కారణం, గత జన్మల నుండి చిత్రాలు ఉపచేతనం (subconscious) లో నిక్షేపమై ఉన్నాయి.

ఇది డేజా-వు (déjà vu) యొక్క దృగ్విషయాన్ని కూడా వివరిస్తుంది, ఈ అనుభవంలో, మనం ఏదేని విషయాన్ని చూసినప్పుడు, దాన్నే ఇంతకు ముందు ఎక్కడో చూసినట్టు మనస్సులో అనిపిస్తూఉంటుంది, కానీ మనం ఎక్కడ చూశామో గుర్తించలేము.

ఈ విధంగా మన ఉపచేతన మనస్సు (subconscious) ఒక జీవిత కాలానిది కాదు, అసంఖ్యాక జన్మలది అని మనం నిర్ధారించవచ్చు. ప్రతి జన్మలో స్థూల శరీరం మారినా, సూక్ష్మ మరియు కారణ శరీరాలు, మరణం తరువాత ఆత్మతో పాటుగా కొనసాగుతాయి.

మన దృక్పథాలు/పైఖరుల యొక్క లోతైన మూలాలు

మన స్వభావం మరియు పైఖరుల యొక్క మూలాలు, తరచుగా గత జన్మలలో ఉంటాయి. అందుకే, మనం చూస్తుంటాం, కొంతమంది సహజంగా అత్యుత్తమ ఆశావాదులు, మరికొందరు నిస్సహాయ నిరాశావాదులు.

అత్యుత్తమ ఆశావాదానికి ప్రతీకగా, అరుణిమ సిన్హా విషయాన్ని గమనించండి. తన యుక్తవయస్సులో, ఆమె ఓ మోస్తరు గుర్తింపుపొందిన మంచి క్రీడాకారిణి. నవంబర్ 2011లో, ఆమె జాతీయ క్రీడలలో పాల్గొనడానికి లక్నో నుండి ఢిల్లీకి రైలులో ప్రయాణిస్తున్నది. దురదృష్టవశాత్తు, రాత్రి సమయంలో, దొంగలు రైలులోకి ప్రవేశించి, ప్రయాణికులను నానా భీభత్సం చేయటం ప్రారంభించారు. అరుణిమ పోరాట పటిమ కల్గిన క్రీడాకారిణి కాబట్టి, ఆ దుండగులను అడ్డుకుంది. దాంతో, ఆ దుండగులు ఆగ్రహించి, మిగతా ప్రయాణీకుల్లో భయం సృష్టించటానికి, అరుణిమను, వెళ్తున్న రైల్లోంచి విసిరేయాలనే దారుణమైన నిర్ణయానికి వచ్చారు. పాపం

అరుణిమ, పక్క రైల్వే ట్రాక్‌పై పడిపోయింది. దురదృష్టవశాత్తూ, వేరొక రైలు ఎదురుగా ఆ ట్రాక్‌పై వచ్చింది మరియు అది అరుణిమ, మోకాలి క్రింది భాగాన్ని ఖండిస్తూ కాలిపై నుండి వెళ్లింది.

ధైర్యవంతురాలైన ఆ అమ్మాయి ఒక కాలు తెగిపోయి కూడా రాత్రంతా ట్రాక్‌పై అలాగే ఉండిపోయింది. మర్నాడు ఉదయం, సమీప గ్రామస్తులు ఆమెను కనుగొని, దగ్గర్లోని వైద్య సదుపాయానికి తీసుకువెళ్లారు. ఈ వార్త మీడియాలో కనిపించినప్పుడు, అది జాతీయ కలకలం రేపింది. అరుణిమాను ఆకాశమార్గంలో ఢిల్లీకి తరలించి, ఆల్ ఇండియా ఇన్స్టిట్యూట్ ఆఫ్ మెడికల్ సైన్సెస్ (AIIMS; ఎయిమ్స్) లో చికిత్స అందించారు. అత్యవసర శస్త్రచికిత్స చేసి, కృత్రిమ అవయవాన్ని అమర్చారు. ఆమె వాలీబాల్ కెరీర్‌కు అది ముగింపు అయ్యింది.

జాతీయ మహిళా వాలీబాల్ జట్టులోకి ప్రవేశించాలనే అరుణిమా కలలు, విధి యొక్క క్రూరమైన చేష్టతో అలా నేలరాలాయి. కానీ, ఆమె అజేయమైన ఆత్మ స్థైర్యం విధిరాతకు లొంగటానికి నిరాకరించింది. ఆమె మాత్రం, 'నేను వాలీబాల్‌లో విజయం సాధించలేను, కానీ జీవితంలో మాత్రం విజయం సాధిస్తాను' అని తనకు తానే చెప్పుకుంది. ఎవరెస్ట్ శిఖరాన్ని అధిరోహించిన మొట్టమొదటి భారతీయ మహిళ బచేంద్రీ పాల్, పర్వతారోహణలో తరగతులు నిర్వహిస్తున్నట్లు, ఆమెకు త్వరలోనే తెలిసింది. తనదైన ముద్ర వేసేందుకు ఇదే సరియైన రంగము అని, అరుణిమ నిర్ణయించుకుంది. ఆమె పర్వతారోహణపై కోర్సు పూర్తి చేసి, మే 2013లో, ప్రపంచంలోని అత్యంత ఎత్తైన శిఖరాన్ని అధిరోహించటానికి ప్రయత్నించింది.

ఎవరెస్ట్ పర్వతం ఎక్కే క్రమంలో, వాళ్ళ బృందం ఒక మంచు తుఫానులో చిక్కుకుంది, మరియు వదులుగా ఉన్న మంచుచేత ఆమె కృత్రిమ కాలు ఊడిపోయింది. అరుణిమా తన కాలును చేతిలో పట్టుకొని మంచు మీద కూర్చుని ఉండగా, ఆమె వెనుక వరుసలో ఉన్న అధిరోహకులు మార్గం ఇవ్వమని కోరారు. ఆమె ప్రశాంతంగా మంచులో పక్కకి జరిగి, ఒంటరిగానే ధైర్యం తెచ్చుకుని, తన కృత్రిమ కాలిని మళ్ళీ పెట్టుకుని, పర్వత అధిరోహణ కొనసాగిస్తూ, తన బృందాన్ని చేరుకుంది. 21 మే 2013 న, ఎవరెస్ట్ శిఖరాన్ని అధిరోహించిన ప్రపంచంలోనే మొట్టమొదటి దివ్యాంగ మహిళ అయింది.

అటువంటి సాహసోపేత మరియు ధృఢ-సంకల్ప కథలు విన్నప్పుడు, అరుణిమా వంటి వ్యక్తుల శౌర్యం యొక్క మూలం ఏమిటి? అని అబ్బురపడుతాము. ఈ జీవితంలోనే ఆమె తన అంతర్గత శక్తిని, ధైర్యాన్ని పెంచుకుందా? ఆమె చాలా యుక్త వయసులోనే ఉన్నందున, అది అసంభవం అనిపిస్తుంది.

దీనికి పూర్తి విరుద్ధంగా, అత్యంత నిరాశావాద వైఖరిని కలిగి ఉన్న వ్యక్తుల ఉదాహరణలను కూడా చూస్తాము. తమకు ఎప్పుడైనా మంచి జరుగుతుంది అని వారి మనస్సు నమ్మదు. వారి నిరాశావాదంతో వారు అనుకున్నట్లే అవుతుంటుంది, పరాజయాలు, విపత్తులు అవుతూనే ఉంటాయి.

మీరు నెగెటివ్ గా ఉన్నట్టు
పాజిటివ్ టెస్ట్ రిపోర్ట్ వచ్చింది

మానవ వైఖరులు/దృక్పథాల యొక్క ఈ విస్తృత వర్ణపటం కేవలం ఈ ఒక్క జన్మలో అభివృద్ధి చెందిన మానసిక ఆలోచనా విధానాల ఫలితం కాదు. అవి గత జీవితకాలాల నుండి ఉపచేతనంలో ఉన్న చిత్రాలు/ రూపాలు మరియు అనుభవాలయొక్క పరిణామం. అయితే, ఇంత విస్తారమైన మరియు లోతైన మనస్సును ఎలా మెరుగుపరచవచ్చు మరియు నియంత్రించవచ్చు?

మనస్సులో కొనసాగే స్వీయ-సంభాషణ

కనిపించే చేతన మనోదృక్పథం యొక్క ఉపచేతన మూలాధారాన్ని మనం చూశాము. ఉపచేతన మనస్సు, సమాచారాన్ని నిల్వ చేస్తుంది, మళ్ళీ తెస్తుంది, మరియు చేతన మనస్సుకు అందిస్తుంది. ఇది రెండు వైపులా పదునున్న కత్తిలా పనిచేస్తుంది. అదే మన బద్ధ-శత్రువుగా ఉండి, దారుణమైన మనోదృక్పథాలతో మన వ్యక్తిత్వాన్ని దెబ్బతీయవచ్చు. అదే సమయంలో, అదే మన అత్యంత శ్రేయోభిలాషిగా ఉండి, ఎప్పటికీ ఓటమిని ఒప్పుకోని ఆంతర్గత బలాన్ని సకారాత్మక దృక్పథం ద్వారా అందించవచ్చు.

సమస్య ఏమిటంటే, ఉపచేతన మనస్సు మనోభావాలను మరియు సెంటిమెంట్లను మాత్రమే సృష్టించగలదు, కానీ అది తర్కబద్ధ విచారణ చేయలేదు. అందుకే ఇది అశాస్త్రీయ/అసంబద్ధ భయాలు, ఇష్టాలు మరియు అయిష్టాలతో మనల్ని ఇబ్బందుల్లోకి నెట్టివేస్తుంది. ఉపచేతనాన్ని మన మిత్రునిగా మరియు జీవితంలో భాగస్వామిగా చేయాలనుకుంటే, మనం ప్రయత్నపూర్వకంగా దానికి పంపే సందేశాల విషయంలో చాలా జాగ్రత్తగా ఉండాలి. **బుద్ధి మరియు చేతన మనస్సు, ఉపచేతనానికి శిక్షణ ఇవ్వాలి మరియు దానిని సానుకూల మాటలతో/వాదనలతో శ్రద్ధగా నింపాలి.**

ఉదాహరణకు, మన ఉపచేతనాన్ని సానుకూలతతో ప్రోగ్రామ్ చేయాలనుకుంటే, మనం దానిని సానుకూల ఆలోచనల బీజములతో నాటాలి మరియు ప్రతికూల ఆలోచనలతో కలుషితం కాకుండా నిరోధించాలి. మన ఉపచేతన మనస్సు మనకు నిర్భయంగా మారడానికి సహాయం చేయాలనుకుంటే, మనం దానిని ఇలాంటి ఆలోచనలతో బోధించాలి, 'భగవంతుడు నాతో ఉన్నాడు. భయపడటానికి ఏమీ లేదు.' లేదా 'ఆయన ప్రపంచంలోని అన్ని జీవులనూ చూసుకుంటాడు. నన్ను ఎందుకు చూసుకోడు?' అని.

ఇది మనతో మనమే ప్రయత్నపూర్వకంగా మాట్లాడే చర్య అయిన స్వయం-సంభాషణ అనే అంశానికి మనలను తీసుకువస్తుంది. స్వీయ-సంభాషణ ఉపచేతనానికి వెళుతుంది. ఒక వ్యక్తి పదేపదే, 'నేను అనారోగ్యంతో ఉన్నాను... నేను అనారోగ్యంతో ఉన్నాను... నేను

అనారోగ్యంతో ఉన్నాను.' అని ఆలోచిస్తే, పర్యవసానంగా, ఉపచేతన-మనస్సులో అనారోగ్య స్థితి గురించి నమ్మకం ఏర్పడిపోతుంది. అది ఇక, ఆరోగ్యం బాలేదని చేతన మనసుకు పదేపదే చెబుతుంది.

మరొక వ్యక్తి పదేపదే ఇలా ఆలోచిస్తాడు, 'నా ఆరోగ్యం మెరుగవుతోంది... నా ఆరోగ్యం మెరుగవుతోంది... నా ఆరోగ్యం మెరుగవుతోంది.' అని. అంచేత, ఉపచేతన-మనస్సు శరీరం బాగానే ఉందని గట్టిగా నమ్మడం ప్రారంభిస్తుంది. ఈ ఉల్లాసభరిత ఆలోచనలు, తదుపరి, చేతన-మనస్సుకి సమృద్ధిగా సరఫరా చేయబడతాయి.

మనతో మనమే మాట్లాడుతామా? అని కొందరు ప్రశిస్తారు. సరే, జనాలు తమ బిలియర్డ్ బంతులతో మాట్లాడటం కూడా నేను చూశాను: 'వచ్చేయ్... మరికొన్ని అంగుళాలు మాత్రమే... ఆహ్... వచ్చేశావ్!' అని. ప్రజలు బిలియర్డ్ బంతులతో కూడా మాట్లాడుతుంటే, తమతో తాము మాట్లాడుకోవటంలో అంత ఆశ్చర్యం ఏముంది?

నేను ఒకప్పుడు ఓ భక్తుడి ఇంట్లో ఉన్నాను. అకస్మాత్తుగా మేడమీద ఉన్న గదిలో ఒక గందరగోళం ప్రారంభమైంది. నేను విషయం ఏమిటో చూడటానికి వెళ్ళాను మరియు ఆ వ్యక్తి యొక్క మూడేళ్ల కుమారుడు తన బొమ్మలతో ఆడుకోవడాన్ని చూసి ముచ్చటపడ్డాను. అతను చాలా ఉల్లాసంగా ఆడుకుంటూ, తనతో తానే మాట్లాడుతున్నాడు. ఇప్పుడు, పెద్దలుగా, అదే పద్ధతిలో, మనతో మనం గట్టిగా మాట్లాడితే, మనం పిచ్చివాడిలా పరిగణించబడతాము. వీధిలో నడుస్తూ తమలో తాము గొణుక్కునేవారిని, వెర్రిబాగులవాడంటారు. అటువంటి మాటలను పడకుండా ఉండటానికి, మనం నిశ్శబ్దంగా స్వీయ-సంభాషణ చేయటం అలవర్చుకున్నాము.

ఉదాహరణకు, మీరు ఎవరితోనైనా మాట్లాడుతున్నారని అనుకోండి. చర్చతో పాటు, మీరు స్వీయ-సంభాషణ చేశారనుకోండి, 'ఈ వ్యక్తి చాలా ఎక్కువ మాట్లాడుతున్నాడు...నాకు విసుగు పుడుతున్నది...అతను ఏమి మాట్లాడుతున్నాడో అతనికే తెలియట్లేదు.' అని. ఇది మన చేతన మనస్సులో చేసే నిరంతర మానసిక సంభాషణ, దీంతో మన ఉపచేతన మనస్సు అనుకోకుండా దాని ద్వారా ప్రోగ్రామ్ అవుతుంది.

స్వీయ-సంభాషణ ద్వారా మనస్సుని ప్రోగ్రామ్ చేయటం

మన స్వీయ-సంభాషణ, ప్రతికూలంగా/నకారాత్మకంగా మరియు నిరాశావాదంతో ఉంటే, అది ఉపచేతన-మనస్సులోకి వ్యాపిస్తుంది మరియు మన వ్యక్తిత్వం విరక్తిగా, దయనీయంగా మారుతుంది. మన అంతర్గత స్వరమే, మన దారుణమైన శత్రువు కావడం అసాధారణమైనదేమీ కాదు. నిరంతరాయంగా మనలను శిక్షిస్తూ మరియు ప్రాణశక్తిని హరిస్తూ, మనల్ని మనోయాతనకి గురిచేస్తూ ఉంటుంది. బదులుగా, మనం స్వీయ-ధృవీకరణ శక్తిని మన ప్రయోజనానికి ఉపయోగిస్తే, మన మనస్తత్వాన్ని చాలా సానుకూల మార్గాల్లో ప్రోగ్రామ్ చేయవచ్చు.

క్రీడారంగంలోని వారు మరియు అథ్లెట్లు ఎల్లప్పుడూ స్వీయ-సంభాషణ శక్తిని ఉపయోగించుకుంటారు. వారి పనితీరులో, క్షణంలో వందోవంతు మెరుగుదల అయినా, వారికి అది వెండి మరియు బంగారు పతకం మధ్య వ్యత్యాసాన్ని కలుగచేస్తుంది. పర్యవసానంగా, వారు తమ శరీర-మనస్సు-బుద్ధి-లను గరిష్ఠ పనితీరుకు తీసుకురావడానికి ప్రయత్నిస్తారు. దాన్ని సాధించటానికి, వారు తమతో తాము పదేపదే మాట్లాడుతారు.

ప్రపంచ విజేత ముహమ్మద్ అలీ తనను తాను 'నేను గొప్పవాడిని' అని ప్రకటించుకోవటం అందరికీ తెలిసిందే. పైగా, ఛాంపియన్లలో స్వీయ-సంభాషణకు ఉదాహరణ ఈయన ఒక్కడే కాదు. అధిక పోటీ స్థాయిలలోని అందరూ క్రీడా ఛాంపియన్లు, 'నిమ్మళంగా ఉండు', 'ప్రశాంతంగా ఉండు', 'ఏకాగ్రతతో ఉండు' వంటి స్వీయ-సంభాషణతో తమను తాము ఉత్తేజపరుచుకుంటారు. వారు పైకి మాటలతో లేదా మనస్సులోనే మౌనంగా చేస్తారు.

ఆధునిక కాలపు మొట్టమొదటి ఒలింపిక్ క్రీడలు 1896లో ఏథెన్స్‌లో జరిగాయి. కానీ, 1954 వరకూ, ఎవరూ నాలుగు నిమిషాల్లోపు ఒక మైలు దూరాన్ని పరిగెత్తలేదు. ఇది అసంభవమని భావించబడింది మరియు ఇది ఎందుకు చేయలేమో అని వివిధ కారణాలు ఆపాదించబడ్డాయి. గుండె సామర్థ్యం సరిపోదని కొందరు చెప్పారు – ఒకవేళ అంతగా శ్రమించినట్లయితే గుండె పగిలిపోతుంది అని అభిప్రాయపడ్డారు. మరికొందరు, ఊపిరితిత్తుల సామర్థ్యం ఈ పనికి సరిపోదని చెప్పారు –

అటువంటి పరిగెత్తే శ్రమకు కావల్సిన ఆక్సిజన్‌ను సరఫరా చేయలేవని అభిప్రాయాన్ని వ్యక్తం చేసారు.

అప్పుడు రోజర్ బన్నిస్టర్ అనే వైద్య విద్యార్థి వచ్చాడు. నాలుగు నిమిషాల లోపు మైలు దూరం పరిగెత్తలేము అనే విషయాన్ని అతను నమ్మడానికి నిరాకరించాడు. తను, 'నేను చేయగలను.... నేను చేయగలను', అని స్వీయ-సంభాషణ చేయటం జరిగింది. అతని ఉపచేతన-మనస్సు తదనుగుణంగా ప్రోగ్రామ్ అయింది, తత్ఫలితంగా, 6 మే 1954 న, కనీస శిక్షణతోనే, అతను 3 నిమిషాల 59.4 సెకన్లలో మైలు దూరాన్ని పరిగెత్తాడు.

రోజర్ బాన్నిస్టర్ సాధించిన విజయం తర్వాత జరిగిన అద్భుత పరిణామం అందరినీ ఆశ్చర్యచకితులను చేసింది. కేవలం నలభై ఐదు రోజుల తరువాత, అతని పోటీదారు, జాన్ లాండి 3 నిమిషాల 58 సెకన్లలో ఒక మైలు పరిగెత్తాడు. విషయం అక్కడతో ఆగలేదు. అదే సంవత్సరంలో, 29 మంది పరుగెత్తే ఆటగాళ్ళు, నాలుగు నిమిషాల హద్దుని అధిగమించారు. మరుసటి సంవత్సరం, 237 ఆటగాళ్ళు నాలుగు నిమిషాలలోపే మైలు దూరాన్ని పరిగెత్తారు. అకస్మాత్తుగా ఏం మారింది? రోజర్ బాన్నిస్టర్ సాధించినది, ఎంతో మంది ఆటగాళ్ళ స్వీయ-సంభాషణను మార్చింది, 'ఇది చేయవచ్చు.... ఇది చేయవచ్చు' అని.

మనస్సును ప్రోగ్రామింగ్ చేయటం కోసం ఉద్దేశపూర్వకంగా చేసే స్వీయ-సంభాషణను 'సానుకూల ధృవీకరణ' అంటారు. ఇది పునరావృత్తి చేయటంలో ఉన్న శక్తిని ఉపయోగించుకుంటుంది. ఏదేనీ ఒక విషయాన్ని పదేపదే మనసులో పునరావృత్తం చేసినప్పుడు, అది లోతుగా వెళ్లి అంతర్గతంగా సమ్మిళితమై పోతుంది. మనస్సుని నిర్వహించుకోవటంలో, **సానుకూల ధృవీకరణలు** ముఖ్యమైన పాత్ర పోషిస్తాయి. ఆశావాదం, విశ్వాసం, ధైర్యం, పట్టుదల మరియు ప్రయోజనాత్మకతలతో నిండిన సానుకూల వ్యక్తిత్వాన్ని అభివృద్ధి చేసుకోవటానికి మనం దీనిని ఉపయోగించవచ్చు. మనం ఉపయోగించుకోగల కొన్ని సానుకూల ధృవీకరణలు ఇవిగో:

1) నాలో అభివృద్ధికి కావలసిన అనంతమైన సామర్థ్యం ఉంది.

2) ఈ విశ్వం నాకోసం గొప్ప ప్రణాళికను కలిగి ఉంది.

3) భగవంతుని కృప నాపై ఉంది. నేను ఖచ్చితంగా విజయం సాధిస్తాను.

4) నా దివ్య తండ్రిచే నేను రక్షించబడుతున్నాను. ఏం భయం లేదు. విశ్వంలో అన్నీ సమృద్ధిగా ఉన్నాయి, మరియు నాకు తగినంత లభ్యం అవుతుంది.

5) నా శరీరం ఆరోగ్యంగా ఉంది. అవయవాలు ఆరోగ్యంగా మరియు చక్కగా ఉన్నాయి.

6) నా శరీరంలోని ప్రతి కణం ఆహ్లాదంతో మరియు ఆనందంతో పులకించిపోతున్నది.

7) ఫలితాల గురించి చింతించకుండా నేను నా ప్రయత్నంపై దృష్టి పెడతాను.

8) ఏది జరిగినా అది మంచి కోసమే అవుతుంది.

9) నేను చేయగలను. నేను విజయం సాధిస్తాను. లక్ష్యం దాదాపుగా సాధించబడింది.

10) నా పని చాలా ముఖ్యం. నేను దాని ద్వారా భగవంతుడిని సంతోషపెట్టడానికి ప్రయత్నిస్తున్నాను.

11) నేను భగవంతుడి నుండి చాలా పొందాను. నేను భక్తి ద్వారా తిరిగి ఇవ్వాలి.

సానుకూల ధృవీకరణ అంటే, ఈ విధంగా జాగ్రత్తగా ఎన్నుకోబడిన స్వీయ-సంభాషణ, అది మన ఉపచేతన మనస్సుపై మనం కోరుకునే రీతిలో ముద్ర వేస్తుంది. భగవంతుని పట్ల ప్రేమపూర్వక భక్తిని సాధించడానికి ఈ సాధనాన్ని ఎలా ఉపయోగించాలో ఇప్పుడు మనం అర్థం చేసుకుందాం.

భగవంతుని నామాలను జపించటం

మునుపటి అధ్యాయంలో, కర్మయోగములో విజయం సాధించాలంటే మన మనస్సు ఆ భగవంతునితో మమేకమవ్వాల్సిన అవసరం ఉందని తెలుసుకున్నాము. అయితే అలాంటి ప్రేమపూర్వక భక్తిని మనం ఎలా పెంపొందించుకోవచ్చు? దీనిని సాధించటానికి, సానుకూల ధృవీకరణ

ఒక శక్తివంతమైన సాధనం. వేద గ్రంథాలు దీనిని జప రూపంలో మనకు అందిస్తాయి. **భగవత్ నామాన్ని జపించడం అనేది భగవంతుడిని జ్ఞాపకం చేసుకోవటానికి చాలా సౌకర్యవంతమైన మార్గం, ఎందుకంటే దీన్ని ఎక్కడైనా మరియు ఎప్పుడైనా చేయవచ్చు** - నడుస్తున్నప్పుడు, మాట్లాడుతున్నప్పుడు, కూర్చున్నప్పుడు, తింటున్నప్పుడూ, లేదా మరే ఇతర పనిలో నిమగ్నమై ఉన్నప్పుడు కూడా చేయవచ్చు.

మనము భగవత్ నామాన్ని జపించేటప్పుడు, ఆయనను ప్రేమగా స్మరించాలని మనస్సును కోరుతాము. అంచేత, పదేపదే, మనస్సు దాని సంచారాల నుండి తిరిగి వచ్చి భగవంతుడి స్మరించవలసి ఉంటుంది. భారతదేశంలోని వివిధ భక్తి సంప్రదాయాలలో, ఇదే దివ్య భగవత్ ధ్యానానికి ఆధారం. ఈ విధంగా, రామచరితమానస్ ఇలా చెబుతోంది:

బ్రహ్మ రామ తే నాము బడా, బర దాయక బర దాని

'జీవాత్మల ప్రయోజన విషయంలో, భగవంతుని కంటే భగవంతుని నామమే గొప్పది'. శ్రీ కృష్ణ పరమాత్మ కూడా భగవద్గీతలో ఈ జపము గూర్చి చెప్తున్నాడు:

యజ్ఞానాం జపయోగస్మి (10.25)

'అన్ని రకాల యజ్ఞములలో, భగవత్ నామ జపమును నేనే'

సర్వోత్కృష్ట భగవంతుని కోసం మనల్ని మనం అంకితం చేసుకోవటమే యజ్ఞం. భగవంతుని పవిత్ర నామాలను జపించడం అన్ని యజ్ఞాలలో కెల్లా సరళమైనది మరియు అత్యంత ఉత్కృష్టమైనది. దీనిని జప-యజ్ఞం అంటారు. ఈ శ్లోకంలో, శ్రీ కృష్ణుడు తన దివ్య నామాన్ని జపించటమే, ఏ వ్యక్తి అయినా చేయగలిగే అత్యున్నత యజ్ఞము అని వివరిస్తున్నాడు.

అగ్నితో చేసే యజ్ఞాలకు, అనేక నియమాలు వర్తిస్తాయి, అవన్నీ ఖచ్చితంగా పాటించబడాలి. కానీ, జప యజ్ఞంలో ఈ నియమాలు లేవు. దీన్ని ఎక్కడైనా మరియు ఎప్పుడైనా చేయవచ్చు, మరియు దీనికి ఇతర రకాల యజ్ఞాల కంటే ఎక్కువ ప్రవిత్రమొనర్చే శక్తి ఉంది. అందుకే 500 సంవత్సరాల పూర్వమే, భారతదేశంలో భక్తి ఉద్యమంలో, ఈ జప ప్రక్రియని విస్తృతంగా సిఫార్సు చేశారు. చైతన్య మహాప్రభు ఇలా అన్నారు:

సకారాత్మక స్వీయ-సంభాషణ మరియు ధృవీకరణ

నామ్నామ్ అకారీ బహుధా నిజ సర్వ శక్తిస్
తత్రార్పితా నియమితః స్మరణే న కాలః
(శిక్షాష్టకం 2వ శ్లోకం)

'ఓ శ్రీ కృష్ణా! మీకు అసంఖ్యాక పేర్లు ఉన్నాయి, మరియు వీటిలో ప్రతిదానిలో మీరు మీ శక్తులన్నింటినీ నింపారు. ఈ పేర్లను జపించడానికి మీరు ఎటువంటి నియమాలను పెట్టలేదు (అందువల్ల, ఎవరైనా వాటిని జపించవచ్చు).'

భగవంతునికి అనేక పేర్లు ఉన్నాయి, మరియు వాటిలో దేనినైనా మనం ఉచ్చరించవచ్చు ఉదాహరణకు: 'రాధే శ్యామ్', 'సీతా రామ్', 'నమః శివాయ', 'జై మాతా దీ', ఇంకా చాలా.. మనం పదేపదే ఏదేని భగవత్ నామాన్ని జపిస్తూ ఉంటే, అది ఉపచేతనానికి దివ్య సంకేతాలను పంపిస్తుంది, దాంతో మనస్సుకి భగవంతునిపై మమకారాసక్తి పెరుగుతుంది.

కొంతమంది జపం చేయడానికి జపమాల పూసల సహాయం తీసుకుంటారు. జపమాల పూసలను ఉపయోగించడం వల్ల కలిగే ఇబ్బంది ఏమిటంటే, జపం యాంత్రికంగా మారుతుంది. ఇది పూసల యొక్క నిర్దిష్ట సంఖ్యలో రౌండ్లను పూర్తి చేసే లాంఛనప్రాయంగా మారుతుంది. జపమాలకు బదులుగా ప్రతి శ్వాసతో భగవత్ నామాన్ని జపించడం, ఓ మెరుగైన పద్ధతి. జగద్గురు కృపాలుజీ మహారాజ్ గారు ఇలా పేర్కొన్నారు:

శ్వాస జబ ఖీంచో తో 'రా' కహు, మనహి మన తే ప్యారే
శ్వాస జబ ఛోడో తో కహు 'ధే', ధ్యాన భీ కరు ప్యారే
(సాధన కరు ప్యారే)

'ఓ ప్రియ సాధకా, నీవు ఊపిరి పీల్చే ప్రతిసారీ, మీ మనస్సులో 'రా' అని అనుకోండి, మరియు మీరు ఊపిరి వదిలిన ప్రతిసారీ, 'ధే' అని అనుకోండి, అదే సమయంలో భగవత్ ధ్యానం కూడా చేయండి.

అంతేకాక, ఎవరైనా గురువు నుండి చెవిలో ఎటువంటి మంత్ర దీక్ష తీసుకోవలసిన అవసరం లేదు. సర్వోత్కృష్ట భగవంతుడికి అసంఖ్యాక నామములు ఉన్నాయి మరియు వాటిలో దేనినైనా జపించడానికి మనకు

స్వేచ్ఛ ఉంది. భగవంతుడు తన నామంలో కూర్చుని ఉన్నందున, ఏ గురుమంత్రం కూడా భగవంతుని పేరు కంటే గొప్పది కాదు.

మనస్సును, దాని ఉపచేతన మూలాల వరకూ శుద్ధి చేయడంలో సానుకూల ధృవీకరణల యొక్క ప్రభావాన్ని మనం చూశాము. భగవంతుని నామములను జపించడం అనేది, మనస్సును భగవంతుని యందు నిమగ్నం చేయటంలో ఎలా సహాయపడుతుందో కూడా మనం చూశాము. అంతేకాక, ఇంకొక పద్ధతి కూడా ఉందని, అది ధృవీకరణల కంటే వెయ్యి రెట్లు శక్తివంతమైనదని మీరు తెలుసుకుంటే ఆశ్చర్యపోతారు, అదే విజువలైజేషన్ మరియు సకారాత్మక చిత్రీకరణ యొక్క పద్ధతి. దీని గురించి మనం తదుపరి చర్చిద్దాం.

ప్రధాన అంశాల సారాంశం

» మనము ప్రతి ఉదయం బట్టలు మార్చుకున్నట్లే, ఆత్మ కూడా మరణం తర్వాత శరీరాలను మార్చుకుంటుంది. ఆత్మ శరీరం నుండి వెళ్ళిపోయినప్పుడు, మనస్సు దానితో పాటుగా వెళుతుంది. అందువల్ల, మనస్సు గత జీవితకాలాల నుండీ ఆత్మతో కొనసాగుతున్నది.

» మన మనస్సుకు రెండు స్థాయిలు ఉన్నాయి: చేతన-మనస్సు మరియు ఉపచేతన-మనస్సు.

» ఉపచేతనానికి రెండు వైపులా పదునైన కత్తిలాంటి సామర్థ్యం ఉంది. ఇది దారుణమైన దృక్పథాలు/వైఖరులతో మన వ్యక్తిత్వాన్ని నిర్వీర్యం చేయవచ్చు, లేదా 'ఎప్పటికీ ఓటమిని అంగీకరించని' దృక్పథం ద్వారా అపారమైన మద్దతును అందించవచ్చు.

» ఈ విధంగా, మన ఉపచేతనాన్ని జీవితానికి తోడ్పాటుగా, మన స్నేహితునిగా మరియు భాగస్వామిగా చేయాలనుకుంటే,

చేతన మనస్సులోకి వెళ్ళడానికి మనం అనుమతించే ఇన్‌పుట్‌ల విషయంలో చాలా జాగ్రత్తగా ఉండాలి.

» స్వీయ-సంభాషణ అంటే మన మనస్సులో మనతోనే మనం మాట్లాడుకునేది. ఇవి మనం చేతన-మనస్సు నుండి ఉపచేతనానికి పదేపదే పంపే సందేశాలుగా మారుతాయి. అలాంటి స్వీయ-చర్చను 'సానుకూల ధృవీకరణ' అంటారు. ఆశావాదం, విశ్వాసం, ధైర్యం, పట్టుదల మరియు సత్సంకల్పంతో నిండిన సానుకూల వ్యక్తిత్వాన్ని అభివృద్ధి చేయడానికి మనం దీన్ని ఉపయోగించవచ్చు.

» వేద శాస్త్రాలు జప రూపంలో లేదా భగవత్ నామాల జపంలో సానుకూల ధృవీకరణలను అందిస్తాయి. భారతదేశంలోని వివిధ భక్తి సంప్రదాయాలలో, నామ జపమే ధ్యానానికి ఆధారం. కానీ జపం కంటే శక్తివంతమైన సాధనం విజువలైజేషన్.

9

విజువలైజేషన్ మరియు రూప-ధ్యానము

విభిన్న పరిస్థితుల్లో మన దృక్పథాలు, చాలా మేర, మనమే కావాలని ఎంచుకున్న భావోద్వేగ ప్రతిస్పందనలు కావు అని మనం మునుపటి అధ్యాయంలో గమనించాము. వాటి మూలాలు ఉపచేతన మనస్సులో ఉంటాయి. అందువల్ల మన ఉపచేతన మనస్సుని, దానిలో లోతుల వరకు పవిత్రం చేసుకోవటానికి ప్రయత్నించాలి. దీన్ని సాధించటానికి, సానుకూల ధృవీకరణ అనేది ఒక సమర్థవంతమైన ఉపకరణం అని మనం చర్చించాము. భగవంతునిపై ప్రేమను పెంచుకోవటానికి నామజపం/కీర్తనల యొక్క ప్రయోజనాలను కూడా చూసాము. ఇప్పుడు మనం ఎన్నో రెట్లు శక్తివంతమైన ఒక పద్ధతిని చర్చిద్దాం. ఇది మనోనేత్రంతో చిత్రీకరణ (విజువలైజేషన్) పద్ధతి.

ఒక చిత్రం వెయ్యి పదాలతో సమానం

మనందరమూ పై సామెత వినే ఉంటాము. ఎన్నో మాటల ద్వారా చెప్పవలసి వచ్చే సంక్లిష్టమైన భావనను కూడా కేవలం ఒక పటము/చిత్రం ద్వారా తెలియజేయవచ్చని ఇది మనకు చెప్తున్నది. ఎందుకంటే మనం చిత్రము/ప్రతిమల ఆధారంగా ఆలోచించడంతో అలవాటు పడి ఉన్నాం.

ఉదాహరణకు, మనం ఒక కారు గురించి ఆలోచించాలనుకున్నప్పుడు, దాని రూపాన్ని మన మనస్సులోకి తెచ్చుకుంటాం. ఎందుకంటే, మనం చిన్నపిల్లలుగా ఉన్నప్పుడు, మొదటి సారి కారు గురించి నేర్చుకున్నప్పుడు, దాని చిత్రపటం ద్వారానే తెలుసుకున్నాం. అందుకే,

పార్కింగ్ స్థలంలో మన కారు కోసం వెతికేటప్పుడు, లైసెన్స్ ప్లేట్ల వైపు చూడము. మన కారుయొక్క రూపం మనస్సులో ఉంది కాబట్టి, మనం చూసే వాహనాలను ఆ చిత్రంతో మాత్రమే పోల్చి చూస్తాము. ఏదేనీ చిత్రం సరిపోలినప్పుడు, 'అదిగో! నా కారు అక్కడుంది అంటాం.'

ఒక చిత్రం/పటము/బొమ్మ మన భావనలను సమర్థవంతంగా తెలియజేయడమే కాక, అది మనస్సుని కూడా చాలా ప్రభావితం చేస్తుంది. చైనీయులు ఒక సామెత చెప్తారు, 'ఏదైనా వందసార్లు వినడంతో పోల్చితే, అది ఒక్క సారి చూడటం కంటే ఎక్కువైనది కాదు' (bǎi wén bù rú yī jiàn.) అని.

నెపోలియన్ బోనపార్టే కూడా ఒకసారి తన ప్రసంగంలో ఇలా అన్నారు 'సుదీర్ఘ ప్రసంగం కంటే ఒక మంచి చిత్రపటం గొప్పది' (Un bon croquis vautmieuxqu'un long discours) అని.

మనస్సు కూడా మాటలు/పదాల కంటే చిత్రాలను చాలా సులభంగా గుర్తుంచుకోగలదు. ఉదాహరణకు, పొద్దున్న మీరు, 'నేను ఈ సాయంత్రం 6 గంటలకు నా స్నేహితుడికి ఫోన్ చెయ్యాలి' అని అనుకున్నారనుకోండి, కానీ సాయంత్రానికి ఆ విషయం మరచిపోతారని మీరు ఆందోళనపడవచ్చు. ఇలాంటప్పుడు, ఫోన్-కాల్ చేయాలి అనే విషయాన్ని మీరు గుర్తుంచుకునే అవకాశాలను ఎలా మెరుగుపరుచుకోవచ్చు?

మానసిక చిత్రీకరణ సహాయం తీసుకోవడం ఒక మార్గం. మీ మనస్సు యొక్క తెరపై, ఫోన్లో మాట్లాడుతున్నట్టు ఊహించుకోండి. ఇప్పుడు ఫోన్ హ్యాండ్‌సెట్ యొక్క రూపాన్ని భారీ పరిమాణంలో ఉండేలా పెద్దదిచేయండి. దాన్ని కొన్ని సెకన్ల పాటు మీ మనస్సులో అలా ఉండనివ్వండి. చాలా మాటలు/పదాలు కుడా వెళ్ళలేనంత లోతుగా, ఒక చిత్రం, మన మనస్సులో హత్తుకు పోతుంది. ఆ విధంగా, మనం ఫోన్ చేయాలి అనే విషయాన్ని మరచిపోయే అవకాశాల్ని బాగా తగ్గిస్తుంది. మరొక ఉదాహరణను పరిశీలిద్దాం.

మనలో చాలా మంది సంవత్సరం ప్రారంభంలో నూతన సంవత్సర తీర్మానాలు చేసుకుంటూ ఉంటాం. 'నేను ప్రతిరోజు ఉదయం 5 గంటలకు లేవాలి', 'నేను అనారోగ్యకరమైన ఆహారం తినడం మానేస్తాను', ప్రతిరోజు ముప్పై నిమిషాల యోగా చేస్తాను,' వంటి మాటలతో/పదాలతో మన తీర్మానాలు ఉంటూ ఉంటాయి. చాలాసార్లు, ఒక అడుగు ముందుకు వేసి,

మన డైరీలలో కుడా ఆ నూతన సంవత్సర తీర్మానాలను వ్రాస్తూ ఉంటాము. అయితే, అసలు సమస్య ఏమిటంటే, ఆ డైరీలను చాలా అరుదుగా తెరుస్తూ ఉంటాము, మరియు అందులో ఉన్న ఆ తీర్మానాలను మరచిపోవడం కూడా, కొద్ది వారాల్లోనే జరుగుతూ ఉంటుంది. దాని బదులుగా, వాటిని మన మనస్సులో స్పష్టంగా చిత్రరూపంలో నిక్షిప్త పరచగలిగితే, భవిష్యత్తులో వాటిని గుర్తుంచుకునే అవకాశాలు ఎన్నో రెట్లు మెరుగవుతాయి.

మన మనస్సు ఆలోచించేటప్పుడు, ప్రయత్న పూర్వకంగానూ, అప్రయత్న (అసంకల్పిత) పూర్వకంగానూ చిత్రాలను ఉపయోగిస్తుంది. మన మనస్సు తన ఆలోచనా విధానంలో చిత్రాలను ఎలా ఉపయోగిస్తుందో తెలుసుకోవడానికి, ఆధునిక మనస్తత్వశాస్త్రం ఏంతో ఆసక్తితో ఎదురు చూస్తున్నది. వాళ్ళు ఈ విషయం గురించి అధ్యయనం చేస్తూఉన్న తరుణంలో, మనస్సుకి చిత్రాలకి మధ్య ఉన్న శక్తివంతమైన అనుబంధాన్ని, మన ప్రయోజనం కోసం ఎలా ఉపయోగించుకోవచ్చనే దానిపై దృష్టి పెడదాం.

మనోనేత్రంతో చిత్రీకరణ చేసే ప్రక్రియ (విజువలైజేషన్)

చిత్రములు/రూపముల పరంగా ఆలోచించటం అనేది, మనస్సు యొక్క సహజ స్వభావం, విజువలైజేషన్ అనేది ఈ విధానాన్నే ఆలంబనగా తీస్కుంటుంది. **కళ్ళు తెరిచి లేదా మూసుకుని, ప్రయత్నపూర్వకంగా చిత్రాలను సృష్టించడం ద్వారా మనకు కావలసిన ప్రయోజనాన్ని పొందే ప్రక్రియ ఇది.**

కళ్ళు మూసుకోండి. ఇక ఇప్పుడు, గోడ మీద, పడిపోకుండా కూర్చున్నట్టుగా, విజువలైజ్ చేయండి

ఈ ప్రక్రియలో చేతన మనస్సు, చిత్రాలను సృష్టించటం ద్వారా ఉపచేతన మనస్సుపై ప్రయోజనకరమైన ప్రభావాన్ని చూపిస్తుంది. వ్యక్తిగత శిక్షకులు, వారి క్లయింట్లు (ఖాతాదారులు), ప్రేరణ పొందటానికి, ఆశావాదంతో ఉండటానికి లేదా ప్రశాంతతను పొందటానికి సహాయం చేయటం కోసం, పరిస్థితులు మరియు ఫలితముల పట్ల తమ అంతర్గత భావనను మార్చటానికి దోహదపడే ప్రక్రియలో మార్గనిర్దేశక చిత్రాలను ఉపయోగిస్తారు.

ఈ విజువలైజేషన్ పద్ధతి రెండు రకాలు: ఒకటి పని-విధాన విజువలైజేషన్, రెండవది ఫలిత విజువలైజేషన్.

1. **పని-విధాన విజువలైజేషన్ ప్రక్రియలో**, ఒక పనిని సాధించడానికి అవసరమైన దశలను ఊహించుకుంటూ, వాటిని మానసికంగా అభ్యాసం చేస్తూ, ఆ పనిలో సామర్థ్యాన్ని సాధించటం ఉంటుంది. ఆసక్తికరమైన విషయం ఏమిటంటే, ఈ విజువలైజేషన్ సమయంలో మెదడు యొక్క కార్యకలాపాలు వాస్తవ భౌతిక సాధనలో మాదిరిగానే ఉంటాయని పరిశోధనలో తేలింది. ఒక అధ్యయనంలో వెయిట్ లిఫ్టర్ల యొక్క మెదడులో తరంగాలు పరిశీలింపబడ్డప్పుడు, వారు వందల పౌండ్లను నిజంగా భౌతికంగా ఎత్తినప్పుడు, లేదా బరువులు మోస్తున్నట్లు కేవలం మానసిక అభ్యాసం చేసినప్పుడు, అవి ఒకే మాదిరిగా ఉన్నట్టు గమనించారు.

అంతర్జాతీయ పోటీ క్రీడారంగంలో, శరీరం యొక్క గరిష్ట సౌష్టవం మరియు మనస్సు యొక్క చక్కటి దృక్పథం అవసరమవుతాయి. అందువల్ల, అథ్లెట్లు మరియు క్రీడాకారులు వారి పనితీరును మెరుగుపరుచుకోవడానికి పని విధాన విజువలైజేషన్ పద్ధతిని విస్తృతంగా ఉపయోగిస్తారు. ఒక గొప్ప గోల్ఫ్ క్రీడాకారుడు ఏమన్నారో చూద్దాం.

గోల్ఫ్ ఆటలో లెజెండ్, జాక్ నిక్లాస్, ఈ విజువలైజేషన్ విధానమే తన నిగూఢ విజయ రహస్యం అని పేర్కొన్నాడు. అతను ఇలా అంటాడు: 'నా మనో క్షేత్రంలో స్పష్టమైన చిత్రాన్ని ఊహించకుండా ఎప్పుడూ ఒక్క షాట్ కూడా కొట్టలేదు, ప్రాక్టీస్ చేసేటప్పుడు కూడా.' అని. అతను ఈ భావనను మరింత విపులంగా ఇలా వివరించారు: 'బంతిని నేను ఎక్కడికి కొట్టాలనుకున్నానో సరిగ్గా అక్కడ, తెల్లని బంతిని చక్కటి ఆకుపచ్చని గడ్డిపై

ఉన్నట్టు ఊహిస్తాను. అప్పుడు దృశ్యం త్వరగా మారుతుంది, మరియు ఆ బంతి అక్కడికి వెళుతున్నట్లు నేను చూస్తాను-దాని మార్గం, దాని పథం మరియు దాని ఆకారం, అంతే కాకుండా అది లాండింగ్ అయ్యే విధానం కూడా. ఆ తరువాత ఇవన్నీ పోయి, తదుపరి సన్నివేశంలో, మునుపటి చిత్రాలను వాస్తవికతకు మారే విధంగా నేను బంతిని కొడుతున్నట్టు నాకు కనిపిస్తూ ఉంటుంది.' అని.

మనస్సులోని దృశ్యమాన అభ్యాసం ఫలితాన్ని చూపిస్తుంది ఎందుకంటే, మెదడులోని న్యూరాన్లు, చిత్రాలను నిజ జీవిత చర్యకు సమానమైనవిగా పరిగణిస్తాయి. ఒక పనిని మనస్సుతో దృశ్యమానం చేస్తున్నప్పుడు, నిజంగా ఆ పనిని చేస్తున్నట్టే మెదడు సమానమైన తరంగాలను ఉత్పత్తి చేస్తుంది. ఇది మెదడులో నాడీ మార్గాలను సృష్టించి, ఆపాదించుకున్న నడవడికి దారితీస్తుంది. ఆశ్చర్యకరంగా, వాస్తవానికి భౌతిక క్రియలు ఏమీ చేయకుండానే ఇవన్నీ జరుగుతాయి.

ఫ్లోరిడాకు చెందిన స్పోర్ట్స్ సైకాలజిస్ట్ డాక్టర్ జాన్ ఎఫ్. ముర్రే ఇలా వ్రాశారు, *'దృశ్యమాన ప్రక్రియ అనేది, సాధనే, మనము కోర్టు వాడుకున్నందుకు రుసుం కూడా చెల్లించాల్సిన అవసరం లేదు.'* అని. *కండరాలను కదిలించడానికి మెదడు సంకేతాలు ఇవ్వడం తప్ప మిగతా అంతా సమానమే. మీరు బాహ్య ఉద్దీపన లేకుండా అదే అనుభవాన్ని తిరిగి సృష్టిస్తున్నారన్న మాట. డాక్టర్ ముర్రే, టెన్నిస్ ఆటగాళ్లను వారి ఆట యొక్క సమస్యాత్మకమైన అంశాన్ని మనోనేత్రంతో దృశ్యమానం చేపిస్తాడు. ఒకసారి ఆ సమస్యను చూసిన తరువాత, వారు కదలికను దోషరహితంగా చేయటం యొక్క చిత్రాలను పదేపదే మనోనేత్రంతో వీక్షిస్తారు.*

విజువలైజేషన్ అనేది, మనకు తెలీకుండానే నైపుణ్యం సాధించటానికి ఒక మార్గం.

2. **ఫలిత విజువలైజేషన్ ప్రక్రియలో** మన లక్ష్యాన్ని సాధించినట్టు మనోనేత్రంతో చూస్తాము. అందులో, మీరు కోరుకున్న ఫలితాన్ని మరియు దానితో పాటుగా విజయం, ఆనందము మరియు సాఫల్యతల యొక్క భావోద్వేగాలను, మనో-ఫలకంపై అనుభవిస్తున్నట్లు ఊహించుకుంటాము. ఐదుసార్లు మిస్టర్ యూనివర్స్ అయిన

ఆర్నాల్డ్ స్క్వార్జెనెగ్గర్ తన విజయానికి, ఫలితాల విజువలైజేషనే కారణమని పేర్కొన్నాడు:

మొట్ట మొదటిసారి మిస్టర్ యూనివర్స్ పురస్కారాన్ని/పతాకాన్ని గెలుచుకున్నప్పుడు, స్క్వార్జెనెగ్గర్‌ను, మీ ఈ విజయంతో ఆశ్చర్యపోతున్నారా అని విలేఖరులు అడిగారు. ఈ విజయం పట్ల తనకేమీ ఆశ్చర్యం కలగడం లేదని అతను సమాధానం ఇచ్చాడు, ఎందుకంటే అతను తన మనస్సులో వేలాది సార్లు విజయ స్టాండు మీద నిలబడడాన్ని మనసులో ఊహించుకున్నాడు కాబట్టి. ఈ మానసిక చిత్రాలను ఉపయోగించే ప్రక్రియలో, 'నేను ఎప్పుడూ పరిమితులను నిర్ణయించలేదు, మానసిక అవరోధాలను సృష్టించుకోలేదు' అని చెప్పారు. నేను వ్యాయామాలు చేసేటప్పుడు, నా కండరపుష్టిని పర్వత శిఖరాల వలె పెద్దగా ఊహించాను అన్నారు. మిస్టర్ ఒలింపియా లాంటి పెద్ద పోటీలో గెలవాలంటే కావాల్సిన కండర పుష్టికి ఈ విజువలైజేషన్ ప్రక్రియ చాలా అవసరం అన్నారు.

ఎందుకీ ఫలిత విజువలైజేషన్ ప్రక్రియ అంత సమర్థవంతంగా పనిచేస్తుంది? ఇది ఇంత బాగా పనిచేయడానికి కారణం, అత్యున్నత ప్రదర్శన కోసం మెదడులోని మొత్తం వంద బిలియన్ న్యూరాన్లను, మనస్సు యొక్క వైఖరిని మరియు అవయవాల సమన్వయాన్ని, ప్రయత్నపూర్వకంగా నియంత్రించటం సాధ్యం కాదు. కానీ, దృశ్యాలను/చిత్రాలను మన చేతన లేదా ఉపచేతన మనస్సులో ఉంచినప్పుడు, అవి సహజంగా శరీరానికి మరియు మనసుకు అవసరమైనప్పుడు కావలసిన విధంగా పని చేయడానికి సంకేతాలను పంపుతాయి.

విజువలైజేషన్ నుండి ఉపక్రమించే శక్తివంతమైన ఫలితాల గురించి తెలుసుకోవాలంటే నాటన్ షారన్స్కీ జీవితమే ఒక ప్రేరణ కలిగించే ఉదాహరణ. అతను 1948 లో సోవియట్ యూనియన్లో జన్మించారు. 1978లో, కమ్యూనిస్ట్ ప్రభుత్వం అతనికి పదమూడు సంవత్సరాల కఠిన కారాగార శిక్షను విధించింది. తన మనస్సులోనే చెస్ ఆడటం ద్వారా, జైలులో, అతను తన మానసిక సంతులతను నిలుపుకున్నాడు. అతను ప్రపంచ చెస్ ఛాంపియన్‌తో పోటీ పడటం మరియు అతనిని ఓడించడాన్ని మనోనేత్రంతో విజువలైజేషన్ చేసుకునేవాడు. అతని భార్య చేసిన అంతర్జాతీయ ప్రచారం ఫలితంగా, చివరికి అతను 1986లో విడుదలయ్యాడు.

తరువాత అతను ఇజ్రాయెల్‌లో నివసించడానికి వెళ్ళాడు. 1996లో, అప్పటి ప్రపంచ చెస్ ఛాంపియన్ గ్యారీ కాస్పరోవ్, ఇజ్రాయెల్‌ను సందర్శించారు. ఏకకాల ఎగ్జిబిషన్ మ్యాచ్‌లో షారన్స్కీ, కాస్పరోవ్‌ను ఓడించాడు. ఇంతటి ఆశ్చర్యం కలిగించే విజయం గురించి అడిగినప్పుడు, అతను తన మనస్సులో కాస్పరోవ్‌ను వేలాదిసార్లు ఓడించినందువల్ల, తనకేమీ ఆశ్చర్యం కలగడం లేదని చెప్పారు.

ఈ పరిజ్ఞానం ఇప్పుడు చికిత్సారంగంలో ఉపయోగించబడుతున్నది. ఉదాహరణకు, ఒకరు తనను తాను ఆరోగ్యంగా మరియు చక్కగా ఉన్నట్లు ఊహించుకున్నప్పుడు, అది శారీరక ప్రక్రియలను మరియు మానసిక కార్యకలాపాలను ఆరోగ్యకర దిశలో అనుకూలంగా ప్రభావితం చేస్తుంది. ఆధునిక కాలంలో, ప్రసిద్ధ యోగులలో ఒకరి నుండి దీని ప్రభావ నిదర్శనాన్ని ఇక చూడండి:

పరమహంస యోగానంద గారు, భారతదేశం నుండి అమెరికాకు వచ్చిన మొదటి స్వాములలో ఒకరు; వారు తమ బరువును తగ్గించుకోవడానికి ఈ పద్ధతిని ఉపయోగించారు. అతను తన ప్రపంచ ప్రసిద్ధి గాంచిన, 'ఆటోబయోగ్రఫీ ఆఫ్ ఎ యోగి' అనే పుస్తకంలో, అమెరికాలో తన ఆధ్యాత్మిక స్వచ్ఛంద పనిని ప్రారంభించినప్పుడు, తాను అధిక బరువుతో ఉన్నానని మరియు కొన్ని పౌండ్ల బరువును తగ్గించుకోవాలనే అవసరం ఉందని గ్రహించానని రాశారు. అతను తన బరువును తగ్గించుకోవాలనుకుంటున్నాడనే ఆలోచనతో పాటుగా, తను సన్నగా ఉన్నట్లు తన మనస్సులో ఊహా చిత్రాన్ని ఉంచుకున్నారు. త్వరలోనే దానికి శరీరం స్పందించి సన్నగా మారారు.

ఈ విధంగా, విజువలైజేషన్ అనేది మన ఉపచేతన మనస్సును ప్రభావితం చేయటంలో సానుకూల ధృవీకరణ కంటే శక్తివంతమైన ప్రక్రియ. ఈ వాస్తవాన్ని గ్రహించినప్పుడు, ఈ విజువలైజేషన్ ప్రక్రియ యొక్క మహత్యాన్ని, మనస్సును భగవంతుడిని స్మరించటంలో కూడా, ఉపయోగించుకునే మార్గం ఉందా అని ఆలోచన రావచ్చు. భగవంతునిపై ప్రేమను పెంపొందించుకోవటానికి విజువలైజేషన్ ప్రక్రియను ఎలా వినియోగించుకోవాలో మనము తదుపరి చర్చిద్దాం.

భక్తిని పెంపొందించుకోవడానికి విజువలైజేషన్ ప్రక్రియను ఉపయోగించడం

ఇంతకు క్రితం అధ్యాయంలో, భగవంతుని నామములను జపించే ప్రక్రియను చర్చించాము. ఇటువంటి జపాన్ని, భక్తి మార్గ సాధనంగా భారతదేశంలోని సాధువులు విస్తృతంగా ప్రచారం చేసారు. ఏదేమైనా, జపించడం అనేది భక్తియుక్త స్మరణతో కూడి ఉండాలి లేకుంటే అది అక్షరాల యాంత్రిక పారాయణం అవుతుంది. ఉదాహరణకు, ఒకవేళ మనం శ్రీకృష్ణుని పేర్లు జపిస్తుంటే, ఆయన రూపాన్ని/వ్యక్తిత్వాన్ని కూడా మన మనస్సులోనికి తెచ్చుకోవాలి. మహర్షి పతంజలి జపానికి సరైన శైలిని వివరించారు:

తజ్ జపస్తదర్థ భావనం (యోగ్ దర్శన్ 1.28)

'మీరు ఏ జపం చేసినా, దానికి సంబంధించిన భావుకతను కూడా మీ మనస్సులో కల్పించుకోండి'

కానీ ఇది చెప్పినంత సులభం కాదు. భగవత్ నామాలను పఠిస్తున్నప్పటికీ, వారి మనస్సు ప్రాపంచిక విషయాలలో తిరుగుతూనే ఉంటుందని ప్రజలు తరచూ ఫిర్యాదు చేస్తూ ఉంటారు. భగవంతునిపై మనస్సును ఎలా కేంద్రీకరించాలో తెలియక అయోమయంలో పడిపోతున్నారు.

మనస్సు ఇలా చంచలంగా సంచరించడానికి కారణం, దానికి రూపములు మరియు ఆకృతులతో వ్యవహరించే అలవాటు కలిగి ఉండటమే. అంతులేని గత జన్మలలో, మన మనస్సుకు ఎక్కడ మమకారాసక్తి ఉన్నా, అది రూపములను, చిత్రములను పట్టుకుని ఉండి ఉంది. ఇప్పుడు, భక్తిలో, మన మనస్సుకి కేవలం భగవంతుని పేరుని మాత్రమే అందిస్తే, అది గాఢమైన అనుభవానికి అవసరమైన మనోహరమైన ఆకర్షణను అనుభవించదు. కానీ, మనం నామ జపంతో పాటు దివ్య స్వరూపాన్ని జోడిస్తే, భక్తికి స్పష్టమైన ఆధారం మనస్సుకు దొరుకుతుంది.

మనము వ్యక్తులను కూడా ఇలాగే గుర్తుంచుకుంటూ ఉంటాము. మీరు మీ జీవిత భాగస్వామి గురించి ఆలోచిస్తే, మీకు ఏమి గుర్తుకువస్తుంది? మీ జీవిత భాగస్వామి పేరా లేదా రూపమా? తప్పకుండా రూపమే కదా!.

మీ జీవిత భాగస్వామిని మీ మనసులోకి తీసుకురావడానికి ఇది చాలా సహజమైన మార్గం. మీ జీవిత భాగస్వామి యొక్క గుణములను లేదా కార్యకలాపాలను గుర్తుచేసుకోవడం ద్వారా మన మనోభావాలు మరింత మెరుగుపడవచ్చు, కానీ వీటన్నిటికీ రూపమే ఆధారం.

ఇదే సూత్రం భగవత్ విషయంలో కూడా వర్తిస్తుంది. **మన ధ్యానానికి ఆధారంగా భగవంతుని రూపాన్ని ఉపయోగిస్తాము. దీనినే రూపధ్యానం అంటారు**. ఉదాహరణకు, మీరు శ్రీరామచంద్రుని నామములను జపిస్తుంటే, ఆయన రూపాన్ని మీ కళ్ళ ముందు తెచ్చుకుని, ఆ తరువాత జపించండి. ఇది వెంటనే మీ మనస్సును భగవంతునిపై నిమగ్నం చేపిస్తుంది. ఇక ఇప్పుడు, ఆ భగవంతుని రూపాన్ని మీ ముందు ఉంచుకుంటూ, మీరు ఆయన పట్ల దివ్య మనోభావాలను పెంపొందించుకోవడం ద్వారా మీ భక్తిని పెంపొందించుకోవచ్చు.

ఇక తదుపరి, రూపధ్యానం యొక్క వివిధ అంశాలను చర్చిద్దాం మరియు ఆధ్యాత్మిక సాధనలో వాటియొక్క ప్రభావాన్ని గమనిద్దాం. ఈ అత్యంత శక్తివంతమైన ప్రక్రియ గురించి ప్రజలు నన్ను తరచుగా అడిగే మూడు ప్రశ్నల యొక్క సమాధానాల ద్వారా విషయ చర్చ ప్రారంభిద్దాం.

1వ ప్రశ్న. భగవంతుడిని చూడలేదు కదా, మరైతే మనం ఆయన రూపాన్ని ఎలా ఊహించుకోవాలి?

రూపధ్యాన ప్రక్రియ గురించి విన్న తర్వాత, ప్రజలు ఒక సందేహాన్ని లేవనెత్తుతారు: 'నేను నా భర్తను, భార్యను, కొడుకును, మరియు కుమార్తెను చూశాను, కాబట్టి నేను వారిని ఊహించుకోగలను. కానీ నేను ఎప్పుడూ చూడని భగవంతుడిని, మనోనేత్రంతో ఎలా ఊహించగలను?

నిజానికి, ఈ ప్రశ్నే తప్పు. ఒక్క విషయం చెప్పండి, మీరు మొదటిసారి ఏదో ఒక అద్భుతమైన ప్రదేశానికి వెళ్ళినప్పుడు - తాజ్ మహల్, ఈఫిల్ టవర్ లేదా స్టాచ్యూ ఆఫ్ లిబర్టీ - మీరు ఇంతకు ముందు ఎప్పుడైనా దానిని చూశారా? లేదనే సమాధానం వస్తుంది! ఇది మీ మొట్టమొదటి సారి చూడటం అయితే, మీరు ఇంతకు ముందు ఎలా చూసి ఉంటారు? ఆలా అయితే మరి, దాని గురించి ఎటువంటి ముందస్తు అనుభవం లేకుండా, మీలో దానిని చూడాలనే కోరిక ఎలా పెంపొందింది?

సమాధానం ఏమిటంటే, అది ఎంత అద్భుతంగా ఉందో, దాన్ని చూసిన వ్యక్తుల నుండి మీరు విన్నారు మరియు మీరు దాని బొమ్మలను/చిత్రాలను పుస్తకాలలో కూడా చూశారు. అదేవిధంగా, దైవ సాక్షాత్కారం పొందిన సాధువులు, ఆయన రాశీభూతమైన సౌందర్యము అని మనకు తెలియజేస్తారు. శాస్త్రగ్రంధాలు కూడా ఆయన వ్యక్తిత్వాన్ని ఆకర్షణీయమైనది మరియు మంత్రముగ్ధమైనదిగా వివరిస్తున్నాయి. మనం విన్న మరియు చదివిన దాని నుండి, ఆయనను ప్రేమించాలి మరియు చూడాలి అనే కోరికను మనం సృష్టించుకోలేమా? ఖచ్చితంగా చేయగలం! ఈ భౌతిక ప్రపంచంలో చేశాము కదా, అలాగే, భగవంతుడిని చూడకపోయినా ఈ రూపధ్యాన సాధనను ప్రారంభించండి.

అంతేకాకుండా, మన సాధన యొక్క ఫలం ఆ భగవంతుని దర్శనం పొందడమే. ఏ ప్రయత్నం చేయకుండా ఫలాన్ని ఆశించలేము. 'నాకు పోస్ట్ గ్రాడ్యుయేట్ డిగ్రీ సర్టిఫికేట్ ఇవ్వండి, ఆ తర్వాత నేను మొదటి తరగతి నుండి చదువుతాను', అని ఏ విద్యార్థి అనలేడు. ఎవరైనా విద్యార్థి, అటువంటి అసంబద్ధమైన కోరిక కోరితే, తల్లిదండ్రులు మరియు ఉపాధ్యాయులు, 'అది అసాధ్యం' అని చెప్తారు. 'పదిహేడు సంవత్సరాలు రాత్రింబవళ్ళు కష్టపడి చదివిన తర్వాతే, పోస్ట్ గ్రాడ్యుయేట్ డిగ్రీతో సత్కరించబడే ఆనందం మీకు లభిస్తుంది.' అంటారు.

మీకు రెండింతలు డబ్బు కడితే, ప్రాక్టీస్ లేకుండానే నేరుగా నైపుణ్యతను ఇచ్చేస్తారా?

అదేవిధంగా, 'మొదట మంచి రసాన్ని ఇచ్చే మామిడి పండ్లను ఇవ్వండి, తరువాత నేను చెట్టును నాటుతాను' అని ఏ తోటమాలి అనడు. ఒకవేళ వారు అలా అంటే, వారికి ఖచ్చితంగా, 'అది జరగని పని. మొదట మీరు విత్తనాన్ని నాటాలి మరియు క్రమం తప్పకుండా దానికి నీరు పెట్టాలి. చిన్న చిన్న మొక్కలు ఉద్భవించినప్పుడు, వాటిని ఎరువులు, నీరు మరియు సూర్యకాంతితో పోషణ చేయాలి. అప్పుడు జాగ్రత్తగా ఆవుల/ పశువుల నుండి మొక్కలను రక్షించుకోవాలి. ఐదేళ్ల తర్వాతే ఆ చెట్టు మీరు కోరుకున్న ఫలాలను ఇస్తుంది.' అని చెప్పబడుతుంది.

అదే పద్ధతిలో, భగవంతుని పట్ల భక్తిలో కూడా, మొదట ఆయన దివ్య స్వరూపాన్ని చూడకపోయినా, మనం ధ్యానం చేయాలి. ఆ తరువాత మాత్రమే, భగవత్ ప్రాప్తి పొందిన తరువాత, మన కళ్ళతో యదార్థంగా ఆయనను చూసే అదృష్టం కలుగుతుంది.

2వ ప్రశ్న. దేవుడు ఒక రూపాన్ని కలిగి ఉన్నాడా (సాకారుడా?) లేదా ఆయన నిరాకార కాంతియా?

దీనికి సమాధానం ఏమిటంటే, సర్వోత్కృష్టుడైన భగవంతుడు, సర్వశక్తిమంతుడు మరియు అనంతుడు - ఆయన మన పరిమిత భావనలకు మాత్రమే పరిమితం కాడు. అందువల్ల:

- భగవంతుడు ఒక రూపాన్ని కలిగి ఉండలేడని మనం అంటే, మనం ఆయనను పరిమితం చేస్తున్నాము.
- భగవంతుడు నిరాకారంగా ఉండలేడని మనం చెబితే, అక్కడ కూడా మనం ఆయనను పరిమితం చేస్తున్నాం.

అనంతమైన మరియు సర్వశక్తిమంతుడైన దైవం ఆ రెండూనూ. అతను అనంతమైన రూపాలను కలిగి ఉంటాడు మరియు నిరాకారంగా కూడా ఉంటాడు. ఈ రెండు దృక్పథాలు కూడా వేద శాస్త్రాల్లో ఆమోదించబడ్డాయి. అదే సమయంలో, నిరాకార ఉపాసన కష్టమే కాకుండా సమస్యాత్మకం అని కూడా ఈ గ్రంథాలు చెబుతున్నాయి. భగవద్గీత ఇలా చెబుతోంది:

క్లేశోఽధికతరస్తేషామ్ అవ్యక్తాసక్తచేతసామ్
అవ్యక్తా హి గతిర్దుఃఖం దేహవద్భిరవాప్యతే (12.5)

'మనస్సు యందు అవ్యక్తము పట్ల ఆసక్తి ఉన్నవారికి, సిద్ధి పథము చాలా కష్టములతో కూడుకున్నది. అవ్యక్తమును ఆరాధించటం అనేది శరీరబద్ధులైన జీవులకు చాలా కష్టతరమైనది.'

అందువల్ల, పరమాత్మ దివ్య వ్యక్తిత్వాన్ని మీ మనసులోకి తీసుకురావడానికి సులభమైన మార్గం ఆయన ప్రతిరూపాన్ని ధ్యానం చేయటమే. భగవంతుని యొక్క అసంఖ్యాక రూపాల్లో దేనిపై ధ్యానం చేసినా కూడా, అది నిరాకార కాంతిపై ధ్యానం కంటే భక్తియుక్త మాధుర్యంతో ఉంటుంది.

3వ ప్రశ్న. భగవంతుని దివ్య స్వరూపాన్ని, ఈ భౌతిక మనస్సు ఎలా విజువలైజ్ చేయగలదు?

భగవంతుణ్ణి నిరాకార కోణంలో ఆరాధించే భక్తులు, ఈ విధమైన అభ్యంతరాన్ని తరచుగా లేవనెత్తుతూ ఉంటారు. సాకారరూప ధ్యానం ఒక భౌతిక ధ్యానం అని, నిరాకార కాంతిపై ధ్యానం అతీంద్రియ/అలౌకిక ధ్యానం అని వారు అభిప్రాయపడుతూ ఉంటారు. భగవంతుని వ్యక్తిగత సాకార రూపాన్ని ఆరాధించేవారిని తమ మనస్సుతో ఆయన యొక్క ప్రతిమను సృష్టించినందుకు, వారు విమర్శిస్తూ ఉంటారు. మనస్సు మాయచే తయారవుతుందని, కాబట్టి అది ఏ రూపాన్ని భావించినా అది భౌతికమైనదే అని, చెప్తారు. ఈ విధంగా, మన మనస్సులో మనం దర్శించే దేవుని రూపం మన ఊహ మాత్రమే - అది ఆయన దివ్య రూపం కాదు, అని అంటారు.

మన మనస్సుతో తయారుచేసిన రూపం, భౌతిక రూపం అన్నది నిజమే. కానీ వాస్తవం ఏమిటంటే, భగవంతుని యొక్క నిరాకార తత్వాన్ని ఆరాధించేవారు అంతకన్నా మెరుగ్గా చేస్తున్నారని చెప్పలేము. వాళ్ళు కూడా మనస్సు సృష్టించిన కాంతిపై మాత్రమే దృష్టి సారిస్తున్నారు – ఇది నిజంగా భగవంతుని యొక్క దివ్య కాంతి కాదు. రామచరితమానస్ ఇలా పేర్కొంటున్న ది: గో గోచరజహఁ లగి మన జాఈ, సో సబ మాయా జానెహు భాఈ, 'మనస్సు ఎక్కడికి వెళ్ళగలిగినా అది మాయ యొక్క పరిధిలోనిదే'. మరో మాటలో చెప్పాలంటే, మనకు భౌతిక మనస్సు ఉన్నంతవరకు, దివ్య

విజువలైజేషన్ మరియు రూప-ధ్యానము

ధ్యానం సాధ్యం కాదు – అది నిరాకారంపై అయినా లేదా సాకార రూపంపై అయినా.

మరైతే, మాయా ప్రభావానికి అతీతుడైన సర్వోన్నతమైన సర్వశక్తిమంతుని స్వరూపాన్ని, ఈ భౌతిక మనస్సు, ఎలా చిత్రీకరణ చేయగలదు? కేనోపనిషత్తు ఇలా పేర్కొంటున్నది:

యన్మనసా న మనుతే యేనాహుర్మనోమతమ్
తదేవ బ్రహ్మ త్వం విద్ధి నేదం యదిదముపాసతే

(1.5వ శ్లోకం)

'మనస్సు ఆయన గురించి ఆలోచించలేదు; ఆయన శక్తి ద్వారానే మన మనస్సు ఆలోచిస్తుంది.' *'మామేకం శరణం వ్రజ'* అంటే సంపూర్ణ శరణాగతి స్థితికి చేరుకున్న తర్వాత, మనకు ఆయన కృప లభిస్తుంది. అప్పుడు మన మనస్సు దివ్యమైనదిగా మారుతుంది, అప్పుడు ఆయన రూపాన్ని మనం ఊహించుకోవలసిన అవసరం ఉండదు. మనం యదార్థంగా - ఆయన్ని తన నిజ స్వరూపంలో – మన కళ్ళముందే చూడవచ్చు.

కాబట్టి, భగవంతుని కృపచే, మన మనస్సు దివ్యమైనదిగా మారినతర్వాతే, భగవంతునిపై నిజమైన ధ్యానం సాధ్యమవుతుంది. అప్పటివరకూ, మనం కల్పనా రూపాన్ని ధ్యానిస్తూ ఉండాలి. మీ మనస్సుతో మీరు కల్పన చేసిన ఆయన స్వరూపం భౌతికమైనదని చింతించకండి. ఆయనపై మీ ప్రేమను పెంపొందించుకోవటానికి ఆ మనోచిత్రాన్ని ఉపయోగించుకోండి. మీ ధ్యాన విషయంపై దివ్య భావాలను కలిగిఉండండి. ఆ దివ్య భావనలే మీ మనస్సుని శుద్ధి చేస్తాయి.

ప్రస్తుతం మన ధ్యానంలో, ఏదేనీ నిర్దేశిత రూపం పైనే మనస్సు కేంద్రీకరించాలి అన్న నియమం అంటూ ఏదీ లేదు. మనకు నచ్చిన ఏ భగవంతుని రూపమైనా పర్వాలేదు. ఏదైనా విగ్రహం/మూర్తి/ ప్రతిమను కానీ, చిత్రమును కానీ, ధ్యానానికి ఎంచుకునే స్వేచ్ఛ మనకు ఉంది. ప్రత్యామ్నాయంగా, ఏ రూపాన్నైనా కూడా మన మనస్సులోనే సృష్టించుకోవచ్చు. అన్నిటికంటే ముఖ్యమైన విషయం ఏమిటంటే ఆయనపై మనకున్న ప్రేమను పెంచుకోవడం.

రూప ధ్యానాన్ని, అంటే, భగవంతుని ప్రతిరూపాన్ని మనస్సుతో విజువలైజ్ చేసుకునే అభ్యాసాన్ని, ఇతర భక్తి ధ్యాన పద్ధతులతో పాటుగా కలిపి చేయవచ్చు. ఈ ధ్యాన అభ్యాసాలు, మనస్సును దివ్య జగత్తులో మరింత హత్తుకునేలా చేస్తాయి మరియు భగవంతుని పట్ల మన ప్రేమను ఇనుమడింపచేస్తాయి. అటువంటి నాలుగు ధ్యాన పద్ధతులను ఇప్పుడు చర్చిద్దాం.

దివ్య గుణములపై ధ్యానం చేసే పద్ధతి

భగవత్ సద్గుణాలపై ధ్యానం చేసినప్పుడు విజువలైజేషన్ మరింత ప్రభావవంతంగా పనిచేస్తుంది. అది ఏ విధంగా ఉపయోగపడుతుంది? ఆకర్షణీయమైన గుణములను ఎక్కడ చూసినా మన మనస్సు సహజంగానే వాటి పట్ల ఆకర్షితమవుతుంది.

ఉదాహరణకు, ఇలా ఆలోచించడం సహజం:

- ఆమె చాలా మనోహరంగా ఉంది మరియు చాలా హుందాగా వ్యవహరిస్తున్న ది.
- అతని పరిజ్ఞానం, అపారమైన వివేకం నన్ను మంత్రం ముగ్ధున్ని చేసాయి.
- ఆమె చాలా సింపుల్ గా ఉంది. ఆమె సరళస్వభావం, నిజాయితీ వ్యక్తిత్వానికి నేను ఆకర్షితమవుతున్నాను.

ఇలాంటి గుణాలు మన మనసుకు చాలా నచ్చుతాయి. సర్వోత్కృష్ట భగవానుడు ఇటువంటి అనేకానేక గుణములకు నెలవు. వేద వ్యాసుల వారు ఇలా చెప్పారు :

యో వా అనంతస్య గుణాననంతాన్
అనుక్రమిష్యన్ స తు బాల-బుద్ధిః
రజాంసి భూమేర్గణయేత్ కథంచిత్
కాలేన నైవాఖిలశక్తిధామ్నః

(శ్రీమద్ భాగవతం 11.4.2)

'భగవంతుని అసంఖ్యాక గుణములను లెక్కించగలమని భావించేవారికి పిల్లతనం తెలివి మాత్రమే ఉన్నట్టు. భూమిపై ఉన్న ఇసుకరేణువులను లెక్కించడంలో మనం విజయవంతం కావచ్చేమో, కానీ, ఆ దేవదేవుని అనంతమైన సద్గుణాలు లెక్కించతరము కానివి.'

భగవంతుని స్వభావం అలాంటిది అయినప్పుడు, మన మనస్సు ఆయన వైపు ఎందుకు ఆకర్షించబడదు? దానికి కారణం చాలా సులభం: ఆయన అద్భుతమైన గుణముల గురించి మనం లోతుగా మరియు తగినంతగా ఆలోచించలేదు. ఆ పరమాత్మ యొక్క దివ్య గుణముల గురించి మనం ఎంత ఎక్కువగా ఆలోచిస్తే, ఆయన పట్ల మనకున్న ప్రేమ అంతగా పెరుగుతుంది.

ఈ ప్రకారంగా, ఆ భగవంతుని రూపాన్ని మనోకల్పన చేయగలిగితే, మన ధ్యానాన్ని ఆయన దివ్య గుణములతో నింపవచ్చు. ఉదాహరణకి:

- శ్రీకృష్ణుడి రూపం చాలా ముగ్ధమనోహరంగా ఉంటుంది. ఆయన స్వరూపం అత్యంత సుందరమైనది.
- శివుడు చాలా దయార్ద్ర హృదయుడు. ఈ ప్రపంచంలోని జీవులను అనుగ్రహించటానికి ఆయన ఎప్పుడూ ఆసక్తి కలిగి ఉంటాడు.
- సీతారాములు నా నిత్య శాశ్వత సనాతన బంధువులు, నన్ను ఆలింగనం చేసుకోవడానికి వాళ్ళు తెరచిన చేతులతో ఎదురు చూస్తూ ఉంటారు.
- మా గురువు నాకు ప్రసాదించే దివ్య ఆధ్యాత్మిక జ్ఞానానికి నేను రుణపడి ఉన్నాను.

భగవంతుని యొక్క దివ్య గుణముల గురించి మనం ఆలోచించినప్పుడు, అవి మనస్సును హత్తుకోవటమే కాదు, మన ధ్యానం కూడా మరింత మధురంగా మరియు మరింత ఆనందంగా మారుతుంది.

ఈ ప్రక్రియలో నా వ్యక్తిగత మార్గదర్శకత్వం మీకు కావాలంటే, 'డైలీ సాధన' వెబ్ సైట్ (www.mydailysadhana.org) లో చేరవచ్చు, అక్కడ నా చే రికార్డ్ చేయబడ్డ వివిధ రకాల ధ్యానాలు మీకు అందుబాటులో ఉంటాయి.

భగవత్ లీలలపై ధ్యాన పద్ధతి

మనము ఆ భగవంతుని లీలలపై కూడా ధ్యానించవచ్చు. ఇవి కూడా మన మనస్సును భగవత్ దిశలో మళ్లించడానికి చాలా పెద్ద పాత్ర పోషిస్తాయి. భారతీయ సంస్కృతిలో, జనులు, చిన్నప్పటి నుండీ, భగవంతుని వివిధ అవతారాల లీలలను, కథనాలు వినడం, నాటకాలు, నృత్యాలు చూస్తూ ఉండటం మరియు భజనలలో నిమగ్నమవడం వల్ల, వారు వాటితో చాలా సులభంగా అనుసంధానమవ్వగలుగుతారు. 1987లో రామాయణం సీరియల్ మొదటి సారి జాతీయ టీ.వీ. ఛానల్ అయిన దూరదర్శన్‌లో ఆదివారం ఉదయం ప్రసారం అయినప్పుడు ఈ విషయం బాగా తేటతెల్లమయినది. ఏదో కర్ఫ్యూ విధించినట్టుగా, అంగడులన్నీ ఖాళీ అయిపోయి, వీధులన్నీ నిర్మానుష్యమై పోయి, ప్రజలు తమ ఇళ్లలో కూర్చుని టీవీలో వస్తున్న ఆ శ్రీ రామచంద్ర ప్రభువు లీలలను చూసి ఆనందిస్తూ పరవశించిపోయేవారు. భగవంతుని లీలల పట్ల మనస్సుకు ఉన్న అమితాసక్తిని, మన మనస్సుని ఆయన పట్ల తిప్పుకోవటానికి వాడుకోవచ్చు.

మనకు నచ్చిన విధంగా ఆయన లీలలను మనం విజువలైజ్(మనోకల్పన) చేసుకోవచ్చు. పురాణాలలో వివరించిన కొన్ని లీలలకు మాత్రమే మనం పరిమితం కావలసిన అవసరం లేదు. మనకు నచ్చిన విధంగా వాటిని ఊహించుకోవచ్చు. ఉదాహరణకి:

- శ్రీ రామచంద్రుడు మరియు సీతమ్మవారు మా ఇంటికి వస్తున్నారు. నేను పూలమాలలతోనూ మరియు హారతులతో వారికి స్వాగతం చెప్తున్నాను. వారు మా ఇంట్లో కూర్చుని మేము ప్రేమతో సమర్పించిన ఫలహారాలను స్వీకరిస్తున్నారు.
- రాధాకృష్ణులు మా ఇంటి తోటలో ఒక అందమైన చెట్టు కింద కూర్చున్నారు. వారి కోసం గోపికలు పాడుతూ నృత్యం చేస్తున్నారు. అదంతా నేను పక్కనే నిలబడి చూస్తున్నాను.
- రాధాకృష్ణులు ఒక ఊయల బల్లపై కూర్చొని ఉండగా, పైన ఆకాశం మేఘావృతమై, ఆహ్లాదకరంగా గాలి వీస్తోంది. నేను ఆ ఊయల

బల్ల వెనుక నిలబడి వారి ఆనందం కోసం దానిని సున్నితంగా నెట్టుతున్నాను.

ఇలా ఆ భగవత్ కార్యకలాపాలలో పాల్గొంటున్నట్లు, చాలా సహజమైన రీతిలో మనస్సు లీనమై పోవాలన్నది, నా ఉద్దేశ్యం. మనం ఇలా చేసినప్పుడు, భక్తి అప్రయత్నంగా మరియు సులభంగా వస్తుందే కానీ, కృత్రిమంగా లేదా అనుచితంగా ఉండదు.

భక్తి యుక్త స్మరణని, సేవ ద్వారా మరింత మెరుగుపరచవచ్చు మరియు దీన్ని కూడా మనస్సులోనే చేయవచ్చు (మానసీ సేవ).

మనస్సులో భగవంతునికి సేవ చేసే ప్రక్రియ

దివ్య ప్రేమ అంటే ఇవ్వడం/సమర్పించుకోవటం, ఇది సేవ చేయాలనే కోరిక ద్వారా వ్యక్తమవుతుంది. ఆ విధంగా, భక్తులు సాంప్రదాయకంగా, తాము పూజించే విగ్రహాలకు/బొమ్మలకు స్నానం చేయించడం, దుస్తులు ధరింపచేయడం, అలంకరించడం మరియు పూజలు చేయడం వంటివి చేస్తారు. వీటిని కూడా మనస్సులో మానసీ-సేవగా చేయవచ్చు.

మానసీ-సేవ చేయడం చాలా సులభం మరియు దాంట్లో సాంప్రదాయ పద్ధతుల్లో ఉన్న ఇబ్బందులు ఉండవు. భౌతికంగా ఉన్న ప్రతిమ/విగ్రహం సేవ చేయాలంటే, మీకు పూజకు పూలు అవసరం, మరియు మీరు మంచు కురిసే ప్రదేశంలో కానీ, లేదా అపార్ట్మెంట్‌లో కానీ నివసిస్తుంటే, పూలు అందుబాటులో ఉండకపోవచ్చు. అంతేకాక, దేవుని విగ్రహాన్ని వజ్రాల హారంతో అలంకరించాలనుకుంటే, మీ దగ్గర అంత ఆర్థిక స్థోమత ఉండకపోవచ్చు. కానీ మనం మనస్సులో అందించే సేవకు ఏ అవరోధాలు ఉండవు. మనస్సులోనే, ఓ శ్రేష్ఠమైన గులాబీపూల దండను సిద్ధం చేసి అర్పించినట్లు భావించండి. లేదా, కోహినూర్ కంటే పెద్ద వజ్రంతో ఉన్న ఒక హారాన్ని శ్రీ కృష్ణుని మెడలో అలంకరించానని మానసికంగా భావించండి.

భౌతికంగా ఉన్న విగ్రహంతో ప్రయాణం చేయాలి అంటే ఎప్పుడూ సమస్యే. భగవత్ ప్రతిమను వెంట తీసుకెళ్లాలా లేక ఇంట్లోనే వదిలేయాలా అనే సంశయం ఎప్పుడూ వస్తుంటుంది. ఆరాధన చేయకుండా అలా దానిని వదిలిపేయాలి అంటే భక్తుడి హృదయంలో చాలా బాధగా

ఉంటుంది. కానీ ప్రయాణ సామానులో, భగవత్ మూర్తిని తీస్కువెళ్లటం అంటే కొన్ని సమస్యలు తలెత్తుతాయి. ఎందుకంటే మన విమానయాన సంస్థలు అనుమతించే పరిమిత బరువులో బూట్లు మరియు లోదుస్తులతో కలిపి పెట్టవలసి వస్తుంది. మన మనస్సులో భగవంతుడిని ఒక చిత్రంగా ఊహించుకున్నప్పుడు ఇలాంటి సమస్యలకి తావు లేదు. మనకు తీరిక సమయం దొరికినప్పుడల్లా, మనం కళ్ళు మూసుకుని, ప్రభువును సేవించడంలో మానసికంగా నిమగ్నమవ్వచ్చు. ఆయన పాదాలను సున్నితంగా మర్దన చేస్తున్నట్టు, ఆయనకు తినిపిస్తున్నట్టు, విసనకఱ్ఱతో వీస్తున్నట్టు, పూజిస్తున్నట్టూ, ఇలా పలు రకాలుగా అన్నమాట. ఒక కవి దీనిని బాగా వర్ణించారు :

దిల్ మే బసీ హై యార్ కీ తస్వీర్, జబ్ చాహా సిర్ ఝుకాయా దేఖ్ లియా

'నా మనస్సులోనే నా ఆత్మసఖుని స్వరూపం ఉంటుంది. నేను కోరుకున్నప్పుడల్లా నేను కళ్ళుమూసుకుని ఆయనను చూస్తాను'

ముఖ్యమైన విషయం ఏమిటంటే, భౌతికంగా మనం చేసే సేవ మాదిరిగానే, మానసీ సేవ కూడా మనస్సును శుద్ధి చేస్తుంది. శ్రీకృష్ణుడి లీలల నుండి ఒక అందమైన ఉదాహరణ ఈ అంశాన్ని వివరిస్తుంది.

కృష్ణుడు బృందావనమును వదిలి మధురకు వచ్చినప్పుడు, అతను రాక్షస రాజు అయిన కంసుని చంపి, తన తల్లిదండ్రులను చెర నుండి విడిపించాడు. ఆ సమయంలో, పదకొండు సంవత్సరాల తరువాత తన బిడ్డను కలుసుకున్న దేవకి, తన తనయుడిని, తన ఒడిలో కూర్చోబెట్టుకుని గట్టిగా ఆలింగనం చేసుకుంది. పదివేల ఆవులను దానం చేసిన తరువాత మాత్రమే కృష్ణుడిని తమ ఒడిలోకి తీసుకుంటామని వారు తీసుకున్న నిర్ణయాన్ని, కృష్ణుని తండ్రి వసుదేవుడు, దేవకికి గుర్తు చేశారు. కానీ, దేవకీదేవి యొక్క తల్లి ప్రేమ చాలా ఎంత గాఢంగా ఉందంటే, వసుదేవుని హెచ్చరిక వినడానికి ఆమె సంసిద్ధంగా లేదు. కాబట్టి, వసుదేవుడు ఆ ప్రతిజ్ఞను తానే స్వయంగా అమలు చేయాలని నిర్ణయించుకున్నాడు. తన వద్ద పదివేల ఆవులు కానీ లేదా వాటిని తేవటానికి తగినంత వనరులు కానీ లేనందున, అప్పుడాయనొక గొప్ప ప్రత్యామ్నాయ కార్యం చేశాడు. తన మనసులోనే ఆవులను దానం ఇవ్వడాన్ని ధ్యానం చేశాడు.

ఇది చాలా సరళంగా అనిపించవచ్చు, కానీ **వాస్తవం ఏమిటంటే, త్యాగం మరియు సేవ లాంటి గొప్ప ఆలోచనలను మనం ఆలోచించినప్పుడు, అది సహజంగానే మన మనస్సును శుద్ధి చేస్తుంది.** బౌద్ధ గ్రంథాలు ఈ విషయాన్ని చాలా చక్కగా వివరిస్తాయి. మనం ఇతరులకు మంచి చేసినప్పుడు, అది మనకు మనమే మేలు చేసుకున్నట్లు అని వారు నొక్కి చెప్పారు. ఇలా ఎందుకంటే, మంచిపని చేసే ముందు, మన మనస్సులో ఉన్నతమైన మనోభావాలను తీసుకువస్తాము. తత్ఫలితంగా, మన మనస్సును ఉన్నతంగా తీర్చిదిద్దుకోవటం ద్వారా మనకు స్వ-ప్రయోజనం కలుగుతుంది; మరియు మనం ఇతరులకు హాని చేసినప్పుడు, మనకు మనమే హాని చేసుకున్నట్టు అవుతుంది. ఎందుకంటే మన చెడు భావనలు మన మనస్సులో విషాన్ని సృష్టిస్తాయి. మరో మాటలో చెప్పాలంటే, మంచి ఆలోచనలను పెంపొందించుకోవటం మన మనస్సును శుద్ధి చేస్తుంది, అదే సమయంలో చెడు ఆలోచనలు దాన్ని విషపూరితం చేస్తాయి. ఈ విధంగా, మనం మంచి చేయలేకపోయినప్పుడు, మంచి చేయాలనే ఆలోచనలు చేయటం అనేది అత్యుత్తమ ప్రత్యామ్నాయం.

అదే సూత్రం మానసీ-సేవకు వర్తిస్తుంది. మనస్సులో భగవంతుడిని సేవించే కార్యక్రమం, భౌతిక సేవ వలె భక్తుడి అంతఃకరణ శుద్ధి చేస్తుంది. ఈ ఆధ్యాత్మిక సిద్ధాంతాన్ని వివరించే ఓ సుందరమైన కథను ఇప్పుడు మీకు చెప్తాను.

ఒకానొకప్పుడు భక్తి గల ఒక వర్తకుడు ఉండేవాడు, కానీ తను చాలా పిసినారి వాడు. తనకు అవకాశం దొరికినప్పుడల్లా, ఆదా చేసుకుంటూ ఉండేవాడు. అలా ఆదా చేయడానికి ఎంతవరకైనా వెళ్ళే వాడు. ఒక రోజు అతను సత్సంగానికి హాజరయ్యాడు, అక్కడ పూజలన్నీ కూడా మనస్సులోనే చేసుకోవచ్చని విన్నాడు. ఆరాధన సామగ్రిలో ఖర్చు చేసే డబ్బు ఆదా అవుతుందని, ఇది చాలా అనుకూలంగా సౌకర్యవంతంగా ఉంటుందని ఆయన భావించాడు.

మరుసటి రోజు, అతను ధ్యానంలో కూర్చున్నాడు. అతను తనకు ప్రియమైన శ్రీకృష్ణుని స్వరూపాన్ని తన ముందు తీసుకువచ్చాడు. తర్వాత, అతను - గంగా, యమునా, నర్మదా, సింధు, మరియు కావేరి - పవిత్ర నదుల నీటిని సేకరించి, శ్రీ కృష్ణుడికి తన మనస్సులోనే స్నానం

చేయించడం ప్రారంభించాడు. మంచి దుస్తులతో ఆ దేవదేవుడిని ప్రేమతో అలంకరించాడు. అప్పుడు, అతను వంట చేసి, తన చేతులతోనే స్వామికి ఆహారం అందించాడు. మొత్తం ఆ ప్రక్రియ ఒక గంట పాటు కొనసాగింది, మరియు దానిని అతను పూర్తిగా ఆస్వాదించాడు, తన హృదయం లోనే కొలువై ఉన్న ఆ దేవుని సాన్నిహిత్యాన్ని తనివితీరా ఆస్వాదించాడు. ప్రతిరోజు ఈ సేవ ఇలాగే కొనసాగించాలని నిర్ణయించుకున్నాడు.

ఇలా ఒక సంవత్సరం గడిచిపోయింది మరియు అతని ధ్యానం మరింత గాఢంగా మారింది. అతను తన రోజువారీ పూజలు చేసినట్లే, ఆరాధన యొక్క సామగ్రి యదార్ధంగా అక్కడ ఉందని అతను భావిస్తూవచ్చాడు. ఒక రోజు, అతను పాయసం తయారుచేస్తున్నట్టు ధ్యానం చేస్తున్నాడు. అతను బియ్యాన్ని పాలలో ఉడకబెట్టి కొన్ని రుచికొఱకు సుగంధ ద్రవ్యాలని జోడించాడు. అతను ధ్యానంచేస్తూ, కుంకుమ పువ్వును దాంట్లో వేసేటప్పుడు, పెట్టెలోని కుంకుమ పువ్వు మొత్తం పాలలో పడినట్టు ఆయనకు అనిపించింది. ఆ కుంకుమ పువ్వు చాలా ఖరీదైనది మరియు దానిలోని ప్రతి చిన్న ముక్క కూడా చాలా విలువైనది. ఇక్కడ డబ్బు వృథా అవుతుందని చాలా బాధ పడ్డాడు. ఇది తన ధ్యానంలో మాత్రమే అయిందని గ్రహించకుండా, అతను మరుసటి రోజు తిరిగి ఉపయోగించుకునేలా, పాల నుండి ఆ కుంకుమ పువ్వుని బయటకు తీయడం ప్రారంభించాడు.

భగవంతుడు మన మనస్సులో వచ్చే ప్రతి ఆలోచనను గమనిస్తూ ఉంటాడు, మరియు ఆ వ్యాపారి ప్రతిరోజు చేసే సేవను గమనిస్తున్నాడు. ఆయన చిత్తశుద్ధిని చూసి శ్రీకృష్ణుడు తన కృపను ప్రసాదించాలని నిర్ణయించుకున్నాడు. అతను వ్యాపారి ముందు ప్రత్యక్షమై అతని చేతిని పట్టుకున్నాడు. వ్యాపారి యొక్క ధ్యానం తొలగిపోయింది. అతను కళ్ళు తెరిచి, తన ముందు ప్రత్యక్షమైన భగవంతుడిని చూసి ఆశ్చర్యపోయాడు. శ్రీకృష్ణుడు అతనిని ప్రేమగా ఇలా మందలించాడు, 'ఓరీ పిసినారి! నీ తండ్రి వారసత్వ సంపదలో దేనినైనా నువ్వు ఆ కుంకుమ పువ్వు కోసం ఖర్చు చేశావనా, దాన్ని తీసేస్తున్నావు?' అని. భగవంతుని దర్శన భాగ్యంతో ఆ వ్యాపారి ఆశ్చర్యపోయాడు.

ఇది ఒక హాస్యమైన కథ, కానీ, మనస్సులో హరి-గురువులకు సేవ చేయటం అనేది, వారి పట్ల మన ప్రేమపూర్వక భావాలను పెంపొందించే శక్తివంతమైన పద్ధతి – అని ఇది అద్భుతంగా విశదీకరిస్తున్నది.

విరహ వేదన భావనతో చేసే ధ్యాన పద్ధతి

ఇక చివరగా, ఇంతకుముందు చర్చించిన అన్నిటికంటే గొప్పదైన ధ్యాన పద్ధతి ఒకటి ఉంది, అదే విరహధ్యానం. ఇందులో, భగవంతుని స్వరూపాన్ని మన ముందు ఉంచుకొని, ఆయన దర్శనం కోసం తీవ్రమైన విరహాన్ని పెంచుకుంటాము: 'ఆయన యొక్క అసలైన దివ్య రూపంలో నా ముందు నిజంగా ప్రత్యక్షమయ్యే రోజు ఎప్పుడు వస్తుందా?' అని.

అప్పుడు, మనకు అంతఃకరణ శుద్ధి మరియు భక్తి లేమి చేత కలిగే వినమ్రతా భావంతో, భగవంతుని కృపకోసం, ప్రేమ కన్నీళ్లతో భగవంతునికి ఇలా మొరపెట్టుకుంటాము: 'నా ప్రభూ, మీరు ప్రత్యక్షమవడం లేదు అంటే, నా మనస్సు ఇంకా అపవిత్రంగా ఉందన్నమాట. మిమ్ములను చేరుకోవడానికి నేను నా శాయాశక్తులా ప్రయత్నం చేసాను, అయినా విజయవంతం కాలేకపోయాను. నా ప్రయత్నాలన్నీ పరిమితమైనవి మరియు లోపభూయిష్టమైనవి. ఇప్పుడు మీరు దయచేసి మీ అకారణ కరుణతో నన్ను కనికరించండి మరియు నా సాధనను పరిపూర్ణం చేయండి.' అని.

విరహధ్యానంలో మన ఇంద్రియాలన్నీ భగవంతుని కోసం పరితపించేలా చేస్తాం. పరమ ప్రియమైన ఆ భగవంతుడిని పొందాలనే ఈ కోరికే భక్తికి జీవనాధారం. అది భగవంతుని పట్ల ప్రేమను అనుక్షణం పెంచుతూ, 'విరహవేదన' అనే అనుభవానికి దారి తీస్తుంది, అంటే భగవంతునికి కోసం పరితపించేతప్పుడు హృదయములో కలిగే బాధ. ఈ విరహ వేదన కలిగినప్పుడు, ఇది చాలా త్వరగా మనస్సులోని మలినాలను శుభ్రపరిచి, దివ్య ప్రేమను అందుకోవటానికి యోగ్యతను కలుగచేస్తుంది.

జగద్గురు కృపాలు జీ మహారాజ్ గారు తన రచనలలో విరహ వేదన గురించి వివరించారు:

దే దో ఐసీ విరహవేదనా మిట జాయే మమ అహం చేతనా
ఔర అధిక చమకేగా సోనా పుని పుని అగిని తపానే సే

'ఓ శ్రీ కృష్ణా! నా హృదయాన్ని మీ కోసం మాత్రమే పరితపించేలా చేయండి. అలాంటి విరహం నా అహంకారాన్ని నాశనం చేస్తుంది మరియు అంతఃకరణను శుద్ధి చేస్తుంది, ఇది ఎలాగంటే, బంగారాన్ని పదేపదే కొలిమిలో కాల్చినప్పుడు మరింత తళతళమెరుస్తుంది కదా.'

యోగీ శ్రీ కృష్ణ ప్రేమ్ ఈ భావనను చాలా చక్కగా వ్యక్తం చేశారు:

మీరు నిస్సహాయ స్థితికి చేరుకున్నప్పుడు, అంతా శూన్యంగా అగుపిస్తున్నప్పుడు, మునిగిపోతున్న నావ నుండి కాపాడమని తీవ్రమైన ఆర్తితో నరనరాల్లోంచి భగవంతుడిని పిలిచినప్పుడు, మాత్రమే, భగవత్ కృప జోక్యం చేసుకుంటుంది, ఆయన ప్రేమ మీ పిలుపుకి సమాధానంగా వస్తుంది, మీ హృదయం అంతా ప్రేమతో నిండిపోతుంది, శతాబ్దాల కాలం నాటి అంధకారానికి మృత్యు ఘంటికలు మోగిస్తుంది.

రూప ధ్యానంతో పాటు మనస్సు నిర్వహణ యొక్క వివిధ సాధనల గురించి ఇక్కడ చర్చించిన పిదప, ఇప్పుడు మనం రోజువారీ సాధనను ఏర్పాటుచేసుకోవలసిన స్థితిలో ఉన్నాము. ఈ పుస్తకం యొక్క తరువాతి మరియు చివరి అధ్యాయంలో ఆ విషయం గురించి చర్చిద్దాము.

ప్రధాన అంశాల సారాంశం

» మానసిక చిత్రీకరణలు (విజువలైజేషన్స్) అనేవి సానుకూల స్వీయ-సంభాషణ మరియు సానుకూల ధృవీకరణల కంటే చాలా ప్రభావశీలంగా ఉంటాయి. ఒక చిత్రం, వెయ్యి మాటలంత ప్రభావవంతమైనది. మాటల కంటే కంటే, ఒక చిత్రం మన మనస్సుపై ఎక్కువ ప్రభావాన్ని చూపుతుంది. మనస్సు కూడా చిత్రాలను మరింత సులభంగా గుర్తుంచుకుంటుంది.

» విజువలైజేషన్ అంటే కావలసిన ప్రయోజనకరమైన ప్రభావాన్నివ్వడానికి, కళ్ళు తెరిచి లేదా మూసివేసి, ప్రయత్నపూర్వకంగా చిత్రాలను సృష్టించే ప్రక్రియ.

» మనం ఆ భగవంతుని స్వరూపంపై ధ్యానించడం నేర్చుకున్నప్పుడు, ఆయనను ప్రేమించటానికి మనకు స్పష్టమైన ఆధారం లభిస్తుంది. ఇదే రూప ధ్యానం.

» భగవత్ ప్రాప్తి నొందిన తరువాతే, మన మనస్సు దివ్యంగా మారిన తర్వాతే, ఆ భగవంతుని దివ్య రూపాన్ని మనసులో ఏర్పరుచుకోగలం. ప్రస్తుతానికి, మనం ఆయన యొక్క ప్రతిరూపాన్ని మనస్సులో సృష్టించుకుని, దివ్య మనోభావాలను పెంపొందించుకోవాలి.

» మనము ఆ దివ్యమంగళ గుణములపై మరియు దివ్య లీలలపై కూడా ధ్యానించవచ్చు.

» మానసిక సేవ, ఆ భగవంతుని పట్ల ప్రేమను పెంపొందించే మరో శక్తివంతమైన మార్గం.

» విరహధ్యానం అనేది భగవంతుడిని పొందాలనే భావనలో ఆ పరమాత్మపై ధ్యానం. ఇది భక్తిని పెంపొందించే అత్యంత శక్తివంతమైన మార్గం.

10

మీ దైనందిన సాధన ఏర్పాట్లు

ఒక ప్రఖ్యాత సామెత ప్రకారం: 'మంచి ఐడియాలు/ఆలోచనలు ఎన్నెన్నో ఉంటాయి, కానీ వాటిని అమలు చేయకపోతే వాటి విలువ శూన్యం'. గత తొమ్మిది అధ్యాయాలలో మనస్సుని నిర్వహించుకోవటానికి అత్యంత శక్తివంతమైన పద్ధతులను చర్చించాము. కానీ వీటిని ప్రయోగాత్మకంగా మనం ఆచరించకపోతే, ఈ సైద్ధాంతిక జ్ఞానం కేవలం వ్యర్థంగా మిగిలిపోతుంది. ఉన్నత విద్యావంతుడై ఉండి, మాదకద్రవ్యాలకు బానిసైనవ్యక్తికి మరియు చదువురాని తాగుబోతు వ్యక్తికి మధ్య తేడా ఏమిటి? నిజంగా ఎక్కువ కాదు. వారు వారి జ్ఞానంలో తేడా కలిగి ఉండవచ్చు కానీ వారి చర్యలలో ఒకేలా ఉన్నారు. అందువల్ల మనస్సు నిర్వహణ యొక్క అద్భుతమైన సూత్రాన్ని నేర్చుకున్న తర్వాత మనం ఇప్పుడు దాన్ని మన దైనందిన జీవితంలో ఆచరణలో పెట్టాలి.

దీనికి అభ్యాసం అవసరం. క్రమశిక్షణ మరియు నిరంతర స్థిరమైన అభ్యాసం ద్వారానే ఏ పనిలోనైనా నైపుణ్యం సాధించబడుతుంది. స్థానిక నీటి కొలనులో వారానికి ఒక శనివారం రోజున ఈత కొట్టే వ్యక్తి, ఒలింపిక్ స్విమ్మింగ్ విజేత కాలేరు. ఎవరైతే ప్రతిరోజు గంటలకొద్దీ సాధన చేస్తూ, వారి నైపుణ్యాన్ని మరియు సామర్థ్యాన్ని పెంచుకుంటారో, వారే ఒలింపిక్స్‌లో బంగారు పతకాలు సాధిస్తారు. అదేవిధంగా ఆధ్యాత్మిక శ్రేష్ఠత కోసం కూడా శిక్షణ/అభ్యాసం అత్యంత ఆవశ్యకం. ఈ శిక్షణ, గురువు మార్గదర్శకత్వంలో చేపట్టబడాలి. ఈ విషయం తదుపరి విభాగంలో సవివరంగా వివరించబడుతుంది.

ఒక గురువు యొక్క ఆవశ్యకత

కార్పొరేట్ మరియు వృత్తి-వ్యాపార జీవితంలో త్వరగా ఎదగాలంటే ఒక సరళమైన మార్గం ఏమిటంటే, మీకు వ్యక్తిగతంగా మార్గనిర్దేశం చేయగల మరియు శిక్షణ ఇవ్వగలిగిన ఓ సలహాదారును కనుగొనడం అనేది అందరికీ తెలిసిన నిజం. అటువంటి మార్గదర్శకుడికి ఈ మార్గం గురించిన పూర్వ అనుభవం ఉంటుంది. ఎందుకంటే ఆయన అదే మార్గంలో సమస్యలను అధిగమిస్తూ మీ ముందే పయనించాడు. లోతైన అనుభవం కారణంగా మీ సలహాదారు మీకు జ్ఞానాన్ని సులభంగా నేర్పుతారు, లేకపోతే మీకు ఆ అనుభవం పొందటానికి దశాబ్దాలు పడుతుంది. మంచి కోచ్ యొక్క విలువ క్రీడా రంగంలో కూడా విశ్వవ్యాప్తంగా గుర్తించబడింది. అదేవిధంగా, గురువు అంటే అంతర్గత పరిపక్వత సాధించే ప్రయాణంలో మనకు మార్గనిర్దేశం చేసే ఆధ్యాత్మిక మార్గదర్శకుడు.

'గురు' అనే పదం రెండు అక్షరాలను కలిగి ఉంది - గు మరియు రు. గు అంటే 'చీకటి', రు అంటే 'నాశనం చేసేవాడు'. అందువలన గురువు మనలోని అజ్ఞానం యొక్క చీకటిని నాశనం చేసి, మనల్ని దివ్య ఆధ్యాత్మిక జ్ఞానం యొక్క వెలుగులోకి తీసుకువచ్చే వ్యక్తిత్వం.

గురువు ద్వారానే దివ్య అధ్యాత్మిక జ్ఞానం లభిస్తుందని అన్ని వేద గ్రంథాలు ఏకకంఠంతో పేర్కొంటున్నాయి.

> తద్విజ్ఞానార్థం స గురుమేవాభి గచ్ఛేత్
> సమిత్పాణిః శ్రోత్రియం బ్రహ్మనిష్ఠం
>
> (ముండకోపనిషత్తు 1.2.12)

'పరమ సత్యాన్ని తెలుసుకోవటానికి, వేద-శాస్త్రాలు తెలిసిన మరియు భాగవత్ప్రాప్తి అనే ఆచరణాత్మక స్థాయిలో ఉన్న గురువుని సంప్రదించండి.'

> తస్మాత్ గురుం ప్రపద్యేత జిజ్ఞాసుః శ్రేయః ఉత్తమం
> శాబ్దే పరే చ నిష్ణాతం బ్రహ్మణి ఉపశమాశ్రయం
>
> (భాగవతం 11.3.21)

'సత్యాన్వేషణ చేసేవారు, తమను తాము, సమస్త వేదగ్రంథాల సారాంశం అర్థం చేసుకున్న మరియు అన్ని భౌతిక విషయాలను త్యజించి పరిపూర్ణంగా భగవంతుడిని ఆశ్రయించినవాడైన ఆధ్యాత్మిక గురువుకు శరణాగతి చేయాలి'

తద్విద్ధి ప్రణిపాతేన పరిప్రశ్నేన సేవయా
ఉపదేక్ష్యంతి తే జ్ఞానం జ్ఞానినస్తత్త్వదర్శినః

(భగవద్గీత 4.34)

'ఆధ్యాత్మిక గురువును ఆశ్రయించటం ద్వారా సత్యాన్ని తెలుసుకొనుము. పూజ్య భావంతో ప్రశ్నించుము మరియు అతనికి సేవ చేయుము. అలాంటి జ్ఞానోదయం పొందిన సాధువు, తాను సత్యాన్ని స్వయంగా చూసినందున మీకు జ్ఞానాన్ని అందించగలడు'

గురు బిను భవ నిధి తరఇన కోఈ
జౌ' బిరంచి సంకర సమహోఈ (రామచరితమానస్)

'ఆధ్యాత్మిక సాధనలో ఉన్నతమైన వారు కూడా గురు కృప లేకుండా భౌతిక సాగరాన్ని దాటలేరు'.

చిన్నప్పుడు, పాఠశాలలో మనము నేర్చుకున్నది కూడా ఒక అధ్యాపకుని ద్వారానే. మనకు అక్షరమాల నేర్పించే వరకు అ-ఆ-ఇ-ఈ....... లు కూడా ఎలా ఉంటాయో మనకు తెలియదు. ఆధ్యాత్మిక జ్ఞానం వెంటనే అవగతం కాదు కాబట్టి, ఈ ఆధ్యాత్మిక మార్గంలో గురువు మరింత అవసరం. ఇంకా, దాని ఆచరణాత్మక ప్రయోగంలో, మనము అనేక సందేహాలు మరియు సమస్యలు ఎదుర్కొంటాము. ఈ సందేహ నివృత్తి కోసం కూడా ఒక ఉపాధ్యాయుడు అవసరం.

కానీ, భౌతిక మరియు ఆధ్యాత్మిక గురువుల మధ్య వ్యత్యాసం ఉంది. భౌతిక గురువుకి, బోధించే విషయం యొక్క సైద్ధాంతిక జ్ఞానం అవసరం అయితే, ఆధ్యాత్మిక గురువుకు సైద్ధాంతిక జ్ఞానం మరియు అనుభవపూర్వక విజ్ఞానం రెండూ ఉండాలి. అటువంటి గురువు దొరకటం, అత్యున్నత భగవత్ కృపలలో ఒకటి. అయితే, ఇంతవరకు మనకు గురువు లభించకపోతే, మనం ఇంకా వేచి ఉండాల్సిన అవసరం లేదు.

మనకు లభించినంత మేర జ్ఞానంతో, మన ప్రయాణాన్ని ప్రారంభించాలి. భవిష్యత్తులో మనం దానికి అర్హత సాధించినప్పుడు, భగవంతుడు మన ఆధ్యాత్మిక గురువు చెంతకు మనల్ని చేరుస్తాడు.

జగద్గురువు (ప్రపంచ ఆధ్యాత్మిక గురువు) గా మాత్రమే కాకుండా, జగద్గురూత్తమ్ (అందరూ జగద్గురువులలో అత్యున్నతుడు) గా గౌరవించబడిన గురువు యొక్క వ్యక్తిగత మార్గదర్శకత్వ సౌభాగ్యం నాకు లభించింది. నేను వారి నుండి పొందిన శాస్త్రీయ జ్ఞానాన్ని మరియు అనుభవపూర్వక జ్ఞానోదయాన్ని ఇక్కడ పంచుకుంటున్నాను. దీని ప్రకారం, రోజువారీ అభ్యాసం ద్వారా ఆధ్యాత్మిక నైపుణ్యాన్ని ఎలా సాధించాలో ఇప్పుడు పరిశీలిద్దాం.

ఏకాంత సాధన యొక్క ప్రాముఖ్యత

రోజంతా, మనము ప్రాపంచిక వాతావరణంలో నివసిస్తాము మరియు వ్యవహారాలు చేస్తుంటాము. ప్రాపంచిక కార్యకలాపాలు, వ్యక్తులు మరియు సంభాషణలు అన్నీ మనస్సు యొక్క ప్రాపంచికతను పెంచుతాయి. మనకు ఉత్తమ ఉద్దేశ్యాలు ఉన్నప్పటికీ, బాహ్య జగత్తు యొక్క వ్యగ్రతలు మన పురోగతిని తుడిచిపెట్టి, మన మనస్సును మళ్ళీ మలిన పరుస్తాయి. అందువల్ల, మనస్సును ఉద్ధరించుకోవటానికి మరియు పవిత్రం చేసుకోవటానికి, మనం రోజు ఏకాంత సాధన (ఆధ్యాత్మిక సాధన) కోసం కొంత సమయం కేటాయించాలి.

పాల యొక్క ఉదాహరణను పరిశీలిద్దాము. నీటితో కలిపినప్పుడు, పలుచబడటం వల్ల దాని సహజ విలక్షణ తత్వాన్ని పాలు నిలుపుకోలేదు. కానీ, పాలను నీటికి దూరంగా ఉంచి, దాన్ని పెరుగుగా మార్చి, మరియు దాన్ని చిలికి వెన్నను తీస్తే, దాన్ని ఇక నీళ్ళలో కలపలేము. 'నేను నీ తలపై కూర్చుని తేలుతున్నాను; నేను వెన్నగా ఉన్నందున నీవు నన్ను ఏమీ చేయలేవు' అని, నీటిని సవాలు చేయగలదు.

మన మనస్సు పాలవంటిది, ప్రపంచం నీరు లాంటిది. భౌతిక జగత్తుతో సాన్నిహిత్యం వలన, మనస్సు ప్రాపంచికత్వంతో పెడదారి పడుతుంది మరియు ఆధ్యాత్మిక స్పృహను స్థిరంగా నిలుపుకోలేదు. కానీ,

ఏకాంత వాతావరణం, పరధ్యానాన్ని నిరోధిస్తుంది మరియు మనస్సును భగవంతునిపై కేంద్రీకరించడానికి అనుకూలంగా ఉంచుతుంది. భగవంతునితో అనుసంధానంలో తగినంత పురోగతి సాధించిన తర్వాత, మనం కూడా ప్రపంచాన్ని సవాలు చేయవచ్చు, 'నేను మాయ యొక్క అన్ని ద్వంద్వాల మధ్య జీవిస్తాను, కానీ వాటికి అతీతంగా ఉంటాను' అని. ఏకాంత సాధన ద్వారా, ఈ ఉన్నత స్థితిని చేరవచ్చు.

భగవద్గీత అటువంటి సాధనను నొక్కి చెబుతుంది:

వివిక్తసేవీ లఘ్వాశీ (18.52)

'ఏకాంత ప్రదేశంలో సాధన చేయండి; మీ ఆహారాన్ని నియంత్రించండి'.

బైబిల్ కూడా ఇలా చెబుతోంది:

> 'నీవు ప్రార్థన చేసేటప్పుడు, నీ గదిలోకి ప్రవేశించి నీ తలుపు తాళం వేసుకొనుము.' (మత్తయి 6:6)

ఈ విధంగా, మన రోజువారీ కార్యక్రమంలో, ఏకాంతంలో సాధన కోసం కొంత సమయం కేటాయించాలి. మనం ప్రపంచానికి దూరంగా ఉండి, ధ్యానం, చింతన, మననం మరియు భక్తిని అభ్యసించాలి. ఇది మనస్సును శుద్ధి చేయటానికి మరియు గొప్ప ఆలోచనలు మరియు ఆకాంక్షలతో నింపడానికి సహాయపడుతుంది.

ఒక గంట నిశ్శబ్దంగా/ఏకాంతంగా సాధన చేసిన తరువాత, మిగిలిన రోజంతా, మనం 'రోజువారీ జీవనంలో కర్మయోగము' అనే అధ్యాయంలో వివరించిన విధంగా కర్మయోగ పద్ధతిలో, భగవత్ స్పృహలో పని చేయవచ్చు. ఈ విధంగా, రోజువారీ సాధన ద్వారా పొందిన ఉన్నత స్థాయి చైతన్యాన్ని మనం రోజంతా నిలుపుకోగలుగుతాము.

సాధన ఎలా చేయాలో ఇప్పుడు క్రమపద్ధతిలో చర్చిద్దాం.

సాధన చేయటం గురించి సాధారణ ప్రశ్నలు

రోజువారీ సాధనకు సంబంధించి కొన్ని సర్వసాధారణ ప్రశ్నలు ఉన్నాయి. వాటి సమాధానాలతో పాటు అవి ఇక్కడ పొందుపరచబడ్డాయి.

ప్ర) మన రోజువారీ విధుల గందరగోళంలో, సాధన కోసం సమయం కేటాయించడం ఎలా సాధ్యమవుతుంది?

స) మన దైనందిన జీవితంలో సాధనకు సమయం లేదని కాదు. దాని ప్రాముఖ్యతను మనం గ్రహించలేకపోవటమే, అసలు సమస్య. మన మనస్సు మరియు ఆలోచనల నాణ్యతను పెంచుకోవాల్సిన తీవ్రమైన అవసరాన్ని మనం అర్థం చేసుకున్న రోజు, సమయానికి కొరత లేదని మనము కనుగొంటాము.

ప్ర) ప్రతి రోజు, నేను ఎంత సమయం సాధన చేయాలి?

స) మన సమయంలో పదోవంతు చేయమని గ్రంథాలు నిర్దేశిస్తాయి. సంపదకు అదే నియమం వర్తిస్తుంది:

న్యాయోపార్జిత విత్తస్య దశాంశేన ధీమతః
కర్తవ్యో వినియోగశ్చ ఈశ్వరప్రీత్యర్థమేవ చ

(స్కంద పురాణము)

'మీ సంపదను న్యాయమైన మరియు ధర్మబద్ధమైన మార్గాల ద్వారా సంపాదించండి. తదుపరి, దానిలో పదోవంతు తీసి, భగవత్ ప్రీతి కలిగే విధంగా దానధర్మాలకు ఇవ్వండి'. దాతృత్వం ద్వారా, సంపద పట్ల మన దృక్పథం శుద్ధి అవుతుంది. అటువంటి పవిత్రత లేనిచో, చట్టపరమైన వ్యాజ్యములలో మరియు వైద్యుల బిల్లులతో, సంపద పోతుంది.

అదేవిధంగా, భగవంతుడు మనకు రోజులో ఇరవై నాలుగు గంటలు ఇచ్చాడు. ఆధ్యాత్మిక సాధన కోసం మనం పదోవంతు అంకితం చేయాలి, ఇది ప్రతిరోజు సుమారు రెండు గంటలు. ఒకవేళ, రెండు గంటలు అంటే చాలా కఠినంగా ఉంటే, ప్రతిరోజు ఒక గంటను వినియోగించటానికి నిశ్చయించుకుందాము. కానీ, ఆధ్యాత్మిక సాధన కోసం కనీసం ఆ సమయం అయినా మనం గట్టిగా కట్టుబడి కేటాయించాలి. లేకపోతే, అత్యంత నిగూఢమైన జ్ఞానం కూడా, కేవలం పఠనం లేదా వినడమే అయితే, మనం కోరుకునే అంతర్గత మార్పును తీసుకురాదు.

ప్ర) ఆధ్యాత్మిక సాధనకు ఉత్తమ సమయం ఏది?

స) ప్రాతః కాలము అనేది, ప్రతి రోజు ఆధ్యాత్మిక సాధన కోసం అనువైన సమయము. మేల్కొన్న తరువాత, మన మనస్సు తాజాగా మరియు ఆలోచనలు లేకుండా ఉంటుంది, కాబట్టి దాన్ని భగవంతుని వైపు తీసుకెళ్లడం సులభం. తరువాత, పగటిపూట, మనము లోకంతో వ్యవహారాలు చేసేటప్పుడు, మన మనస్సు ఇతరత్రా ఆలోచనలతో నిండిపోతుంది మరియు దాన్ని ధ్యానంలో నిమగ్నం చేయటం మరింత సవాలుగా మారుతుంది. అందుకే, సూర్యోదయానికి పూర్వం రెండు గంటలు సాధనకు ఉత్తమమైనదిగా భావిస్తారు. ఇది రాత్రి చివరి భాగం మరియు దీనిని బ్రహ్మ ముహూర్తం లేదా 'భగవంతుని సమయం' అని కూడా పిలుస్తారు. గ్రంథాలు ఇలా చెబుతున్నాయి: 'బ్రహ్మే ముహూర్తే ఉత్తిష్ఠేత్'. 'బ్రహ్మ ముహూర్తంలో మేల్కొని మీ సాధన చేయండి.' అని.

ఒకవేళగనక, మన వృత్తి లేదా ఇంటి బాధ్యతలు ఉషోదయకాలాన్ని ఉపయోగించుకోవటానికి అనుమతించకపోతే, మనము దాని కోసం వేరే కొంత సమయాన్ని కేటాయించవచ్చు. మరియు ఒకేసారి ఎక్కువ సమయం అందుబాటులో లేకపోతే, మనము దానిని రెండు చిన్న విభాగాలుగా విభజించవచ్చు. మన రోజువారీ దినచర్యలో, మన ప్రత్యేక అవసరాలకు తగినట్లుగా చేర్పులుమార్పులు చేసుకోవచ్చు.

ప్ర) సాధన కోసం కూర్చున్నప్పుడు మనం ఏ భంగిమను అనుసరించాలి?

స) మనము అవలంబించే ప్రత్యేక భంగిమ ముఖ్యం కాదు. పద్మాసనము, అర్ధపద్మాసనము, ధ్యానవీరాసనము, సిద్ధాసనం, మరియు సుఖాసనం వంటి అనేక ధ్యాన ఆసనాలు *(భంగిమలు)* హఠ యోగ ప్రదీపికలో వివరించబడ్డాయి. ధ్యానం చేసే కాలంలో మనం కదలకుండా హాయిగా కూర్చోగల ఏదైనా భంగిమను అవలంబించవచ్చు.

యోగదర్శనం యొక్క ప్రచారకుడు, మహర్షి పతంజలి ఇలా పేర్కొన్నారు: స్థిర సుఖమాసనం (2.46). 'ధ్యాన సాధన చేయడానికి, మీకు సౌకర్యంగా ఉండే ఏ భంగిమలోనైనా కదలకుండా కూర్చోండి'.

మనం ఏ భంగిమను అవలంబిస్తున్నా అప్రమత్తంగా ఉండాలి. సాధన చేస్తున్నప్పుడు, బద్ధకంగా నిద్రపోయే అవకాశం ఉంది. భౌతికమైన మనస్సు మొదట్లో భగవత్ ధ్యానాన్ని ఆస్వాదించకపోవటం వల్ల ఇలా జరుగుతుంది. భగవంతునిపై దృష్టి కేంద్రీకరింప చేసినప్పుడు, అది అలసిపోతుంది. ఇందువల్ల, ధ్యానం మరియు జపం చేసేటప్పుడు జనులు నిద్రలోకి జారుకున్నట్లు మనం చూస్తాము. దీనిని తొలగించటానికి, ధ్యానం చేసేటప్పుడు నిటారుగా కూర్చోవడం చాలా ముఖ్యం.

బ్రహ్మ సూత్రాలలో (వేదాంతదర్శనం) సాధన అనే అంశంపై మూడు సూత్రాలు ఉన్నాయి:

ఆసీనః సంభవాత్ (4.1.7)

'సాధన చేయడానికి, సరైన పద్ధతిలో కూర్చోండి'.

అచలత్వం చాపేక్ష్య (4.1.9)

'మీరు నిటారుగా మరియు కదలకుండా కూర్చుని ఉండేలా చూసుకోండి'.

ధ్యానాచ్చ (4.1.8)

'ఈ ప్రకారంగా కూర్చుని, మనస్సును ధ్యానంలో కేంద్రీకరించండి.'

కొంతమంది మోకాలి సమస్యలు లేదా కీళ్ల నొప్పుల వల్ల నేలపై కూర్చోలేకపోతున్నారు. వారు నిరుత్సాహపడవలసిన అవసరం లేదు; కుర్చీపై కూర్చునే, వారు ధ్యానసాధన చేయవచ్చు.

ప్ర) ఏ దిశవైపు ముఖం చేసి సాధనలో కూర్చోవాలి?

స) దిశపై ఎటువంటి నియమము లేదు. మనస్సును సర్వశ్రేష్ఠ భగవంతునితో ఐక్యం చేయటం ద్వారా, భౌతిక లోపాలను నిర్మూలిస్తూ, అంతఃకరణ శుద్ధి సాధించటమే భక్తి ధ్యాన సాధన యొక్క లక్ష్యం. ఆయన సర్వవ్యాపి, కాబట్టి ప్రతి దిశ పవిత్రమైనదే. భగవంతుడు సర్వవ్యాపి అనే సూత్రాన్ని వేద గ్రంథాలు పదేపదే ప్రతిపాదించాయి:

ఏకో దేవః సర్వభూతేషు గూఢాః సర్వవ్యాపీ

(*శ్వేతాశ్వతర ఉపనిషత్తు* 6.11)

'భగవంతుడు ఒక్కడే. అతను అందరి హృదయాల్లో కూర్చుని ఉన్నాడు. అతను జగత్తులో అంతటా ఉన్నాడు'.

పురుష ఏవేదం సర్వం యద్ భూతం యచ్చ భావ్యం

(పురుష సూక్తం 2వ శ్లోకం)

'సృష్టిలో ఉన్న మరియు ఉండబోయే ప్రతి వస్తువులో భగవంతుడు వ్యాప్తిచెందివున్నాడు'.

అందువల్ల, సరైన లేదా సరికాని దిశ గురించి ఎక్కువగా ఆలోచించాల్సిన పని లేదు. బదులుగా, మన అంతర్గత ఆలోచనలను, ఉన్నతమైన భావాలతో అలంకరించటంపై మన దృష్టి పెట్టటం ముఖ్యం.

ప్ర) మనం దేనిపై లేదా ఎవరిపై ధ్యానం చేయాలి?

స) ప్రపంచంలో అనేక రకాల ధ్యాన పద్ధతులు ఉన్నాయి. జెన్ పద్ధతులు, బౌద్ధ పద్ధతులు, తాంత్రిక పద్ధతులు మరియు టావోయిస్ట్ పద్ధతులు, ఇంకా ఎన్నో. వీటిలో ప్రతి దానికి అనేక ఉప శాఖలు మరియు ఉప-ఉప-శాఖలు ఉన్నాయి. హిందూమతస్తులు కూడా ధ్యానం విషయంలో లెక్కలేనన్ని పద్ధతులు పాటిస్తారు.

దేనిని ధ్యానించాలో నిర్ణయించడంలో, ధ్యానం యొక్క లక్ష్యం కేవలం ఏకాగ్రత మరియు దృష్టికేంద్రీకరణ పెంచడమే కాదు, మనస్సును శుద్ధి చేయటానికి కూడా అని గుర్తుపెట్టుకోండి. శ్వాస, చక్రాలు, శూన్యం, దీపం మొదలైన వాటిపై ధ్యానం చేయడం ఏకాగ్రతని అభివృద్ధి చేయడంలో సహాయపడుతుంది. కానీ, అంతఃకరణ శుద్ధి మాత్రం, మనస్సుని పరమ పవిత్ర అస్థిత్వంపై నిమగ్నం చేసినప్పుడు మాత్రమే సమర్థవంతంగా సాధించబడుతుంది, అదే భగవంతుడు. ఇదే మునుపటి అధ్యాయంలో (విజువలైజేషన్) చర్చించిన భక్తి యోగధ్యాన శైలి లేదా రూపధ్యానం. భగవద్గీత ఇలా చెబుతోంది:

మాం చ యోఽవ్యభిచారేణ భక్తి-యోగేన సేవతే
స గుణాన్ సమతీత్యైతాన్ బ్రహ్మ భూయాయ కల్పతే (14.26)

'నిష్కల్మషమైన భక్తి ద్వారా నన్ను సేవించిన వారు ప్రకృతి త్రిగుణములకు అతీతులై పోవుదురు మరియు బ్రహ్మం స్థాయికి చేరుతారు.'

వేదాల ప్రకారం, భౌతిక శక్తి మూడు గుణాలను కలిగి ఉంటుంది - సత్వ గుణం, రజో గుణం, మరియు తమో గుణం. వీటిని భౌతిక స్వభావం యొక్క మూడు అస్థిత్వాలుగా సూచిస్తారు. భౌతిక శక్తిచే తయారైన ప్రతిదీ ఈ మూడు గుణముల పరిధిలో ఉంటుంది. ప్రాణశక్తిపై ధ్యానించడాన్ని, దాని అభ్యాసకులు పరమోత్తమమైనదిగా పేర్కొంటారు. కానీ ఇది నిజం కాదు. ధ్యానం యొక్క విషయము భౌతిక త్రిగుణములకు అతీతుడైన భగవంతుడు ఐతేనే, అది నిజమైన సర్వోత్కృష్టమైన ధ్యానం అవుతుంది.

అందువల్ల, ఇక్కడ సారాంశం ఏమిటంటే, మన ధ్యానం యొక్క విషయం కేవలం భగవంతుడు మాత్రమే అయి ఉండాలి.

మన సాధనలో ధ్యానం, చింతన మరియు భక్తిని సమన్వయపరుచుకోవటం

సాధన యొక్క వివిధ కోణాలను విస్తారంగా చర్చించిన తరువాత, మనం ఇప్పుడు దాని యొక్క సూక్ష్మ-వివరాల్లోకి ప్రవేశించవచ్చు. మన సాధనలో భాగమయ్యే విభిన్న ఆచరణాత్మక పద్ధతులను నేను ఇక్కడ వివరించాను.

సాధనలో మెట్లు:

1) భగవంతుడు మరియు గురువు ప్రతిమలతో ఒక మందిర పీఠం తయారు చేసి దాని ఎదుట కూర్చోండి. భక్తిలో నిమగ్నం కావటానికి అనుకూలమైన బాహ్య వాతావరణాన్ని సృష్టించడానికి ఇది సహాయపడుతుంది. ఈ మెట్టు అంత ఆవశ్యకమైనది కాదని గుర్తుంచుకోండి. మీరు బాహ్య ఆధారాలు లేకుండా ధ్యానం చేయాలనుకుంటే, మీరు అలా కూడా చేయవచ్చు. ఉదాహరణకు, మీరు మేల్కొన్న తర్వాత వెనువెంటనే మీ మంచం మీద కూర్చునే మీ ధ్యానాన్ని ప్రారంభించవచ్చు.

2) ఏదైనా సౌకర్యంగా ఉన్న భంగిమలో కూర్చోండి. ఇది మునుపటి విభాగం 'అభ్యాస సాధన గురించిన సాధారణ ప్రశ్నలు' లో సవివరంగా వివరించబడింది.

3) భగవంతుని రూపాన్ని మీ ముందు తీసుకురావడం ద్వారా సాధన ప్రారంభించండి.

మూడవ దశ తరువాత, భగవంతుని రూపాన్ని మీ ముందు ఉంచుకుంటూ, మీరు ఇక్కడ వివరించిన సాధన యొక్క ఏదైనీ ఒకటి లేదా అన్ని పద్ధతులనూ అభ్యసించవచ్చు. ఈ పద్ధతులు ఎంత శక్తివంతమైనవంటే, వాటిలో ప్రతి ఒక్కటీ, మీ మనస్సును దాని అంతర్భాగం నుండి మార్చగల సామర్థ్యాన్ని కలిగి ఉంటాయి. మునుపటి అధ్యాయాలలో వివరంగా చర్చించబడిన ఈ పద్ధతుల యొక్క శీఘ్ర పునశ్చరణ ఇక్కడ ఉంది.

1వ ఆధ్యాత్మిక సాధన

రూప ధ్యానం చేయండి. మీరు ఏదైనా భగవంతుని మరియు/లేదా గురువు యొక్క చిత్రాన్ని మీ హృదయంలో లేదా మీ ముందు చిత్రణ చేయండి. ఇది మనస్సు లగ్నం చేయటానికి స్పష్టమైన ఆధారాన్ని ఇస్తుంది. రూపధ్యానం యొక్క వివరణాత్మక ప్రక్రియ, 'విజువలైజేషన్ మరియు రూప-ధ్యానము' అనే అధ్యాయంలోని, 'భక్తిని పెంపొందించుకోవడానికి విజువలైజేషన్ ప్రక్రియని ఉపయోగించడం' అనే విభాగంలో వివరించబడింది.

2వ ఆధ్యాత్మిక సాధన

భగవంతుని అద్భుతమైన దివ్య సద్గుణాలపై చింతన చేయండి. ఇది మీ మనస్సును భవంతుని యందు మంత్రముగ్ధులను చేయటానికి సహాయపడుతుంది. ఈ రూపధ్యానం యొక్క వివరణాత్మక ప్రక్రియ, 'విజువలైజేషన్ మరియు రూప-ధ్యానము' అనే అధ్యాయంలోని, 'దివ్య గుణములపై ధ్యానం' అనే విభాగంలో వివరించబడింది.

3వ ఆధ్యాత్మిక సాధన

భగవంతునితో మీ నిత్య సనాతన సంబంధం గురించి పదేపదే ఆలోచించండి, ఆయన పట్ల మీ ప్రేమను అది మరింత గాఢంగా చేస్తుంది. ఇలా భావించండి : 'ఆయన నా వాడు, నేను అతనివాడిని'. సమగ్ర వివరణ కోసం, *'సకారాత్మక స్వీయ-సంభాషణ మరియు ధృవీకరణ'* అధ్యాయం లోని *'స్వీయ-సంభాషణ ద్వారా మనస్సుని ప్రోగ్రామ్ చేయటం'* అనే విభాగాన్ని చదవండి.

4వ ఆధ్యాత్మిక సాధన

'భగవంతుని కృపను ఆలంబనగా పొందటం' అనే అధ్యాయంలో, *'శరణాగతి యొక్క ఆరు అంగములు'* అనే విభాగంలో వివరించినట్లుగా, స్వీయ-సంభాషణ ద్వారా, మీ మనస్సుకు శరణాగతి స్ఫూర్తిలో శిక్షణ ఇవ్వండి. ఉదాహరణకు, పదేపదే ఇలా ఆలోచించండి: 'నేను నా కోరికను భగవత్ సంకల్పంతో ఏకత్వం చేయాలి. ఆయన చిత్తానికి వ్యతిరేకంగా నేను ఏమీ కోరుకోకూడదు.' అని.

5వ ఆధ్యాత్మిక సాధన

మనస్సులోనే భగవంతునికి సేవ చేయడం ద్వారా నిస్వార్థ ప్రేమను అలవర్చుకోండి. అలాంటి సేవ, మీ స్వీయ-సుఖానికి బదులుగా ఆయన ఆనందాన్ని గురించి ఆలోచించేలా చేస్తుంది. ఇది మిమ్మల్ని, తీసుకోవటం కంటే ఇవ్వడంపై దృష్టి పెట్టేలా చేస్తుంది. ఇది *'విజువలైజేషన్ మరియు రూప-ధ్యానము'* అధ్యాయంలో, *'మనస్సులో భగవంతునికి సేవ చేసే ప్రక్రియ'*, అనే విభాగంలో వివరించబడింది.

6వ ఆధ్యాత్మిక సాధన

ఈ పుస్తకంలో మీరు కనుగొన్న జ్ఞాన రత్నాన్ని దేన్నైనా తీసుకోండి, మరియు శ్రవణం, మననం మరియు నిధిధ్యాసన ప్రక్రియల ద్వారా దాన్ని అంతర్గతీకరించండి. ఇది, *'బుద్ధిని బలోపేతం చేయడానికి మూడు మెట్లు'* అనే అధ్యాయంలో విస్తృతంగా వివరించబడింది.

7వ ఆధ్యాత్మిక సాధన

సంపూర్ణ నిష్కాపట్యము/నిజాయితీతో భగవంతుడిని ప్రార్థించండి, భక్తితో కన్నీళ్లు పెట్టుకోండి మరియు ఆయన దయ కోసం ఆయనను వేడుకోండి. పరిపూర్ణమైన నమ్రతను పాటిస్తూ, భగవంతుని పట్ల తీవ్రమైన కోరికను పెంపొందించుకోవడమే మన లక్ష్యం. ఇది, *'విజువలైజేషన్ మరియు రూప-ధ్యానము'* అనే అధ్యాయంలో *'విరహ వేదన భావనతో ధ్యానం చేసే పద్ధతి'* అనే విభాగంలో వివరించబడింది.

8వ ఆధ్యాత్మిక సాధన

పై విభాగంలో వివరించినట్లుగా, మీ రోజువారీ సాధన చేసిన తరువాత, రోజులో మిగిలిన సమయంలో, భగవంతుడు ఎల్లప్పుడూ మీ చెంతనే ఉన్నట్టు భావించండి. భగవంతుడిని భక్తితో స్మరిస్తూనే, మీ ప్రాపంచిక విధులను చేసుకోవటానికి ఇది సహకరిస్తుంది. ఈ పద్ధతి, *'రోజువారీ జీవనంలో కర్మ యోగము'* అనే అధ్యాయంలో, *'భగవంతుడు ఎప్పుడూ మన చెంతనే ఉన్నాడనే భావన యొక్క అభ్యాసం'* అనే విభాగంలో విపులంగా వివరించబడింది.

మీ రోజువారీ ఆధ్యాత్మిక సాధనలో భాగంగా, పైన పేర్కొన్న ఈ అద్భుతమైన పద్ధతులలో ఏదేని ఒకటి లేదా అన్నింటినీ, లేదా కొన్నింటిని కలిపి కూడా సాధన చేయవచ్చు.

ఈ పద్ధతులు సూటిగా మరియు సరళంగా ఉన్నప్పటికీ, ప్రారంభకులకు అవి కష్టతరంగా అనిపించవచ్చు. ఎవరైనా మరింత సరళమైన పరిష్కారం కోసం చూస్తున్నట్లయితే ఎలా? అలాంటిది ఖచ్చితంగా ఉంది, అదే కీర్తన ప్రక్రియ.

జనరంజకమైన కీర్తన ప్రక్రియ

సాధనను సరళీకృతం చేయడానికి మరియు సమాజంలో దాని అభ్యాసాన్ని ప్రారంభించడానికి, చరిత్రలో గొప్ప సాధువులు కీర్తనలను కూర్చారు. ఇవి ప్రార్థనలు, ధ్యానములు మరియు భక్తి భావాలతో నిండిన

కవితా శ్లోకాలు. వివిధ మత సంప్రదాయాలలో వాటిని వివిధ రకాల స్తుతులు, షాబాద్ లేదా సంకీర్తనము అని పిలుస్తారు. ధ్యానం మరియు చింతన చేసుకోవటానికి, ఈ కీర్తనలు తత్సంబంధ విషయములను కలిగి ఉంటాయి. భక్తులు కీర్తనలను విన్నప్పుడు మరియు పాడినప్పుడు, వారు సహజంగానే భావనలను అర్థంచేసుకుంటారు. ఈ విధంగా, కీర్తనల ద్వారా, ప్రజలు మనస్సు నిర్వహణను సాధన చేయటానికి సులభమైన మార్గాన్ని పొందుతారు.

కీర్తన అంటే అర్థం ఏమిటి? సాంకేతికంగా, దీనిని ఇలా నిర్వచించారు:

నామ-లీలా-గుణాదీనామ్ ఉచ్చైర్-భాషా తు కీర్తనం
(భక్తి రసామృత సింధు 1.2.145)

'భగవంతుని నామములు, రూపములు, గుణములు, లీలలు, ధామములు మరియు పరివారముల గురించి పాడటం కీర్తన అంటారు'. ఇందులో మూడు అంచెల భక్తి ప్రక్రియ (త్రిధా భక్తి) ఉంటుంది, అవి:

1) శ్రవణం (వినటం)

2) కీర్తనం (పాడటం)

3) స్మరణం (స్మరించటం)

మనస్సుని భగవంతునిపై కేంద్రీకరించి ఉంచటమే దీని లక్ష్యం, అది శ్రవణం మరియు కీర్తనంతో కలిసి చేసినప్పుడు సులభం అవుతుంది. మనస్సు వీచే గాలి వలె చంచలమైనది మరియు సహజంగా ఒక ఆలోచన నుండి మరొక ఆలోచనకి సంచరిస్తుంటుంది. శ్రవణ-కీర్తన ప్రక్రియలు ఇంద్రియాలను ఆకర్షిస్తాయి మరియు ఇవి మనస్సును దాని సంచారం నుండి పదేపదే వెనక్కు తీసుకురావడానికి సహాయపడుతాయి. ఈ విధంగా, భక్తిని ఆచరించటానికి అత్యంత శక్తివంతమైన సాధనాల్లో కీర్తన ఒకటి.

భారతీయ చరిత్రలో, సాధుపురుషుల యందు, అత్యంత ప్రజాదరణ పొందిన భక్తి ప్రక్రియ, కీర్తన. ప్రముఖ భక్తి యోగులందరూ, అంటే - సూరదాస్, తులసీదాస్, మీరాబాయి, గురు నానక్, కబీర్, తుకారాం, ఏకనాథ్, నర్సీ మెహతా, జయదేవ్, త్యాగరాజు, మరియు ఇతరులు – వీరంతా గొప్ప కవులు కూడా. వారు అనేక భక్తి గీతాలను రచించారు

మరియు వాటిని వినటానికి, పాడటానికి మరియు స్మరించుకోవటానికి వినియోగించారు. కీర్తన యొక్క వైభవాన్ని వేద గ్రంథాలు కూడా గొప్పగా స్తుతించాయి:

కలేర్దోశనిధే రాజన్నస్తి హ్యేకో మహాన్ గుణః
కీర్తనాదేవ కృష్ణస్య ముక్తసంగః పరం వ్రజేత్
(*శ్రీమద్ భాగవతం* 12.3.51)

'కలియుగం దోషముల సముద్రం, కానీ దీనికి ఒక గొప్ప గుణం ఉంది. శ్రీ కృష్ణుని కీర్తన చేయడం ద్వారా, ఎవరైనా సరే మాయ నుండి సులభంగా విముక్తి పొందుతారు మరియు దివ్య ధామాన్ని పొందుతారు.'

అవికారీ వా వికారీ వా సర్వ దోషైక భాజనః
పరమేశ పదం యాతి రామ నామానుకీర్తనాత్
(*అధ్యాత్మ రామాయణము*)

'ఎవరైనా కోరికలు లేకుండా ఉన్నా, కోరికలతో నిండిఉన్నా, దోషరహితులైనా, లోపాలతో నిండిఉన్నా, వారు శ్రీ రామ నామాన్ని జపిస్తే భగవత్ప్రాప్తిని పొందుతారు'.

పాపానలస్య దీప్తస్య మా కుర్వంతు భయం నరాః
గోవింద నామ మేఘౌఘైర్నశ్యతే నీర బిందుభిః
(*గరుడ పురాణం*)

'గతంలో చేసిన పాపములనే జ్వలించే అగ్ని గురించి మానవులు ఆందోళన చెందనవసరం లేదు; భగవంతుని పవిత్ర నామం అనే మేఘాల నుండి వచ్చే వర్షపు చినుకులు దానిని సులభంగా ఆర్పివేస్తాయి.'

హరేర్నామ హరేర్నామ హరేర్నామైవ కేవలం
కలౌ నాస్త్యేవ నాస్త్యేవ నాస్త్యేవ గతిరన్యథా
(*బృహన్ నారదీయ పురాణం*)

'భగవంతుని నామమే నా జీవిత పరమార్థం అని మూడుసార్లు ప్రకటించండి. కలియుగంలో మోక్షానికి వేరే మార్గాలు లేవు, ఇతర ఉపాయాలు లేవు, అన్య సాధనలూ లేవు'.

ఏహిఁ కలికాల న సాధన దూజా,
యోగ యజ్ఞ జప తప వ్రత పూజా
రామహి సుమిరియ గాఇయ రామహి,
సంతత సునియ రామ గున గ్రామహి (రామచరితమానస్)

'కలి యుగంలో, ఇతర పద్ధతులైన - అష్టాంగ యోగం, అగ్ని యజ్ఞం, జపమాలతో చేసే జపం, తపశ్చర్యలు లేదా ఉపవాసాల వంటి ఆధ్యాత్మిక సాధనలు ప్రయోజనకరం కాజాలవు. కేవలం శ్రీ రామ చంద్రుడి మహిమలను, గుణములను కీర్తించండి, సత్పురుషుల నుండి వినండి మరియు వాటిని మనస్సులో గుర్తుంచుకోండి.'

ఈ విధంగా, కీర్తన యొక్క ప్రాముఖ్యతను మరియు ప్రయోజనాలను వేద గ్రంథాలు ఏకగ్రీవంగా ఎలా ప్రశంసించాయో మనం చూసాము. అయినప్పటికీ, కేవలం యాంత్రిక పఠనం మనస్సును శుద్ధి చేయదని మనం మర్చిపోకూడదు. శ్రవణం మరియు కీర్తనం, సహాయకులు మాత్రమే, స్మరణ అనేది అత్యంత ఆవశ్యకం. మనస్సును ఎల్లప్పుడూ భగవంతునితో జతచేయడం అనేది అత్యంత ప్రాధాన్యమైనది.

కృపాలు పద్ధతి

ఈ అధ్యాయంలో ఇంతకు పూర్వం, మన రోజువారీ అభ్యాస సాధన జాబితాలో చేర్చుకొనే ఎనిమిది ఆధ్యాత్మిక పద్ధతులు వివరించబడ్డాయి. చాలా మంది సాధకులకు ఇది చాలా కష్టమైన పని. ఒక సరళమైన పరిష్కారాన్ని, విద్యార్థికి సహాయంగా కోసం, ఒక నమూనా పద్ధతి అందించడం ఉపాధ్యాయుడు చేసే తెలివైన పని. దాన్ని దృష్టిలో పెట్టుకుని, ఈ పుస్తకంలో వివరించిన సూత్రాలను కలుపుకొని సాధన కోసం ఒక సరళమైన నమూనా అయిన కృపాలు పద్ధతిని నేను సిద్ధం చేసాను.

సాధన కోసం ఒక గంట – నమూనా పద్ధతి

20 నిమిషాలు – ఉపన్యాసం/ప్రవచనం వినండి

10 నిమిషాలు - రూపధ్యానం సాధన

5 నిమిషాలు - రోజువారీ ప్రార్థన

20 నిమిషాలు - కీర్తన (భక్తి కీర్తనల ద్వారా ధ్యానం)

5 నిమిషాలు - హారతి (దీపోత్సవం)

----

60 నిమిషాలు - మొత్తం వ్యవధి

దైనందిన సాధన కోసం ఆన్‌లైన్ వేదిక

మీ ఆధ్యాత్మిక సాధన కోసం ఈ 60 నిమిషాల కార్యక్రమ వివరణ పట్టిక మీకు నచ్చితే, మీరు నా బృందం తయారుచేసిన ఆన్‌లైన్ పోర్టల్ *www.mydailysadhana.org* ను ప్రయత్నించవచ్చు. అన్ని వర్గాల అన్వేషకులు తమకు అనుగుణమైన గతితో, మరియు వారి సౌకర్యవంతమైన స్వంత ఇంటి వద్ద, క్రమంగా ఆధ్యాత్మిక పురోగతి సాధించడానికి ఇది ఒక ప్రత్యేకమైన ఆధ్యాత్మిక వేదిక. దీనిద్వారా, మీరు ప్రతిరోజు ఒక చక్కటి క్రమ పద్ధతిలో మరియు మనోరంజక పద్ధతిలో ఆధ్యాత్మికతను అభ్యసించవచ్చు.

రోజువారీ పాఠాలుగా, క్రమపద్ధతిలో నిర్వహించబడి, జాగ్రత్తగా రూపొందించబడిన కోర్సుల ద్వారా సనాతనమైన వైదిక విజ్ఞానాన్ని నేర్చుకొనుటకు మరియు అర్థంచేసుకోవటానికీ రోజువారీ సాధన మీకు సహాయం చేస్తుంది.

- ప్రతి రోజువారీ పాఠం - ప్రత్యేకమైన ఉపన్యాసం, సమీక్ష స్లైడ్‌లు, ఆడియో కథనాలు, క్విజ్‌లు మరియు అభ్యాసాలను - కలిగి ఉంటుంది, ఇది మీ అవగాహనను పరీక్షించడానికి మరియు మీ పురోగతిని అంచనా వేసుకోవటానికి తోడ్పడుతుంది.
- ప్రత్యేకంగా చేయబడ్డ, ధ్యానం మరియు కీర్తన ప్రోగ్రాం ద్వారా మీరు ప్రతిరోజు నేర్చుకునే వాటిని సాధన చేయవచ్చు.
- నలుగురితో సంభాషించే వేదికలలో పాల్గొనండి, ఇక్కడ మీరు ప్రశ్నలను అడగవచ్చు మరియు రోజువారీ సాధన గ్రూపు సభ్యుల నుండి సమాధానాలు పొందవచ్చు.
- రోజువారీ పాఠాలను పూర్తి చేయడం ద్వారా బోనస్ పాయింట్లను కూడబెట్టుకోండి మరియు పుస్తకాలు, సిడిలు, డివిడిలు

మరియు ప్రత్యేకమైన ఆడియో-వీడియో డౌన్‌లోడ్‌ల కోసం వాటిని రీడీమ్ చేసుకోండి.

రోజువారీ సాధన పెట్సైట్ పూర్తిగా మీ మొబైల్ ఫోన్లో కూడా పనిచేస్తుంది మరియు అనేక ప్లాట్‌ఫారమ్‌ల ద్వారా అందుబాటులో ఉంటుంది. మరింత సమాచారం కోసం మరియు/లేదా పేరు నమోదు చేసుకోవడానికి *www.mydailysadhana.org* ని సందర్శించండి.

క్రమం తప్పక చేసే సాధన పరిపక్వతకు దారితీస్తుంది

'అభ్యాసంచే నైపుణ్యం సిద్ధిస్తుంది' అన్న నిజం మనకందరికీ తెలుసు. ఆధ్యాత్మిక సాధన క్షేత్రంలో ఇది మరింత వర్తిస్తుంది, ఎందుకంటే కఠినమైన వాస్తవికత ఏమిటంటే మనస్సు చంచలమైనది, అల్లకల్లోలంగా ఉంటుంది, బలంగా ఉంటుంది మరియు మొండిగా ఉంటుంది.

- మనస్సు చంచలమైనది, ఎందుకంటే ఇది ఒక విషయం నుండి మరొక విషయంపైపు సంచరిస్తూ ఉంటుంది.
- ఇది అల్లకల్లోలంగా ఉంటుంది, ఎందుకంటే ఇది వ్యక్తుల్లో - ద్వేషం, కోపం, దురాశ మరియు అనురాగము రూపంలో – అలజడి సృష్టిస్తుంది.
- ఇది బలమైనది, ఎందుకంటే ఇది బుద్ధిని కూడా నిరంతర ఆలోచనా పరంపరచే లొంగదీసి, వివేచనా సామర్థ్యమును నాశనం చేస్తుంది.
- ఇది మొండిది కూడా, ఎందుకంటే ఇది హానికరమైన ఆలోచనను పట్టుకుంటే, దాన్ని విడిచిపెట్టటానికి నిరాకరిస్తుంది మరియు ఎడతెగకుండా మళ్లీ మళ్లీ నెమరువేసి, బుద్ధికి కూడా నిర్వేదాన్ని/విసుగును కలిగిస్తుంది.

ఈ విధంగా, ఇంతకు ముందు వివరించిన పద్ధతులను అభ్యసించడం ప్రారంభించినప్పుడు, మనకు తీవ్రమైన అడ్డంకి ఎదురవుతుంది. మనస్సును కేంద్రీకరించడానికి మనం ఎంత ప్రయత్నించినా, అది భగవత్ క్షేత్రానికి దూరమైపోయి భౌతిక ప్రాపంచికత్వానికి తిరిగి వస్తుంది.

భగవద్గీత, 6.34వ శ్లోకములో, అర్జునుడు ఈ సమస్యను భగవంతునికి నివేదించాడు:

చంచలం హి మనః కృష్ణ ప్రమాథి బలవద్దృడమ్
తస్యాహం నిగ్రహం మన్యే వాయోరివ సుదుష్కరమ్

అతను శ్రీ కృష్ణుడితో, వీచేగాలిని నియంత్రించటం కంటే మనస్సును నియంత్రించడం చాలా కష్టమని తెలుసుకొన్నానని చెప్పాడు. ఇది చాలా అనూహ్యమైన ఉపమానము, ఎందుకంటే వేగవంతమైన గాలిని ఆకాశంలో నియంత్రించడం గురించి ఎవ్వరూ ఎన్నటికిని ఊహించలేరు కదా.

శ్రీకృష్ణుడు ఈ సమస్యను ఖండించలేదు. అంటే, శ్రీకృష్ణుడు 'అర్జునా, నీవు ఏంటి నిరర్ధక ప్రసంగం చేస్తున్నావు? మనస్సును చాలా తేలికగా నియంత్రించవచ్చు' అని చెప్పటం ద్వారా అర్జునుడు చెప్పినది కొట్టిపారేయవచ్చు. కానీ, అలా చేయలేదు, మనస్సుని నియంత్రించడం నిజంగానే కష్టసాధ్యమైనదని ఆయన ఏకీభవించారు. కానీ కష్టసాధ్యం అంటే అసాధ్యం కాదు. ప్రపంచంలో చాలా విషయాలు సాధించడం చాలా కష్టం అయినప్పటికీ, వాటి కోసం కృషి చేయడానికి మనము నిరుత్సాహపడము.

ఉదాహరణకు, నావికులకు, సముద్రం ప్రమాదకరమని మరియు భయంకరమైన తుఫాన్లు రావచ్చని తెలుసు. అయినప్పటికీ, ఆ ప్రమాదాలను వారు తీరంలోనే ఉండిపోవటానికి తగిన కారణాలుగా ఎన్నడూ, భావించరు. హైవేలలో ప్రమాదాలు జరుగుతాయని వాహనదారులకు తెలుసు, అయినప్పటికీ వారు ప్రతిరోజు గంటలకొద్దీ డ్రైవింగ్ చేసే రిస్కు తీస్కుంటారు.

అర్జునుడి వ్యాఖ్యకు, శ్రీకృష్ణుడు మహాబాహో అని పిలిచి ప్రత్యుత్తరమిచ్చాడు, అంటే, 'శక్తివంతమైన బాహువులు కలవాడా అని అర్థం':

అసంశయం మహాబాహో మనో దుర్నిగ్రహం చలమ్
అభ్యాసేన తు కౌంతేయ వైరాగ్యేణ చ గృహ్యతే

(భగవద్గీత 6.35)

శ్రీకృష్ణుడు అనేదేమిటంటే, 'ఓ అర్జునా, నీవు యుద్ధంలో అత్యంత సాహసముగల వీరులను ఓడించావు. నీవు మనస్సును ఓడించలేవా?' అని అర్థం. మనస్సును నియంత్రించవచ్చని అర్జునుడికి ఆయన హామీ ఇచ్చారు, కానీ దీనికి వైరాగ్యము మరియు అభ్యాసము అనే జంట ఉపాయములు అవసరం. వైరాగ్యం అంటే భౌతిక ప్రపంచంపై అనాసక్తి. ఇది మనస్సును, దాని మోహమార్గములో, గతంలో ఆసక్తి ఏర్పడి, అలవాటు పడిన విషయముల వైపు పరిగెత్తకుండా నిరోధిస్తుంది. అభ్యాసం అంటే సాధన, అంటే పాత అలవాటును మార్చి, క్రొత్తదాన్ని అభివృద్ధి చేయడానికి నిరంతర ప్రయత్నం.

మనస్సు నిర్వహణకు అభ్యాసం అనేది చాలా ఆవశ్యకమైన అంశం. నిజానికి, మానవ ప్రయత్నం యొక్క అన్ని రంగాలలో, నైపుణ్యానికి మరియు శ్రేష్ఠతకు, అభ్యాసమే కీలకము. అదేవిధంగా, మొండియైన మరియు అల్లకల్లోలమైన మనస్సును, అభ్యాసము ద్వారా భగవంతుని యొక్క చరణ కమలముల వద్ద నిశ్చలస్థితికి తీసుకురావాలి.

మహర్షి పతంజలి తన సూక్తులలో ఇదే ఉపదేశము ఇచ్చారు: అభ్యాస వైరాగ్యాభ్యాం తన్నిరోధః (యోగ దర్శనం 1.12). 'మనసు యొక్క కలవరమును, స్థిరమైన అభ్యాసం మరియు వైరాగ్యం ద్వారా నియంత్రించవచ్చు'. మనస్సును ప్రపంచం నుండి దూరంగా తీసుకువెళ్ళండి - ఇదే వైరాగ్యము మరియు భగవంతునిపై మనస్సును నిమగ్నం చేయండి - ఇదే అభ్యాసము.

మనస్సు ప్రాపంచికత్వంలో పరిభ్రమిస్తూ ఉంటే, దానిని తిరిగి భగవంతుని వద్దకు తీసుకురావడానికి మనము ఇప్పుడు ఒక సరళమైన పద్ధతిని చర్చిద్దాము.

ఎక్కడెక్కడికైతే మనస్సు పరిభ్రమిస్తుందో, అక్కడే భగవంతుడు ఉన్నాడనుకోండి

ఒక కోతికి ఎలా శిక్షణ ఇవ్వవచ్చు? అది నిస్సందేహంగా ఒక చపలచిత్త జీవి, ఐనప్పటికిన్ని కోతిని మచ్చిక చేసుకునే వారు దానిని నిమ్మళముగా కూర్చోబెట్టి, అడిగినప్పుడు చమత్కారాలు చేసే స్థాయికి శిక్షణ ఇస్తారు. కోతికూడా క్రమశిక్షణగా అయిపోయే వెనుక రహస్యం ఏమిటి?

మొదటి రోజు, శిక్షకుడు కోతిని వంద అడుగుల తాడుతో కట్టి, ఆడటానికి అనుమతిస్తాడు. కోతి దాని పరిధికి మించి పరిగెత్తడానికి ప్రయత్నించినప్పుడు, తాడు దాని మెడ వద్ద లాగుతుంది. అప్పుడు, దానికి వంద అడుగుల ఆవృత్తం లోపలే దూకడం మరియు ఆడటం ఉత్తమం అని అర్థం అవుతుంది. మరుసటి రోజు, శిక్షకుడు తాడును యాభై అడుగులకు తగ్గిస్తాడు. మళ్ళీ, కోతి పరిధి దాటి వెళ్ళడానికి ప్రయత్నిస్తుంది, కానీ తాడు దానిని అడ్డుకుంటుంది, మరియు అది తక్కువ పరిధిలో ఉండటానికి నేర్చుకుంటుంది. ఈ విధంగా, తాడు కేవలం ఆరు అడుగులు మాత్రమే అయినప్పుడు, ఇక దూకడం దండగ అని, కోతి నిశ్చయానికి వస్తుంది, మరియు నిశ్చలంగా కూర్చోవటమే నయం అన్న నిర్ణయానికి వస్తుంది.

మన మనస్సు కూడా కోతిలాగా చంచలమైనది మరియు ఒక విషయం నుండి మరొక విషయానికి అస్తమానం తిరుగుతుంటుంది. కానీ, మనం దానిని భగవంతుడు అనే తాడుతో జతచేయగలిగితే, అది శీఘ్రముగానే నెమ్మదిస్తుంది.

మనస్సును భగవంతునితో జతచేర్చటం అంటే ఏమిటి? శ్రీకృష్ణుని రూపాన్ని మన ముందుకు తీసుకురావడం ద్వారా మనము మన ధ్యానాన్ని ప్రారంభిస్తామని అనుకుందాం. కానీ, కొన్ని క్షణాల్లో, భగవంతుని రూపం అదృశ్యమైందని మీరు తెలుసుకున్నారు, మరియు ఇప్పుడు మీ మనస్సు మీ జీవిత భాగస్వామి రూపాన్ని పట్టుకుంది. ఇలా జరిగినప్పుడు, మనుష్యులు కలవరపడతారు. కానీ, ఇది పరిస్థితిని మరింత దిగజారుస్తుంది. మీరు మీ మనస్సును ఇలా తిట్టితే, 'నేను దేవుని గురించి ఆలోచించమని చాలాసార్లు చెప్పాను, అయినా నీవు దూరంగా వస్తావు' అని, అప్పుడు మనస్సు దాని మిగిలిన సమతుల్యతను మరియు ప్రశాంతతను కూడా కోల్పోతుంది. ప్రత్యామ్నాయముగా, మనస్సు ఎక్కడ తిరుగుతుందో, అక్కడే భగవంతుడు ఉన్నాడని అనుకోండి. ఈ విధంగా, మనస్సు మళ్ళీ ఆయన వైపుకు మళ్ళించబడుతుంది.

ఉదాహరణకు, మీ మనస్సు మీ జీవిత భాగస్వామి యొక్క ఆకర్షణీయమైన కళ్ళపై తిరుగుతూ ఉంటే, అక్కడ శ్రీకృష్ణుడి ఉనికిని గ్రహించి, ఇలా భావించండి 'శ్రీ కృష్ణుడు నా జీవిత భాగస్వామి కళ్లలో

కూర్చుని ఉన్నాడు మరియు ఇలా తెలుపుతున్నాడు, 'చూడండి, ఎక్కడైనా అందానికి ఆధారం నేనే. మీరు అందం పట్ల ఆకర్షితులైతే, నా దివ్యమైన స్వరూపములో వెతకండి, ఇది అపరిమితమైన శోభాయమానమైనది' అని. మనస్సు ఏదో ఒకవిధంగా భగవంతునితో ముడిపడి ఉండే విధంగా ఆలోచించడమే మన లక్ష్యం. భగవద్గీత ఇలా చెబుతోంది:

యో మాం పశ్యతి సర్వత్ర సర్వం చ మయి పశ్యతి
తస్యాహం న ప్రణశ్యామి స చ మే న ప్రణశ్యతి (6.30)

'ఎవరైతే నన్ను అంతటా దర్శిస్తారో, అన్నిటినీ నా యందే దర్శిస్తారో, వారు నన్ను కోల్పోరు, నేను వారిని కోల్పోను'. ఈ శ్లోకంలో, భగవంతుడిని కోల్పోవడం అంటే మనస్సు అతని నుండి దూరమవ్వడం, మరియు అతనితో ఉండడం అంటే మనస్సును అతనితో ఏకం చేయడం.

మరొక ఉదాహరణగా, ఎవరైనా మనల్ని బాధపెట్టారని అనుకోండి. ఈ స్థితిలో, మనల్ని బాధించిన వ్యక్తి పట్ల ఆగ్రహం, ద్వేషం మరియు కోపం వంటి భావాలను పెంపొందించడం మనస్సు యొక్క స్వభావం. కానీ, అలా జరగడానికి మనము అనుమతిస్తే, మన మనస్సు భగవత్ విషయం నుండి దూరమవుతుంది, మరియు భగవంతునితో మన మనస్సు యొక్క భక్తిపూర్వక ఐక్యత ఆగిపోతుంది. బదులుగా, మనము ఆ వ్యక్తిలో ఆసీనుడైయున్న పరమాత్మను చూస్తే, 'దేవుడు ఈ వ్యక్తి ద్వారా నన్ను పరీక్షిస్తున్నాడు. నేను సహనం అనే సుగుణాన్ని పెంచుకోవాలని అతను కోరుకుంటున్నాడు, అందుకే నాతో చెడుగా ప్రవర్తించటానికి ఈ వ్యక్తిని ప్రేరేపిస్తున్నాడు. అయితే ఈ సంఘటన నన్ను కలవరపెట్టడానికి నేను అనుమతించను' అని అనుకొంటాము. ఈ విధంగా ఆలోచిస్తే, మనస్సు ప్రతికూల మనోభావాలకు బలి అవ్వకుండా నిరోధించగలుగుతాము.

అదేవిధంగా, స్నేహితుడు లేదా బంధువు పట్ల మమకారాసక్తితో సన్నిహితముగా ఉన్నప్పుడు, మన మనస్సు భగవంతుని నుండి దూరం అవుతుంది. బదులుగా, ఆ వ్యక్తిలో భగవంతుడిని చూడటానికి మనసుకు శిక్షణ ఇస్తే, ప్రతిసారీ మనస్సు అతని లేదా ఆమె వైపు తిరుగుతున్నప్పుడు, మనం ఈ విధంగా ఆలోచిస్తాము, 'ఈ వ్యక్తిలో',

శ్రీ కృష్ణుడు కూర్చున్నాడు, అందువల్ల నేను ఈ ఆకర్షణను అనుభూతి చెందుతున్నాను' అని. ఈ పద్ధతిలో, మనస్సు పరమాత్మతో భక్తి పూర్వక ఐక్యతలోనే స్థిరంగా ఉంటుంది.

కొన్నిసార్లు, గతంలో జరిగిన సంఘటనల గురించి మనస్సు ఆలోచిస్తుంది. శోకం మనస్సును గతంలోకి తీసుకువెళుతుంది, తత్ఫలితంగా ప్రస్తుత భగవత్ స్మరణ ఆగిపోతుంది. ప్రత్యామ్నాయంగా, మునుపటి సంఘటనను భగవత్ సంబంధంగా చూస్తే, మనము ఇలా అనవచ్చు, 'నేను కష్టాలను అనుభవించడానికి ప్రభువు ఉద్దేశపూర్వకంగా ఆ ఏర్పాట్లు చేశాడు, అందువలన, నేను ప్రాపంచిక విషయాల నుండి వైరాగ్యాన్ని పెంపొందించుకొని ఆయన వైపు తిరగడానికి, ఆయన నా శ్రేయస్సుకు సంబంధించి చాలా శ్రద్ధ వహిస్తున్నాడు, అతను దయతో నా ఆధ్యాత్మిక పురోగతికి ప్రయోజనకరమైన పరిస్థితులను పంపుతాడు'. ఇలా ఆలోచించడం ద్వారా, మనం భక్తిలో లీనమవటాన్ని కాపాడుకుంటాము.

నారద భక్తి దర్శన్ ఇలా చెబుతుంది: *లోక హానౌ చింతా న కార్యా నివేదితాత్మా లోక వేదత్వాత్ (61వ సూత్రము).* 'మనము ప్రపంచంలో విపత్కర పరిస్థితులకు గురైనప్పుడు, దాని గురించి శోకించవద్దు. ఆ ఘటనలో భగవంతుని అనుగ్రహాన్ని చూడాలి.'

ఏదో ఒక విధంగా మనస్సును భగవంతుడిలో ఉంచడంలోనే మన స్వార్థం ఉంది, దీనిని సాధించడానికి సరళమైన ఉపాయం ఏమిటంటే ప్రతిదానిలో మరియు ప్రతి ఒక్కరిలోనూ భగవంతుణ్ణి చూడటం. ఈ సాధన మెల్లగా పరిపూర్ణతకు దారితీస్తుంది, ఆ తదుపరి, మనస్సు ఎల్లప్పుడూ భగవంతుడితో ఏకత్వంతో అనుసంధానమై ఉండటం నేర్చుకుంటుంది.

ముగింపు

భగవంతుడు ఈ అపారమైన శక్తిమంతమైన మనస్సును మన అధీనంలో పెట్టాడు. మనము కొనుగోలు చేసే ప్రతి పరికరము/యంత్రం ఒక వినియోగదారు వివరణపత్రంతో (యూజర్ మాన్యువల్) వస్తుంది, ఇది దాని యొక్క పనితీరును తెలుసుకోవడానికి మనకు సమాచారాన్ని ఇస్తుంది. మనము ఈ ప్రపంచంలోకి మనస్సు అనే అద్భుతమైన

యంత్ర అమరికతో వచ్చాము. మనకు దాని యొక్క పనితీరు గురించిన వినియోగదారుని కరదీపిక (యూజర్ మాన్యువల్) అత్యంత అవసరం. అలాంటి మార్గదర్శి లేకుండా, మనస్సు యొక్క రహస్యాలను విప్పటం కష్టసాధ్యం. మనస్సు యొక్క పనితీరుని తెలుసుకునే ఒక మార్గదర్శిగా ఉపయోగపడటానికి, ఈ పుస్తకం రాయబడింది.

మీరు ఇప్పుడు ఈ పుస్తకంలో అధ్యయనం చేసిన మనస్సు నిర్వహణ యొక్క అంతర్గత ఆయుధాల్ని వినియోగిస్తూ, అంతర్గత శత్రువులను ధైర్యంగా ఓడించాలి. అంతర్గత యుద్ధం ఎప్పుడూ సులభం కాదు, కానీ ఇది జీవితంలో అతి ముఖ్యమైన యుద్ధం. ప్రతి విజయం, ఆత్మ యొక్క అపారమైన సంపదలకు మరియు మీలో ఉన్న దివ్య సంపదకు తలుపులు తెరుస్తుంది. మీ ప్రయత్నాలలో అన్ని విజయాలు సాధించటానికి సర్వోత్కృష్ట భగవంతుని యొక్క ఆశీర్వాదాలు మీపై ఉండుగాక!

ప్రధాన అంశాల సారాంశం

» ఆధ్యాత్మిక జ్ఞానం ఆచరణలో పెట్టాలంటే సాధన అవసరం.

» ప్రతిరోజు సాధన కోసం కనీసం ఒక గంట అంకితం చేయాలనే దృఢ నిశ్చయంతో ఉండాలి. మిగిలిన రోజంతా దివ్య చైతన్యాన్ని నిలుపుకోవడానికి ఇది మనకు సహాయపడుతుంది.

» సాధనను ఏకాంత వాతావరణంలో ఆచరించాలి, అతితక్కువ ప్రాపంచిక గందరగోళాలు ఉండేలా చూసుకోవాలి. ఎందుకంటే దైవచింతనలో మనస్సును లగ్నం చేసుకోవడానికి ఇది అనుకూలంగా ఉంటుంది.

» సాధన కోసం, ఏదైనా సౌకర్యవంతమైన భంగిమలో కూర్చోండి. భగవంతుని రూపాన్ని మీ ఎదుట తీసుకురావడం ద్వారా సాధన ప్రారంభించండి.

మీ దైనందిన సాధన ఏర్పాట్లు

» స్వామి యొక్క దివ్య గుణాలపై ధ్యానంచేయండి. ఆయనతో మీ నిత్య శాశ్వతమైన సంబంధం గురించి పదేపదే ఆలోచించండి. మనస్సులోనే భగవంతునికి సేవ చేయడం ద్వారా నిస్వార్థ ప్రేమను అభ్యాసం చేయండి.

» ఏదేని జ్ఞాన విషయాన్ని తీసుకుని, శ్రవణం, మననం మరియు నిధిధ్యాసన ప్రక్రియలను అభ్యాసం చేయండి.

» స్వీయ-సంభాషణ ద్వారా, మీ మనస్సుకు శరణాగత స్ఫూర్తితో శిక్షణ ఇవ్వండి.

» మీ హృదయపూర్వక చిత్తశుద్ధితో, భగవంతుడిని ప్రార్థించండి, భక్తితో కన్నీరు కార్చండి మరియు ఆయన కృప కొరకు ఆయనను వేడుకోండి.

» మీ సాధనలో సహాయకారిగా, ఈ క్రింది వాటిలో దేనినైనా లేదా అన్నింటిని కలిగి ఉన్న కీర్తనను జపించండి: ప్రార్థన, ధ్యానం, మననం, ఆత్మపరిశీలన యొక్క భావాలు, లేదా కేవలం భగవంతుని పేర్లు.

» మనస్సు దూరంగా పరిభ్రమిస్తున్నపుడు నిరుత్సాహపడకండి. వైరాగ్యము మరియు అభ్యాసం ద్వారా దాన్ని తిరిగి తీసుకురండి. మనస్సు ఎక్కడికి వెళ్లినా, అక్కడ భగవంతుని ఉనికిని గ్రహించడం సాధన చేయండి.

పదపట్టిక

అన్నమయ కోశము	జీవాత్మను కప్పిఉంచే ఐదు కోశములలో ఒకటి. ఇదే స్థూల శరీరం మరియు మిక్కిలి బాహ్య కోశము
అంతఃకరణ	మనస్సు లేదా సూక్ష్మ హృదయం
అపౌరుషేయము	ఏ మానవునిచే సృష్టించబడినది కాదు
ఆసనం	కూర్చునిఉన్న లేదా నిలబడే ఏదేని భంగిమ
కర్మ యోగము	భగవద్గీతలో చెప్పినట్టు, మన రోజువారీ పనులు చేసుకుంటూనే, మనస్సును భగవంతునితో అనుసంధానం చేసి ఉంచటం.
కర్మ యోగి	ప్రాపంచిక విధులను శరీరంతో చేస్తూనే, మనస్సుని భగవంతునితో అనుసంధానం చేసి ఉంచేవాడు.
కర్మ	గతంలో చేసిన పనులు, పూర్వపు జన్మలలో కానీ, లేదా ప్రస్తుత జన్మలో నైనా.
కర్మజము	మన పూర్వజన్మ పాపకర్మల ప్రతిఫలంగా వచ్చే వ్యాధులు
కీర్తన	భగవంతుని నామములు, రూపములు, గుణములు, లీలలు, ధామములు, మరియు సాధువులు – వీటిని గురించి వినటం, పాడటం, మరియు స్మరించటం.

గుణములు	ప్రకృతి త్రిగుణములు
గురువు	మనకు దిశానిర్దేశం చేస్తూ మరియు ఉపదేశం ఇస్తూ ఉండే జ్ఞానోదయం పొందిన ఆధ్యాత్మిక బోధకుడు
గుర్తుంచుకోబడ్డ అస్వస్థత	శరీరం యొక్క ఓ పూర్వపు అస్వస్థత స్థితిని, మనస్సు జ్ఞప్తికి తెచ్చుకోవటం, తదనుగుణంగా బాహ్య కారణాలు లేకుండానే శరీరం మళ్ళీ ఆయా రోగలక్షణాలను అనుభవించే ఒక మానసిక స్థితి
గుర్తుంచుకోబడ్డ స్వస్థత	శరీరం యొక్క పూర్వపు స్వస్థత స్థితిని, మనస్సు జ్ఞప్తికి తెచ్చుకోవటం, తదనుగుణంగా శరీరం ప్రతిస్పందించటం, జరిగే ఒక మానసిక స్థితి
గోపికలు	రాధాకృష్ణులు అవతరించి మరియు అనేక లీలలు చేసిన వ్రజ భూమి యందుండేడి వనితలు
చింతన	ఏదేని ఒక ఆలోచనని లేదా జ్ఞాన విషయాన్ని మనస్సు మరియు బుద్ధిలో పదే పదే నెమరు వేయటం.
చిత్తము	ఉపచేతన మనస్సు
జపము	భగవత్ నామములను పదే పదే ఉచ్చరించుట
దోషజము	ప్రస్తుత జన్మలో చెడు అలవాట్లు మరియు జీవనశైలి వల్ల వచ్చే వ్యాధులు
నిధిధ్యాసనం	శాస్త్రముల జ్ఞానం ఆధారంగా ప్రయత్నపూర్వకంగా నమ్మకాలు ఏర్పరుచుకునే ప్రక్రియ

ప్రాణమయ కోశము	జీవాత్మను కప్పిఉంచే ఐదు కోశములలో ఒకటి. ఇది జీవప్రాణ సంబంధిత కోశము మరియు లోపలి నుండి నాలుగవ కోశము
ప్రేయస్సు	ప్రారంభంలో హాయిగా ఉండి, కానీ తర్వాత చాలా బాధను కలిగించే సుఖం
భక్తి	భగవంతుని పట్ల ప్రేమ
భగవత్ ప్రాప్తి	మన జీవాత్మ పరమాత్మతో ఏకమవ్వటం
మననం	దివ్య జ్ఞానం పై చింతన చేయటం
మనోమయ కోశము	జీవాత్మను కప్పిఉంచే ఐదు కోశములలో ఒకటి. ఇది మనస్సు సంబంధిత కోశము మరియు లోపలనుండి మూడవ కోశము.
మానసీ సేవ	మనస్సులో చేసే సేవ, తలంపుల ద్వారా
మాయ	భగవంతుని భౌతిక శక్తి
మృగ తృష్ణా	ఎండమావి
యజ్ఞము	అగ్నికి హవనము సమర్పిస్తూ, వేద మంత్రములు జపిస్తూ చేసే ఒక కర్మ కాండ
యోగ్	భగవంతునితో ఐక్యత
రూప ధ్యానం	జగద్గురు కృపాలుజీ మహారాజ్ గారిచే ప్రచారం చేయబడిన ఒక ధ్యాన పద్ధతి, దీనిలో ధ్యానం చేసే వారు కళ్ళు మూసుకుని ఏదేనీ భగవత్ రూపంపై/రూపములపై మనస్సుని కేంద్రీకరించాలి
వైరాగ్యము	భౌతికప్రాపంచిక జగత్తు పట్ల అనాసక్తి
విరహ ధ్యానం	ప్రియతమ వ్యక్తిని చూడాలనే తపన భావముతో చేసే ధ్యానము

విరహ వేదన	భగవంతుని కోసం తీవ్ర లాలస
వివేకము	బుద్ధి మనస్సుని పాలిస్తుంది అన్నటువంటి సూక్ష్మ పరిశీలనా శక్తి
శరణాగతి	మనస్సు, బుద్ధి, మరియు అహంకారమును భగవంతునికి అర్పితం చేయటం
శ్రవణం	ఆధ్యాత్మిక జ్ఞానాన్ని వినే ప్రక్రియ
శ్రేయస్సు	ఆరంభంలో కష్టంగా, చేదుగా అనిపించినా, దీర్ఘకాలంలో చాలా ప్రయోజనకరంగా, తియ్యగా ఉండే సుఖము
శ్రుతి	వినటం ద్వారా అందుకున్న జ్ఞానం
సాధన	ఆధ్యాత్మిక అభ్యాసం, సాధారణంగా రోజు చేసేది
సంకల్పం	ఏదేనీ వస్తువుని లేదా వ్యక్తిని కోరుకోవటం; దానికోసం పరితపించటం; అది కావాలనుకోవటం
సంస్కారములు	అంతులేని (గత) జన్మల నుండీ కూడిన ప్రవృత్తులు
సత్సంగము	భక్తి, భగవత్ సంబంధిత సభ
సుదర్శన చక్రం	విష్ణుమూర్తి చేతిలోని దివ్య చక్రం

రచయితచే లిఖిత ఇతర పుస్తకాలు

7 Mindsets for Success, Happiness, and Fulfilment

Bhagavad Gita, The Song of God

Essence of Hinduism

Science of Healthy Diet

Spiritual Dialectics

Yoga for Mind, Body, and Soul

పిల్లల కోసం పుస్తకాలు

Bal-Mukund Wisdom Book

Festivals of India

Healthy Body, Healthy Mind: Yoga for Children

Inspiring Stories for Children (set of 4 books)

Mahabharat

My Best Friend Krishna

Ramayana

Saints of India

పరిచయం కొనసాగిద్దాం

మీరు ఈ పుస్తకాన్ని చదవడాన్ని ఆస్వాదించి ఉంటే, మరియు స్వామీ ముకుందానంద గారితో అనుసంధానం కావాలనుకుంటే, మీరు ఈ క్రింది మార్గాల ద్వారా వారిని చేరుకోవచ్చు.

Websites: www.jkyog.org, www.jkyog.in

YouTube channels: 'Swami Mukundananda' and 'Swami Mukundananda Hindi'

Facebook: 'Swami Mukundananda' and 'Swami Mukundananda Hindi'

Instagram: 'Swami Mukundananda' and 'Swami Mukundananda Hindi'

Twitter: Swami Mukundananda (@Sw_Mukundananda)

LinkedIn: Swami Mukundananda

Podcasts: Apple, Google, SoundCloud, Spotify, Stitcher

JKYog Radio: TuneIn app for iOS (Apple App Store) and Android (Google Play Store)

JKYog App: Available for iOS (Apple App Store) and Android (Google Play Store)

WhatsApp Daily Inspirations: We have two broadcast lists. You are welcome to join either or both.

USA: +1 346-239-9675

India: +91 84489 41008

Email: deskofswamiji@swamimukundananda.org

ఈ సైన్స్ ఆఫ్ మైండ్ మేనేజ్‌మెంట్ ను లేదా స్వామీ ముకుందానంద గారిని మీ సంస్థకు ఆహ్వానించాలనుకుంటే – గూగుల్, ఇంటెల్, ఒరాకిల్, వెరైజాన్, ఐక్య రాజ్య సమితి, స్టాన్‌ఫోర్డ్ విశ్వవిద్యాలయం, యేల్ విశ్వవిద్యాలయం, ఐఐటీలు, ఐఐఎంలు చేసినట్టుగా – దయచేసి deskofswamiji@swamimukundananda.org కి వ్రాయండి.